தேடுதலை நிறுத்துங்கள் தேடுவது கிடைக்கும்

ஓஷோ

தமிழில் :
பாரி காண்டீபன்

கவிதா பப்ளிகேஷன்

8, மாசிலாமணி தெரு,
பாண்டி பஜார்,
தியாகராய நகர்,
சென்னை - 600 017.

044-2436 4243, 2432 2177
+91-7402222787
kavitha_publication@yahoo.com
kavithapublication@gmail.com
www.kavithapublication.com

THEDUTHALAI NIRUTHUNGAL THEDUVATHU KIDAIKKUM(Tamil)

Originally published in English as
JUST LIKE THAT (Chap. 6-10)

Under the author name OSHO

Tamil Translation Copyright © 2004 Osho International Foundation.
All rights reserved.

First Publication Copyright © 1975, Osho International Foundation.

Copyright © all version 1953-2004 Osho International Foundation.
All rights reserved.

Translated by	:	Paari Kaandiban
Co-ordinator	:	PREMRICHA
Publishing Editor	:	Sethu Chockalingam
Previous Edition	:	1994, 1996, 2000, 2003
		2006, 2013, 2014, 2016
Nineth Edition	:	March, 2019
Tenth Edition	:	August, 2024
Pages	:	256
Price	:	**Rs.250/-**
ISBN	:	978-81-8345-231-1
Printed at	:	AKL Printers, Chennai - 600 116.

Published by :

KAVITHA PUBLICATION

8, Masilamani Street,
Pondy Bazaar, Thyagaraya Nagar, Chennai - 600 017.
Phone : 044 - 42161657 What's app : +91 - 74022222787
E-mail : kavitha_publication@yahoo.com
Website : www.kavithapublication.in

No part of this book may be reproduced or transmitted in any form or by any means electronic or mechanical including photocopying or recording or by any information storage and retrieval system without permission in writing from Osho International Foundation.

முன்னுரை

ஓஷோவைப் பற்றி, அவருடைய அழகான சமூகத்தை விட, வாசகர்கள் அதிகமாகத் தெரிந்து வைத்திருப்பதுதான், ஆச்சரியமான உண்மை. அதிலும், குறிப்பாக இந்த நூல், அவருடைய வாசகர் வட்டத்தை, பெருமளவில் அதிகப் படுத்தப் போவது நிச்சயம்.

ஓஷோவின் வசீகரப் பேச்சுகளுக்கும், சமூகம் மற்றும் தன்னை - மாற்றம் குறித்தான அவருடைய துணிச்சலான பரிசோதனைகளுக்கும், அவருடைய ஞானத்திற்கும், அவருடைய நகைச்சுவைகளுக்கும் நான் பெரிதும் கடமைப்பட்டிருக்கிறேன். (தொண்ணூற்று ஏழு ரோல்ஸ் ராய்ஸ் பற்றிய அமெரிக்காவின் நடவடிக்கையை, ஓஷோ கிண்டல் செய்ததை நீங்கள் ரசித்திருக்கிறீர்களா? சிலர் அதைத் தவறவிட்டிருக்கக்கூடும்.)

அவர் எந்தப் பொருளைப் பற்றிப் பேசிக் கொண்டிருந் தாலும் ஆங்காங்கே நகைச்சுவைக் கருத்துகளும், குட்டிக்கதைகளும், வெடித்துக்கொண்டே இருக்கும். அமெரிக்க ஹோட்டல்களில் 13ஆவது மாடி இல்லாதது, விழிப்போடு இருப்பதற்கான பொறுப்புகள், ஆற்றில் குதிக்கும் நாய், குருட்ஜிஃப்பின் அடையாளமின்மை, பாதை மாறிய மகன் (The Prodigal Son), தியானம், விஞ்ஞானத்தின் ஆக்கிரமிப்பு, ஷபிலியும் அவருடைய மூன்று ஆசிரியர்களும் - இப்படிப் பல விஷயங்கள், நம் பகுத்தறிவைப் பட்டை தீட்டுகின்றன. அவருடைய ஆனந்தம் என்பது, மற்ற எல்லாவற்றையும்விட முதன்மை யானது.

ஓஷோவின் எண்ணங்களைப் படிப்பதன் மூலம் அந்தக் காலத்தின் வசந்த நீரை, புதுப்பொலிவோடு நீங்கள் அழுந்தி மகிழலாம். சுஃபி கதைகளைக் கருவாகக் கொண்டு, தம்முடைய புத்திசாலித்தனமான கற்பனையைக் கலந்து, அற்புதமான அறிவுப் பொக்கிஷங்களை அள்ளி வழங்கியிருக்கிறார் ஓஷோ. ஆனால், உங்களுடைய அறிவுஜீவித் தனத்தையோ, அல்லது பகுத்தறிவையோ கொண்டு, இவற்றை அணுகாதீர்கள். நீங்கள் அப்படி வருவதாக இருந்தாலும், அதற்கும் அவர் தயாராகத்தான் இருப்பார். இது, ஒரு நுட்பமான நாடக வடிவம், இந்த நூற்றாண்டின் சொற்பொழிவுகளை, குருட்ஜிஃப்பைவிடப் பிரமாதமாக, சிலர் வடிவமைத்திருக்கிறார்.

சரி, இந்த நூலின் முன்பகுதியில் நான் என்ன செய்து கொண்டிருக்கிறேன்? ரூமியின் படைப்புகளை, நான் மொழியாக்கம் செய்தவன் என்பதால், எனக்கு இங்கு வாய்ப்பு அளிக்கப்பட்டிருக்கலாம். அல்லது, 1988 ஆம் ஆண்டு, அக்டோபர் மாதம், நான் பூனாவில் உள்ள கம்யூனில் சில நாள்கள் தங்கியிருந்ததுகூட ஒரு காரணமாக இருக்கலாம். 1980களின் ஆரம்பத்தில், என்னை 'ஷ்ரவாகர்' என்று ஓஷோ அழைத்துக் கொண்டிருந்தார்.

இந்த நூலில் அவர் குறிப்பிடாத ஒரு சுஃபி கதையை, இங்கு நான் சொல்ல விரும்புகிறேன்.

lbn காபிஃப் ஷிராஸி (lbn Khafif Shirazi) ஒரு முறை கூறினார், ''இரண்டு மகத்தான மாஸ்டர்கள் எகிப்தில் இருப்பதாக நான் கேள்விப்பட்டேன். உடனே அவர்கள் இருப்பைப் பார்ப்பதற்காக, நான் அங்கு சென்றேன். இரண்டு அபாரமான ஆசிரியர்கள் அங்கு தியானித்துக் கொண்டிருப்பதைப் பார்த்தேன். நான் அவர்களைப் பார்த்து மூன்று முறை வணக்கம் தெரிவித்தேன். ஆனால், அவர்கள் எதுவும் பதில் அளிக்கவில்லை. நானும் அவர்களோடு சேர்ந்து நான்கு நாள்கள் தியானம் செய்தேன். நான் நீண்ட

தொலைவிலிருந்து வந்திருப்பதை எடுத்துச் சொல்லி, என்னிடம் பேசுமாறு ஒவ்வொரு நாளும் அவர்களிடம் கெஞ்சுவேன். இறுதியில், இளையவர் கண்களைத் திறந்தார். 'Ibn காபிஃப், வாழ்க்கை குறுகியது. உன்னுடைய மீதிக்காலத்தை, உன்னை ஆழமாக்கிக் கொள்வதில் பயன்படுத்து. மக்களை வணங்குவதில் உன் நேரத்தை விரயமாக்காதே!'' என்றார். நான் அவரிடம் எனக்கு அறிவுரை கூறும்படி வேண்டினேன். "கடவுளை உனக்கு நினைவுபடுத்திக் கொண்டிருப்பவர்களின் முன்னிலையில் நீ இரு. ஞானத்தைப் பற்றிப் பேசுவதோடல்லாமல், ஞானமாகவே இருப்பவர்களின் முன்னிலையில் நீ இரு'' என்று சொல்லிவிட்டு, அவர் மீண்டும் தியானத்துக்குள் சென்றுவிட்டார்.''

Ibn காபிஃப் என்ற மனிதரைப் போலத்தான் நான் என்னை உணர்கிறேன். ஓஷோ போன்ற மகான்களின் நூல்களுக்கு முன்னுரை தேவையில்லாதது. ஆனால், இந்த முன்னுரையை எழுதிய எனக்கு, மகத்தான பெருமையும், கௌரவமும் ஏற்படுகிறது என்பதுதான் உண்மை.

சரி, இப்போது இசை ஆரம்பமாகட்டும்.

- காலமன் பார்க்ஸ்
(Coleman Barks)

ஜலாலுதீன் ரூமியின் 'மெதனாலி'
படைப்பின் மொழியாக்க ஆசிரியர்:

Open secret, We Are Three, Delicious Laughter, Feeling the shoulder of the Lion

மற்றும் சில படைப்புகள்.

உள்ளே...

1. குருடனின் கவசம் ... 7

2. கடல் பறவைகளை நேசித்த ஒரு மனிதன் ... 52

3. தாயின் பாதங்களுக்கு அப்பால்... ... 93

4. ஷிப்லி இல்லாதபோது... ... 142

5. ஒரு சிறிய நாணயம் போதும் ... 183

1

குருடனின் கவசம்

ஷாதி கூறினார்:

ஒரு மனிதனுக்கு அசிங்கமான ஒரு மகள் இருந்தாள். அவன், அவளை ஒரு குருடனுக்குத் திருமணம் செய்து வைத்தான். ஏனென்றால், வேறு எவரும் அவளை ஏற்றுக்கொள்ள மாட்டார்கள்.

ஒரு டாக்டர், அந்தக் குருடனுக்குக் காண்பார்வை பெற்றுத் தருவதாகக் கூறினார். ஆனால், அந்தத் தகப்பன், குருடன் கண்பார்வை பெற்றுவிட்டால், தன் மகளை விவாகரத்து செய்துவிடுவானோ என்ற பயத்தில், அதற்குச் சம்மதிக்கவில்லை.

ஷாதி இப்படி முடித்தார்:

அசிங்கமான பெண்ணின் கணவனாக இருப்பதை விட, குருடனாக இருந்துவிடுவதே நல்லது.

மனிதன் என்பவன் அறியாமை மிக்கவன், குருடன், தூங்குவதைப் போன்று இருப்பவன், மது அருந்தியவன்,

விழிப்பற்றவன். இதுதான் சூழ்நிலை. இது எப்போதும் அப்படித்தான். பல சிகிச்சைகள் கண்டுபிடிக்கப்பட்டுள்ளன. அவனை விழிப்படைய வைக்கப் பல முறை உள்ளன. ஆனால், அவன் எதிர்க்கிறான். எனவே, உண்மையான பிரச்சினை அறியாமை அல்ல, ஆனால் எதிர்ப்புணர்வுதான். அறியாமை போக்கப்படக் கூடியது. ஆனால், அறியாமையில் இருப்பதை மனிதன் வலியுறுத்து கிறான்.

அவனுடைய கண்களைத் திறக்க முடியும் - மருந்துகள் இருக்கின்றன, டாக்டர்கள் இருக்கிறார்கள். ஆனால், தன் கண்களைத் திறப்பதற்கு மனிதன் தயாராக இல்லை. அவன் அதற்கு எதிர்ப்பானவனாக இருக்கிறான்.

இதுதான் உண்மையான பிரச்சினை. அறியாமை என்பது உண்மையான பிரச்சினையல்ல. அது சரிசெய்யப் படக் கூடியது. அது ஒரு சாதாரண நோய்தான், அதில் எந்தச் சிக்கலும் இருப்பதில்லை. ஆனால், மனிதனுக்குள் இருக்கும் ஏதோ ஒன்று, நிவாரணத்திற்கு எதிராக இருக்கிறது. அதில் ஏதோ ஒரு பெரிய சூட்சுமம் அடங்கியுள்ளது. அறியாமை இருந்தால், மற்ற பல விஷயங்கள் மறைந்துவிடும். மனிதன் அறியாமையைக் கெட்டியாகப் பிடித்துக் கொள்வதற்குக் காரணம், மதிப்புமிக்க ஏதோ ஒன்று, ஏதோ ஒரு புதையல் அதில் மறைந்திருக்கிறது.

எப்போதோ இது நடந்தது: ஒரு மனிதன் என்னிடம் அழைத்து வரப்பட்டான், அவனுடைய மனைவி அவனை அழைத்து வந்தாள். அவனுடைய உடல்நிலை கடுமையாகப் பாதிக்கப்பட்டிருந்தது. ஆனால், அவன் டாக்டரிடம் செல்ல உடன்படவில்லை. தனக்கு உடல்நிலை சரியில்லை என்பதை அவன் முழுமையாக மறுத்தாள். அவன் கூறினான், ‘‘எதற்காக டாக்டரிடம் செல்ல

வேண்டும்? எனக்கு எந்த வியாதியும் இல்லை. நான் பூரண நலத்துடன் இருக்கிறேன் என் மனைவியிடம் தான் ஏதோ ஒரு பிரச்சினை இருக்கிறது - அவளிடம் நரம்புக் கோளாறு இருக்கிறது. அவருடைய குறையை மனதில் எண்ணிக் கொண்டு, என்னையும் டாக்டரிடம் அழைத்துச் செல்ல முயற்சிக்கிறாள். அது மட்டுமல்ல, என்னை மருத்துவ மனையில் சேர்ப்பதிலேயே குறியாக இருக்கிறாள். இதெல்லாம் எதற்காக?''

அந்த மனிதனின் உண்மையிலேயே உடல்நலம் சரியில்லாதவன். அவன் என்னிடம் இவ்வாறு கூறுகிறான்: ''எனக்கு ஒன்றுமில்லை. என்ன காரணம்? எதற்காக இவர்கள் என்னை வற்புறுத்துகிறார்கள்? அவர்களுக்கு என்னதான் தேவை? இதிலிருந்து ஏதோ ஒன்றை அவர்கள் பெற நினைக்கிறார்கள். என்னுடைய எல்லா உறவினர் களும், என் மனைவி, என் குழந்தைகள் - அனைவரும் எனக்கு எதிராகச் சதித்திட்டம் தீட்டுகிறார்கள். என்னுடைய ஆரோக்கியம் பூரணமாக இருக்கிறது!''

அவனுடைய உடல் நடுங்கிக் கொண்டிருப்பதை என்னால் பார்க்க முடிந்தது. அவனுடைய முகம் வெளிறி யிருந்தது, அவனுடைய உடல் நலிந்திருந்தது, அவ னுடைய கண்கள் இருண்டிருந்தன, அவனுடைய உடலில் எந்த ஆரோக்கியமும் இல்லை, அவன் முற்றிலும் உடல் நலக் குறையோடு காணப்பட்டான். இந்த மனிதனுக்கு எப்படிப் புரிய வைப்பது? அவன் ஏன் இப்படிப் பிதற்று கிறான்? நான், அவன் மனைவியிடம் விளக்கம் கேட்டேன்.

அவள் கூறினாள், ''அவர் எப்போதும் மரணத்தை நினைத்துப் பயப்படுகிறவர். உடல்நலக் குறைவை நினைத்து எப்போதும் பயப்படுகிறவர். அவர் ஆரோக்கிய

மாக இருந்தபோதும்கூட, மருத்துவமனை என்றால் பயப்படுகிறவர். அவளுடைய உறவினர்களோ, நண்பர்களோ மருத்துவ மனையில் இருந்தால், அவர்களை மருத்துவ மனைக்குச் சென்று பார்ப்பதற்குக்கூட அவர் பயப்படுவார். அவர் மருத்துவமனைக்குள் அடியெடுத்து வைக்கும் கணத்தில், ஏதோ ஓர் அச்சம் அவரை ஆட்டிப் படைக்கும் மரணம், மரணம் பற்றிய எண்ணம். இப்போதும் அதுதான் பிரச்சினைக்குக் காரணமாக இருக்கிறது. காரணம், அவர் உடல்நிலை சீர்கெட்டிருப்பதால், அவர் அங்கு செல்ல விரும்பமாட்டார். அதனால், தான் ஆரோக்கியமாக இருப்பதாக வலியுறுத்திக் கூறுகிறார். டாக்டரிடம் செல்வதால் என்ன பலன் இருக்கப் போகிறது? ஏன் அவர் செல்ல வேண்டும்?''

நான் அந்த முழுச் சூழலையும் பார்த்தேன். அந்த மனிதன் உண்மையிலேயே பயந்திருந்தான். நான் அவனிடம் கூறினேன், ''நீ பூரண நலத்துடன் இருக்கிறாய், உன் மனைவிக்குத்தான் பைத்தியம் பிடித்திருக்கிறது'' - அவன் புன்னகைத்தான், அவனுடைய முகம் மலர்ச்சி அடைந்தது - ''உன்னிடம் எந்தக் குறையும் இல்லை.''

ஏதோ ஒரு புதிய சக்தி அவனுள் குடிகொண்டதைப் போல, ஏதோ ஒன்று வெளிப்பட்டது. அவன் சிரித்துக் கொண்டே கூறினான், ''இந்தச் சந்தேகம் எனக்கு எப்போதும் உண்டு. நீங்கள் ஒருவர்தான், என்னைப் புரிந்து கொண்டீர்கள். வேறு யாருக்கும் இது புரியவே இல்லை. நான் பூரண நலத்துடன்தான் இருக்கிறேன். பிறகு அவன் தன் மனைவியிடம் கூறினான், ''பார்த்தாயா, ஓஷோ என்ன கூறுகிறார் என்று பார்த்தாயா? நான் நன்றாகத்தான் இருக்கிறேன். இதைவிட வேறு என்ன அத்தாட்சி உனக்கு வேண்டும்?'' அவன் என்னிடம் கேட்டான், ''அப்படியானால், நான் மருத்துவமனைக்குச் செல்ல வேண்டிய அவசியமில்லையே?''

நான் கூறினேன், ''நிச்சயமாக இல்லை. டாக்டரிடம் நீ செல்ல வேண்டிய அவசியமே இல்லை. அதைப் பற்றி நினைக்கவே நினைக்காதீர்கள். உங்கள் ஆரோக்கியம் பரிபூரணமாக இருக்கிறது. இப்படிப்பட்ட ஓர் ஆரோக்கிய மனிதனை, நான் எப்போதாவது தான் சந்திக்க நேரிடுகிறது.''

அவன் புன்னகைத்தான். ஆனால், அவனுடைய கண்களில் லேசான சந்தேகம் இருந்தது. அவனால் என்னை முழுமையாக நம்ப முடியவில்லை - உடல்நலம் குன்றிய ஒருவன் என்னை எப்படி நம்ப முடியும்? அவனுடைய உடல்நிலை சரியில்லை என்பது, அவனுடைய ஆழ்மனத்திற்குத் தெரியும். ஆனால், இந்த உண்மையை ஒப்புக் கொள்வதற்கு அவன் பயப்படுகிறான். பிறகு அவன் கூறினான், ''அப்படியானால், அதற்கு அவசியமில்லையே?''

நான் கூறினேன், ''அதற்கு அவசியமே இல்லை. ஆனால், நரம்புக் கோளாறால் பாதிக்கப்பட்ட உன் மனைவிக்காக, நீ டாக்டரிடம் செல்வது நல்லது. நீ மிகவும் நன்றாக இருக்கிறாய்' - ஆனால், பாவம் உன் மனைவி மிகவும் துன்பப்படுகிறாள்.''

அவன் சிரித்துவிட்டுக் கூறினான், ''அப்படியானால் நான் செல்கிறேன். ஆனால், என் உடல்நிலை நன்றாக இருக்கிறது என்பதில் உங்களுக்கு எந்தச் சந்தேகமும் இல்லையே?''

நான் கூறினேன், ''நிச்சயமாக இல்லை. உன்னிடம் எந்தக் குறைபாடும் இல்லை. ஆனால், வெறுமனே, இந்த அப்பாவிப் பெண்ணுக்கு ஆறுதலாக, நீ டாக்டரிடம் சென்று, உன் உடம்பைப் பரிசோதித்துக் கொள்ள வேண்டும், அவ்வளவுதான். இதில் எந்தத் தவலும் இல்லை.''

அவன் கூறினான், ''அப்படியானால், நான் தாராள மாகச் செல்கிறேன்.'' இப்படித்தான் அவன் மருத்துவ மனையில் சேர்க்கப்பட்டான்.

இதே பிரச்சினை தான் உன்னிடமும் இருக்கிறது. இதே பிரச்சினைதான் எல்லாரிடமும் இருக்கிறது. நீ எதையோ நினைத்துப் பயப்படுகிறாய். சாக்ரட்டீஸ் காலத்திலிருந்து இப்போது வரை. அல்லது வேதகாலத்தி லிருந்து இப்போது வரை. ஒரு ஷணநேரம், ஒவ்வொரு வரும் தங்களைப் பற்றி நினைத்துப் பார்த்தால், எல்லாரிட மும் சுயஅறிவு இருப்பது புலப்படும்: தன்னை நினைத்தல், எவரும் அவர்களைக் கவனிப்பதில்லை. உண்மையிலேயே எவரும் அவர்களைக் கவனிப்ப தில்லை. ஒவ்வொருவரும் சுயஅறிவுக்கு எதிராக, தங்களைச் சுற்றி ஒரு பாதுகாப்புக் கவசம் அணிந்து கொள்கிறார்கள். பார்ப்பதற்கு ஏதோ ஒன்று அபாயமாகத் தென்படுகிறது. இந்தப் பிரச்சினை மிகவும் சிக்கலாகத் தென்படுகிறது. நீ எதற்காக சுய அறிவிடம் பயப்படுகிறாய்?

உன் அறியாமையில், ஏதோ ஒரு பேரானந்தத்தை உணர்கிறாய். அறியாமை என்பது ஒரு போலித்தனமான பேரானந்தத்தைக் கொடுக்கிறது. ஏனென்றால், ஒருவன் மேலோட்டமாக வாழ்க்கை நடத்துகிறான். உண்மையில், ஒருவன் வாழ்வதில்லை, வெறுமனே மிதக்கிறான். பொறுப்பில்லாமல் அவன் மிதக்கிறான். சுயஅறிவு இருக்கும்போது, அங்கே பொறுப்புணர்ச்சி நுழைகிறது. நீ உன்னைப் பற்றி அறிந்து கொண்டால், நீ இப்போது எப்படி இருக்கிறாயோ, அப்படியே இருக்க முடியாது. நீ உன்னைப் பற்றி அறிந்து கொண்டால், உன்னால் ஈடுபட முடியாது. நீ உன்னைப் பற்றி அறிந்துகொண்டால், நீ எதிலும் ஈடுபாடு காட்ட முடியாது. நீ உன்னைப் பற்றி

அறிந்து கொண்டால், இப்போது நீ எப்படி இருக்கிறாயோ, அப்படியே இருப்பதற்குச் சாத்தியமில்லை. சுய அறிவின் மூலமாக, அடிப்படையான மாற்றம் நிகழப் போகிறது. அந்த மாற்றம் பெருமளவில் இருக்கப் போகிறது. முற்றிலும் ஸ்தாபிக்கப்பட்டவனாக நீ உணர்வாய் முற்றிலும் சௌகரியமாக நீ உணர்வாய்.

நீ ஒரு வீட்டை நிர்மாணிக்கிறாய். பிறகு அதுதான் உன்னுடைய வீடு என்று நினைக்கிறாய். ஆனால், அந்த வீட்டை ஒரு தெருவில் கட்டியிருக்கிறாய். பயணம் முற்று பெறவில்லை. ஆனால், முடிவு வந்துவிட்டது என்று உனக்கு நீயே சமாதானப்படுத்திக் கொள்கிறாய். இப்போது, உன்னைப் பற்றி அறிந்து கொள்வதன் அர்த்தம், மீண்டும் ஒரு தொடக்கம், மீண்டும் ஒரு பிறப்பு, மீண்டும் வளருதல். இப்போது, உன்னைப் பற்றி அறிந்து கொள்வதன் அர்த்தம், நீ தங்கியிருக்கும் இடம் உன்னுடைய வீடு அல்ல. அது ஒரு தர்மசாலையாக இருக்கலாம். ஆனால் அது உன்னுடைய வீடு அல்ல. ஓர் இரவு தங்குவது வேண்டுமானால் பரவாயில்லை. ஆனால் காலையில், மீண்டும் பயணம்.

நீ சௌகர்யமாக உணர்கிறாய். உன்னுடைய கவலை, சோகம், வேதனை இவற்றுக்கு இடையேகூட நீ சௌகர்யமாக உணர்கிறாய். ஏனென்றால், அனைத்தும் புதியனவாகத் தெரிகிறது. நீ உன்னை அறிவதற்கு முயற்சித்தால், நீ அறியாத உலகத்திற்குள் அடியெடுத்து வைக்கிறாய். அது ஒரு பயத்தை, ஒரு நடுக்கத்தைக் கொடுக்கிறது. ஏன் கவலைப்படுகிறாய்? எல்லாம் நன்றாகத்தான் போய்க் கொண்டிருக்கிறது - பெரிதாக ஒன்றும் நன்றாக இல்லை என்பதை நீ அறிவாய், இருந்தாலும் ஏதோ நன்றாக இருக்கிறது. அது மிதந்துகொண்டே இருக்கிறது. காலம் கடந்துகொண்டே இருக்கிறது.

உன்னுடைய பாதி வாழ்க்கையை நீ வாழ்ந்துவிட்டாய், மீதி பாதி மட்டுமே பாக்கி இருக்கிறது. இப்படியே இது போய்விடும். அதன்பிறகு மரணம் வருகிறது, அதுவும் மறந்துவிடப்படுகிறது. யார் எங்கே செல்கிறார்கள் என்பது எவருக்கும் தெரியாது. எதற்காக சுய அறிவைப் பற்றிக் கவலைப்படுகிறாய்?

உன்னுடைய அறியாமையில், நீ சௌகர்யமான, ஸ்தாபிக்கப்பட்ட வாழ்க்கையை உருவாக்கிவிட்டாய். வங்கியில் பணத்தோடு, பாதுகாப்பான வாழ்க்கை, இன்சூரன்ஸ், அரசாங்கம், சமூகம், மதத்தில் அங்கம், சர்ச் - உன்னைச் சுற்றி ஒரு பொய்யான உலகத்தை நீ உருவாக்கிவிட்டாய். எதுவுமே பாதுகாப்பானதல்ல, பாதுகாப்பாக இருப்பதாக ஓர் எண்ணம் மட்டுமே வெறுமனே இருக்கிறது. எதுவுமே பாதுகாப்பானதல்ல. பாதுகாப்பு என்பது ஒரு மாயைதான்.

உனக்கு மனைவி இருக்கிறாள் - அதில் எத்தகைய பாதுகாப்பு இருக்கிறது? நாளைக்கே, வேறு யாரையாவது காதலிக்கலாம். இப்போது அவள் உன்னைக் காதலிக்கிறாள். ஒரு நாள் நீ அவளுக்கு ஒரு புதியவனாகத் தென்படலாம். அவள் மறுபடியும் வேறு ஒரு புதியவனைக் காதலிக்கக் கூடும். உன்னைக் காதலித்தவள், இன்னொரு புதியவனைக் காதலிப்பதில் என்ன தவறு இருக்கிறது? நீ ஒரு நாள் புதியவனாக ஆகக் கூடும். நீ இந்தப் பெண்ணிடம் காதல் வயப்பட்டிருக்கிறாய். நீ வேறொரு பெண்ணிடம் காதல்வயப்படலாம். இதில் என்ன பாதுகாப்பு இருக்கிறது?

ஆனால், மனிதன் பாதுகாப்பு என்ற எண்ணத்தை உருவாக்க முயற்சிக்கிறான். உன்னிடம் திருமணப் பத்திரிகை இருக்கிறது, அதுதான் உன்னுடைய

பாதுகாப்புக்கு அத்தாட்சி. நீ கோர்ட்டுக்குப் போகலாம். இந்தப் பாதுகாப்பை எந்த வகையில் அழைப்பது? உன்னுடைய திருமணத்தைப் பாதுகாக்க போலீஸ்காரர் தேவைப்படுமானால், இந்த மாபெரும் அரசாங்கம், வன்முறை உன் காதலின் பாதுகாப்புக்குத் தேவைப் பட்டால்... இது எந்த மாதிரிப் பாதுகாப்பு? நீ ஒன்று சேர்ந்து இருப்பதில்லை, ஒன்று சேர்ந்து இருப்பது உன்மீது திணிக்கப்படுகிறது. அரசாங்கம் வற்புறுத்துகிறது, போலீஸ் துப்பாக்கியுடன் தயாராக இருக்கிறது.

அரசாங்கம் என்பது வேறொன்றுமில்லை, அது முழுமையான வன்முறையின் கைக்கூலிகள். எந்த அரசாங்கமும் சாத்விகமானதல்ல. ஓர் அரசாங்கம் வன் முறையாகத்தான் செயல்பட வேண்டும். அது வன்முறை, சுத்தமான வன்முறை. உண்மையிலேயே, நீ காதல் வயப்பட்டிருக்கிறாயா? அல்லது துப்பாக்கி, கோர்ட்டுகள், சட்டங்கள் ஆகியவற்றால் நிர்ப்பந்திக்கப்பட்டிருக் கிறாயா? அல்லது அவற்றால் பாதுகாக்கப்பட்டிருக் கிறாயா? ஆனால், அனைத்தும் பாதுகாக்கப்பட்டிருப்ப தாக, ஓர் உணர்வை உன்னிடம் தோற்றுவித்திருக்கிறது.

சுய அறிவுடன், கூடவே குழப்பமும் பிறக்கிறது. எதையும் தீர்த்துவைக்காத ஒரு குழப்பம். அது எந்த மதிப்புகளையும் தீர்த்து வைப்பதில்லை. அது எல்லா மதிப்புகளையும் ஒன்றுக்கொன்று குழப்பிவிட்டு விடுகிறது. நீ மீண்டும் ஒரு புதிய பார்வையைப் பெறுகிறாய். நீ உலகத்தைப் புதிய கண்ணோட்டத்துடன் பார்க்கிறாய் - உன் பழைய கண்களின் மூலமாக அல்ல, எதுவும் பழைய மாதிரிப் புலப்படாது - ஏதோ, ஒரு புதிய உலகத்தில் சட்டென சஞ்சரிப்பதைப் போன்று இருக்கும்.

நீ ஆழ்ந்து தூங்கிக் கொண்டிருக்கிறாய், உன்னுடைய போர்வையை இழுத்துப் போர்த்திக் கொண்டு சௌகரியமாகத் தூங்கிக் கொண்டிருக்கிறாய், அழகான கனவு வருகிறது, அப்போது சட்டென சுய அறிவு உன்னைத் தட்டி எழுப்பி விடுகிறது. உன் கனவு கலைந்துவிடுகிறது. கனவில் நீ ஒரு சக்கரவர்த்தியாக இருந்திருப்பாய் - பிச்சைக்காரர்கள் அனைவரும், எப்போதும் தங்கள் கனவில் சக்கரவர்த்திகளாக இருப்பார்கள். அவர்களுக்கு வேறு எந்த மாற்றுவழியும் சாத்தியமில்லை. இந்த மாற்றுவழியைத் தருவது கனவுதான். வாழ்க்கையில் உங்களிடம் எவையெல்லாம் இல்லையோ, அவை அனைத்தையும் கனவில் பெற்றுக் கொள்கிறீர்கள்.

சட்டென, நீ சக்கரவர்த்தி இல்லை என்பது தெரிகிறது. கனவு மறைந்துவிடுகிறது, தூக்கத்தில் நீ அனுபவித்த சந்தோஷம் மறைந்தவிடுகிறது. பொழுது புலர்கிறது, சூரியன் உதயமாகிறது, பிறகு சோகமும், பொறுப்புகளும், கஷ்டங்களும் நிறைந்த உலகம் புலப்படுகிறது - இது ஒன்றுமில்லை. ஒருவன் விழிப்படையும்போது, பிறகு முதல் முறையாக ஒருவன் பொறுப்புகளை உணர்கிறான். வேண்டிக் கொள்ளாத பொறுப்புணர்வு. ஒருவன் பொறுப்பாக இருப்பதைப் போல வெறுமனே உணர்கிறான், அவ்வளவு தான். இதை அவன் விரும்பிப் பெறுவதில்லை. அது, ஒருவனுடைய இருத்தலின் அங்கமாகிவிடுகிறது.

நீயும் கூட பொறுப்புடன் இருப்பதாக நினைக்கிறாய். ஏனென்றால், இந்தப் பெண் உன் மனைவி. அதனால், அவளைக் காப்பாற்றுவதிலும் கவனித்துக் கொள்வதிலும் நீ பொறுப்புடன் இருக்கிறாய். நீ தொழில் செய்யச் செல்ல வேண்டும், உத்யோகத்துக்குச் செல்ல வேண்டும். உனக்குக் குழந்தைகள் இருக்கிறார்கள், நீ பொறுப்போடு

செயல்படுகிறாய்... ஆனால், இந்தப் பொறுப்புணர்ச்சி என்பது, வெறுமனே ஒரு கடமைதான். அதனை நீ செய்தாக வேண்டும், அதனால்தான் நீ செய்கிறாய். ஆனால், உண்மையிலேயே உன்னிடம் பொறுப்புணர்ச்சி இல்லை, அது உன் இதயத்தின் அடியாழத்தில் இருந்து வருவதில்லை.

எவரேனும் விழிப்படையும்போது, எந்தக் காரணமு மின்றி, அவன் பொறுப்போடு இருக்கிறான். சுவாசிப் பதில்கூட அவன் பொறுப்போடு இருக்கிறான். மேலும், மொத்தப் பிரபஞ்ச இருப்புக்கும் அவன் பொறுப்புடன் இருக்கிறான். எந்த இடத்தில் எது நடந்தாலும், அவனுக்கும் அதில் பங்கு இருக்கிறது என்று அவன் நினைக்கிறான். வியட்நாமில் வன்முறை நடந்தால் அவன் நினைக்கிறான்:

''எனக்கும் அதில் பங்கு இருக்கிறது, அதற்குப் பொறுப்பானவன் நான்தான் - எந்தவிதச் சம்பந்தமும் இல்லை என்றாலும், நான்தான் அதற்குப் பொறுப்பு''... ஏனென்றால், சுய அறிவுள்ள மனிதனுக்குத் தெரிய வருகிறது, ''எந்த மனிதனும் தீவல்ல, மொத்தப் பிரபஞ்ச இருப்பும் ஒன்றுக்கொன்று தொடர்புடையது. மொத்தப் பிரபஞ்ச இருப்பும் ஒன்று, ஓர் உறுப்பு. அதில் நாமெல்லாம் அலைகள், உலகத்தில் எது நடந்தாலும், அதற்கு நான்தான் பொறுப்பு. இப்போது நடந்து கொண்டிருப்பதற்கு மட்டுமல்லாமல், கடந்த காலத்தில் நடந்ததற்கும்கூட நான்தான் பொறுப்பு. எதிர்காலத்தில் என்னவெல்லாம் நடக்கப் போகிறதோ, இப்போது நான் முழுமைக்குமாக, பிரக்ஞைப் பகுதியாக இருக்கிறேன். இப்போதுவரை, நான் பிரக்ஞையற்ற பகுதியாக இருந் திருக்கிறேன். யாரோ யாரையோ கொலை செய்ததற்கு நான் பொறுப்பேற்றதில்லை. என்னைச் சுற்றியுள்ள

குடும்பத்திற்கு நான் சிறிதளவு பொறுப்பாக இருந்திருக்கிறேன். என் மனைவி, என் குழந்தைகள், அவ்வளவுதான். யாரோ யாரையோ கொலை செய்கிறார்கள் - நான் எப்படிப் பொறுப்பேற்றுக் கொள்ள முடியும்? இல்லை, அது என்னை எந்தவிதத்திலும் பாதிக்காது."

ஆனால், அறிவுகொண்ட மனிதன், விழிப்புள்ள ஒரு மனிதன், ஒரு புத்தர், தான் ஒவ்வொரு இலையிலும், ஒவ்வொரு மரத்திலும் பங்கு கொண்டவன் என்பதைப் பிரஞ்ஞையோடு அறிவார்கள். ஒவ்வோர் மரமும் ஒவ்வோர் இலையும் அவனுடைய அங்கம். தனித்துவம் என்பது அங்கு இருப்பதே இல்லை. அவன் பிரபஞ்சம் ஆகிவிட்டவன். சுயம் என்பது பிரபஞ்ச வஸ்து, அது உன்னிடம் செய்வதற்கு ஒன்றுமில்லை. சுயம் என்பது பிரம்மன்.

உன்னுடைய மறைந்திருக்கும் இருத்தல், உன்னிடம் செய்வதற்கு ஒன்றுமில்லை. உன்னுடைய அடியாழ மையம் என்பது, பிரபஞ்ச இருத்தலின் மையமேதான். ஒருவன் அதை எப்படியோ அதைத் தெரிந்துகொள்கிறான். இந்த நிகழ்ச்சியின் மேற்புறத்தில் உள்ள நடுக்கத்தை ஒருவன் உணர்ந்து கொள்கிறான். ஒருவன் விழிப்படைய விரும்புவதில்லை - காரணம், அது மிகப்பெரிய பொறுப்பாகிவிடும்.

இப்போது, நீ நீதிமானாகவோ அல்லது நீதிக்குப் புறம்பானவனாகவோ இருக்கலாம். ஆனால், உன்னுடைய நீதியும் அநீதியும், வெறுமனே மேம்போக்காகத்தான் இருக்கிறது, பதப்படுகிறது. சமூகம் ஏதோ ஒன்றை நீதியாகக் கருதுகிறது - அது உன்னைப் பதப்படுத்துகிறது. ஆனால், நீ இன்னும் நீதிமானாக இல்லை. எவன் ஒருவன் விழிப்படைந்திருக்கிறானோ, அவன்தான் நீதிமானாக மாற முடியும், நீதி என்று சொல்வது எந்தக் கருத்தில் என்றால்,

அவன் மூலமாக எந்தத் தவறும் இருக்காது என்பதில்தான். அவன் தவறுகளைத் தவிர்க்கிறான் என்பதல்ல, அவன் நல்லது செய்ய முயற்சிக்கிறான் என்பதல்ல. இப்போது, நல்லது செய்வதற்கு எந்த முயற்சியும் இருப்பதில்லை. தவறுகளைத் தவிர்ப்பதற்கும் எந்த முயற்சியும் இருப்பதில்லை.

விழிப்போடு இருக்கும்போதுதான், எது உண்மையோ, எது நல்லதோ, எது சரியோ, அது நிகழ்கிறது. அப்போது உண்மைக்கு மாறானது, பாவம், கெட்டது எதுவும் நிகழ்வதில்லை. இது எப்படியென்றால், ஓர் அறையில் மெழுகுவர்த்தியைப் பற்ற வைக்கும்போது, அங்குள்ள இருட்டு மறைந்துவிடுவதைப் போலத்தான். ஒருவன் விழிப்படையும்போது அநீதிகளும், பாவங்களும், குற்றங்களும் மறைந்து விடுகின்றன. முதல் முறையாக, ஒருவனுக்குப் பரிசுத்தம் உண்டாகிறது.

இதைப் புரிந்து கொள்ள வேண்டியது அவசியம். ஏனென்றால், இது மிகவும் சிக்கலான விஷயம். ஒரு மிகச் சரியான மனிதனிடம், சமூகத் தோற்றம் இருக்காது. அவனிடம் இருக்க முடியாது. அவனிடம் பிரக்ஞை இருக்கும், சமூகத் தோற்றம் இருக்காது. சமூகத் தோற்றம் என்பது பிரக்ஞைக்குச் சரியான மாற்று அல்ல, அது மிக மிகக் குறைவான மாற்று. அதனால்தான் உன்னுடைய வாழ்க்கை, வலுமையான வாழ்க்கையாக இருக்கிறது - பலவீனமாக இருக்கிறது.

சமூகத் தோற்றத்துக்கும் பிரக்ஞைக்கும் உள்ள வேறுபாடு என்ன? புத்தரிடம் சமூகத் தோற்றம் இல்லை என்று நான் கூறும்போது அதைப் புரிந்துகொள்ள முயற்சி செய். புத்தரிடம் சமூகத் தோற்றம் இருக்க வேண்டிய அவசியமில்லை. சமூகத் தோற்றம் என்பதன் அர்த்தம், நீ மிகவும் ஜாக்கிரதையாக இல்லை என்பதுதான். உனக்கு

முழுச் சுதந்திரம் இருப்பதில்லை. சமூகத் தோற்றம் உன் கழுத்தைப் பிடித்துக் கொண்டு, நல்லதைச் செய்ய நிர்ப்பந்திக்கும்.

பொய் சொல்லக் கூடாது, திருடக் கூடாது என்று நாம் ஒவ்வொரு குழந்தையிடமும் சொல்லித் தருகிறோம். உண்மையாக இரு என்று சொல்வது எதற்காக? ஏனென்றால் குழந்தையை, அவன் பிரக்ஞையை நாம் நம்ப முடியாது. அவனுடைய இருத்தலின் மீது, ஒருவித முறை யைப் நாம் நிர்ப்பந்திக்கிறோம். அவனுக்கு ஒரு சமூகத் தோற்றத்தை நாம் கொடுத்தாக வேண்டியிருக்கிறது. சமூகத் தோற்றம் என்பதன் அர்த்தம், பதப்படுத்துவது. நீ இப்படியே வலியுறுத்திக் கொண்டே இருந்தால்... சமூகத் தோற்றம் என்பது கடந்த காலத்திலிருந்து தருவிக்கப்பட்ட ஓர் இறந்த முறையாகிவிடும். அதற்குப் பிறகு, ஒரு மனிதனின் இருத்தல், சமூகத் தோற்றம் அனுமதிக்கும் கோட்டில் பாயத் தொடங்குகிறது. அவனுடைய சுதந்திரம் பறிபோய்விடுகிறது.

சமூகத் தோற்றம் உள்ள மனிதன் ஒரு கட்டுக்குள் இருக்கிறது. அவன் ஓர் அடிமையாகி விடுகிறான். அவன் பிறந்த ஒரு குறிப்பிட்ட சமூகத்தின் அடிமையாகி விடு கிறான். அவனுக்கு இந்து மதத்தின் சமூகத் தோற்றம் இருக்கலாம். அல்லது ஒரு முகமதிய சமூகத் தோற்றம் இருக்கலாம். இரண்டும் அடிமைத்தனங்கள்தான். அவ னுக்கு ஒரு கிறிஸ்துவச் சமூகத் தோற்றம் இருக்கக்கூடும். அல்லது கிறிஸ்து அல்லாத சமூகத் தோற்றம் இருக்கக் கூடும். இரண்டும் அடிமைத்தனங்கள்தான். அவன் சமூகத் தின் அடிமை. சில விஷயங்களைக் கற்றுக் கொள்வதற்கு, சமூகம் அவன் மனதை நிர்ப்பந்திக்கிறது. இப்போது அவை, அவன் கழுத்தைப் பிடித்துக் கொள்ளும்.

அவனால், எந்த வகையிலும் சமூகத் தோற்றத்திலிருந்து தப்பிக்கவே முடியாது. அப்படி அவன் மீறிச் சென்றால், தன்னைக் குற்றவாளியாகக் கருதிக் கொள்வான். அந்தக் குற்ற மனப்பான்மை, அவனை மறுபடியும் பழைய வழிக்குக் கொண்டுவந்துவிடும், ஏனென்றால் அது அத்தனை வலிமையானது.

சமூகத் தோற்றம் கொண்ட மனிதனுக்கு சமூகம் திணித்த உணர்வு உண்டு. மிகச் சரியான மனிதனுக்கு, சமூகம் திணித்த உணர்வு இல்லை, சமூகத் தோற்றம் இல்லை. அவனிடம் வெறுமனே பிரக்ஞை மட்டுமே உள்ளது. ஆனால், பிரக்ஞையோடு இருப்பது போது மானது. அவன் கடந்த காலத்தைப் பின்பற்றி வாழ்வ தில்லை, அவன் இங்கேயே இப்போதே வாழ்கிறான். மேலும் அவன் விழிப்போடு இருக்கிறான், அதனால் அவனுக்குக் கடந்த காலத்தின் எண்ணம் அவசியமில்லை, கடந்த காலத்தின் வழக்கமான நீதிநெறி தேவையில்லை. எது நல்லது, எது கெட்டது என்ற எண்ணங்கள் அவனுக்குத் தேவையில்லை.

கவனி: இங்கே அமர்ந்திருக்கும் குருடன் வெளியே செல்ல விரும்பினால், கதவு எங்கே இருக்கிறது என்று விசாரிக்க ஆரம்பிப்பான். அவனுக்குக் கண்கள் இல்லாததால், அவன் விசாரித்துத்தான் ஆகவேண்டும். மேலும், அவன் உன்னிடம் விசாரித்தாலும் கூட, இன்னும் சிலரிடமும் அவன் விசாரிக்க விரும்புவான். காரணம், தான் ஏமாற்றப்பட்டு விடுவோமா என்ற பயம் அவனுக்கு இருக்கும். அவன் எப்படி உன்னை நம்புவான்? ''கதவு எங்கே இருக்கிறது?'' என்று மேலும் சிலரிடம் அவன் விசாரிப்பான். ஏனென்றால், பல தடவை மக்கள் அவனை ஏமாற்றியிருக்கிறார்கள். மக்கள் கொடூரமான வர்கள். அவர்கள் குருடனிடம்கூட ஏமாற்று விளை

யாட்டுகளைச் செய்வார்கள். அவர்கள் கூறுவார்கள்: ''இதுதான் கதவு'' ஆனால் அங்கே சுவர்தான் இருக்கும். குருடன் பலமுறை இப்படி முட்டிக்கொண்டு கீழே விழுவான். அதைப் பார்த்து மக்கள் சிரிப்பார்கள்.

மக்கள் கேவலமானவர்கள். குருடனால் அவர்களை நம்ப முடியாது. அவன் இன்னும் சிலரிடம் கேட்பான், ''இதுதான் கதவு'' என்று அனைவரும் கூறும்போதுதான் அவனுக்கு நம்பிக்கை ஏற்படும்: குறைந்தது தொண்ணூற்று ஒன்பது சதவிகிதம் நம்பிக்கையாவது ஏற்படும். அதற்குப் பிறகும்கூட, தன் கைத்தடியைக் கொண்டு தட்டுத் தடுமாறி உறுதிப்படுத்திக் கொண்ட பின்னரே அவன் செய்வான்.

இதுதான் சமூகத் தோற்றம் என்பது. பிரக்ஞையற்ற மனிதனுக்குச் சமூகத் தோற்றம் இருக்கிறது. சமூகத் தோற்றம் என்றால், மற்றவர்கள் தரும் எண்ணங்களும் மதிப்புகளும். அவனிடம் ஒரு பிரக்ஞை இருக்கிறது. சமூகம் திணித்த உணர்வு என்பது, சமூகம் குருடனை ஏமாற்றுவது. சமூகம் திணித்த உணர்வு என்பதன் அர்த்தம், நீ தவறு செய்யும்போது; தவறு என்றால், சமூகத்துக்கு எதிர்ாக நீ போவது. சமூகமே கூட, ஒட்டு மொத்தமாகத் தவறு செய்யலாம். அது விஷயமல்ல. நீ சமூகத்துக்கு எதிராகச் சென்றால், நீ ஏதோ தவறு செய்கிறாய், அதனால் நீ துன்பப்படுவாய் என்ற எண்ணத்தை அது உனக்குள் திணித்துவிடும். உன்னை நீயே கண்டிக்கும் உணர்வு உனக்கு ஏற்படும். உன்னை நீயே நொந்து கொள்வாய் - தகுதியானது அல்ல, மதிப்புக்குரியது அல்ல. உன்னை நீயே நொந்து கொள்வாய் - தகுதியானது அல்ல, மதிப்புக் குரியது அல்ல. உன்னை நீயே தாழ்த்திக்கொள்வாய். இதுதான் சமூகம் செய்யும் தந்திரம். உன்னுடைய சொந்த இருத்தலின் மூலமாகவே உன்னைத் தண்டித்துக் கொள்ள வைப்பது.

சமூகம், கோர்ட்டையும் போலீஸையும் சாலையிலும், அது திணித்த உணர்வை உள்ளுள்ளேயும் வைத்துள்ளது. சமூகம் திணித்த உணர்வு என்பது, போலீஸ் உள்ளே நிற்பது. போலீஸ் என்பது, சமூகம் திணித்த உணர்வு வெளியே நிற்பது. வெளிப்புறம், உள்புறம் ஆகிய இரண்டு வழிகளிலும் சமூகம் உன்னைக் கட்டுப்படுத்த முயற்சிக்கிறது. அதை நீ பின் தொடர்ந்தால், அது உன்னைப் பாராட்டும். நீ வேறுவழியில் சென்றால், அது உன்னைத் தண்டிக்கும்.

மிகச் சரியான விழிப்புணர்வு கொண்ட மனிதனுக்கு, சமூகம் திணித்த உணர்வு தேவையற்றது. அவன் அதிலிருந்து வெளியே வருகிறான். அவனுக்கு சமூகம் திணித்த உணர்வு இருப்பதில்லை. ஏனென்றால், அவனிடம் பிரக்ஞை இருக்கிறது. அவன் கண்கள் உள்ள மனிதனைப் போன்றவன். ''கதவு எங்கே இருக்கிறது?'' என்று அவன் கேட்க மாட்டான். அவன் கைத்தடியைக் கொண்டு தடவிப் பார்த்துத் தெரிந்துகொள்ள வேண்டிய அவசியமில்லை. காரணம், அவனுக்குக் கண்கள் இருக்கின்றன. உண்மையில், பார்வை உள்ள மனிதன், கதவு எங்கே இருக்கிறது என்று நினைக்கக்கூட மாட்டான். அந்த நினைப்பு கூட அவனுக்கு அவசியமில்லை. அவன் வெளியே செல்ல விரும்பினால், உடனே சென்று விடுவான். எந்தச் சிந்தனையும் இருக்காது: கதவு எங்கே இருக்கிறது, கதவு என்பது என்ன, அதன் வழியாக எப்படிச் செல்வது? ஒரு சிறு கணம் கூடக் கதவைப் பற்றி நினைக்காமல், வெறுமனே அவன் வெளியே சென்று விடுகிறான். விழிப்புள்ள மனிதன், இயல்பாகக் தாண்டிச் செல்கிறான். அவன் சுவரின் மீது முட்டி மோதி விழுவதில்லை. அவன் எது செய்தாலும் நல்லதாகவே இருக்கும். அவன் எதற்கும் வருந்துவதில்லை, அவனுக்குச் சமூகம்

திணித்த உணர்வு இருப்பதில்லை, தான் குற்றம் செய்து விட்டதாக அவன் கருதுவதில்லை.

அவன் கணத்துக்குக் கணம் வாழ்கிறான். அவன் கடந்த காலத்தைப் பின்பற்றி வாழ்க்கை நடத்துவதில்லை. அவன் நிகழ்காலத்தில் வாழ்கிறான். அவள் எதிர்காலத்தைப் பின்பற்றி வாழ்க்கை நடத்துவதில்லை. அவன் இங்கேயே, இப்போதே வாழ்கிறான், அவ்வளவுதான். அவனுடைய இருத்தல், நிகழ்ந்து கொண்டிருக்கும் கணத்திலேயே முடிவுக்கு வந்துவிடுகிறது. அதாவது - இங்கேயே, இப்போதே.

நீ கடந்த காலத்தை அடியொற்றி வாழ்கிறாய். உன்னுடைய பெற்றோர் இன்னமும் உன்னை வழி நடத்திக் கொண்டிருக்கிறார்கள். உன்னுடைய சமூகம் இன்னமும் உன்னை, ஒரு பேயைப் போலப் பின் தொடர்ந்து கொண்டிருக்கிறது. நீ கடந்த காலத்தைப் பின் பற்றி வாழ்கிறாய் - பைபிள், வேதம், குரான் ஆகியவை இன்னமும் உன்னை வழிநடத்திக் கொண்டிருக்கின்றன. இறந்து போனவை, உயிருடன் இருக்கும் உன்னை வழி நடத்துகின்றன. முகமது, மனு, மார்க்ஸ் போன்றவர்கள், நீ இந்த வழியில் தான் செல்ல வேண்டும் என்று இன்னமும் உன்னை நிர்ப்பந்தித்துக் கொண்டிருக்கிறார்கள். நீ இன்னமும் உயிருள்ள மனிதனாக இருப்பதில்லை. ஏனென்றால், இறந்து போய்விட்டவர்கள் இன்னமும் உன்னுடைய தலைவர்களாக இருக்கிறார்கள். அல்லது, நீ எதிர்காலம் வழியாக வாழ்கிறாய். ஒன்று, இப்போது இல்லாத கடந்த காலத்தின் மூலமாக. அல்லது இன்னும் வராத எதிர்காலத்தின் மூலமாக. சொர்க்கத்தில் கிடைக்கக் கூடிய வெகுமதி, அல்லது பூமியில் கிடைக்கக்கூடிய வெகுமதி, எதிர்காலத்தில் கிடைக்கக்கூடிய வெகுமதிகள் மதிப்பு, மரியாதை, எதிர்காலத்தில் ஏதோ சில இலாபங்

கள் கிடைக்கப் போகிறது என்னும் நம்பிக்கை - இத்தகைய விசைகள்தான் உன்னை இழுத்துச் செல்கின்றன.

விழிப்புள்ள ஒரு மனிதனை, கடந்த காலமோ, எதிர் காலமோ, இரண்டுமே கட்டுப்படுத்த முடியாது. அவனை யாரும் நிர்ப்பந்திக்க முடியாது. வேதங்கள் அவன் தலையை அழுத்தாது. மகாவீரரோ, முகமதுவோ, கிறிஸ்துவோ, அவனுடைய பாதையை மாற்ற முடியாது. அவன் சுதந்திரமானவன். அதனால்தான் அவனை இந்தியாவில் 'முக்தா' என்று நாம் அழைக்கிறோம். ஒருவன் முற்றிலும் சுதந்திரமாக இருப்பதுதான் 'முக்தா' என்பதன் அர்த்தம். அவன்தான் 'சுதந்திரம்.'

இந்தக் கணத்தில், சூழ்நிலை எதுவாக இருந்தாலும், அவன் முழு விழிப்போடு நேர்கொள்கிறான். அது அவனுடைய நேர்கொள்ளும் திறன். நேர் கொள்ளக்கூடிய தகுதி அவனிடம் இருக்கிறது. அவனுடைய நேர் கொள்ளும் திறன் கடமைப்பட்டதல்ல, நிகழும் கணத்தில் அது உணர்வுபூர்வமானது. நேர்கொள்ளும் திறன் மாறக் கூடியது. அது கடமைப்பட்ட நேர்கொள்ளும் திறன் அல்ல. நேர்கொள்ளும் திறன் என்பது உணர்வு பூர்வமானது, அவ்வளவுதான். அது கண்ணாடி போன்ற நிகழ்ச்சி. நீ கண்ணாடி முன்பு வருகிறாய். அந்தக் கண்ணாடி உன்னை நேர்கொண்டு, உன்னைப் பிரதிபலிக்கிறது. எது நடந்தாலும், விழிப்புள்ள மனிதன் முழுமையாக நேர்கொள்கிறான். அவன் எதற்கும் பயப்படுவதில்லை. அதனால்தான் அவன் எப்போதும் மன்னிப்பு கோருவ தில்லை, அதனால்தான், தான் குற்றம் செய்துவிட்டதாக அவன் நினைப்பதில்லை - அவனுக்குச் சாத்தியமானதை அவன் செய்துவிடுகிறான். அதோடு அவன் முடித்துக் கொள்கிறான். அவன் ஒவ்வொரு கணமும் முழுமையாகவும் பூரணமாகவும் வாழ்கிறான்.

உன்னுடைய அறியாமையால், அனைத்தும் முற்றுப் பெறாமல் உள்ளன. நீ எதையும் முடித்துவிடுவதில்லை. முடிவடைவதற்காகக் காத்துக் கொண்டிருக்கும் மில்லியன் கணக்கான அனுபவங்கள் உன்னுள்ளே இருக்கின்றன. நீ சிரிக்க விரும்பினாலும், சமூகம் உன்னை அனுமதிக்காது. அதை நீ அடக்கிக் கொள்கிறாய். அந்தச் சிரிப்பு ஒரு காயமாக உன்னுள் தங்கிவிடுகிறது. எத்தகைய பரிதாபமான ஒரு நிலைமை - ஒரு சிரிப்பு கூடக் காயமாகி விடுகிறது. நீ சிரிப்பை அனுமதிக்காததால், அது காயமாகி விடுகிறது. நீ சிரிப்பை அனுமதிக்காததால், அது காயமாக மாறிவிடுகிறது. என்றாவது ஒரு நாள் முடிவடைந்து விடும் என்ற நம்பிக்கையில், ஒரு முடிவடையாத விஷயம் உனக்குள்ளே காத்துக்கொண்டே, காத்துக் கொண்டே, காத்துக்கொண்டே இருக்கிறது.

நீ யாரையோ காதலிக்கிறாய், ஆனால், உன்னால் முழுமையாகக் காதலிக்க முடியவில்லை, சமூகத் தோற்றம் உன்னைத் தடுக்கிறது, சமூகம் திணித்த உணர்வு உன்னை அனுமதிக்காது. உன் அன்புக்குரியவருடன், இரவில், இருட்டில் தனியாக இருக்கும்போதுகூட, சமூகம் அங்கு இருக்கிறது. போலீஸ்காரர் அங்கு நின்றுகொண்டு, உன்னைக் கவனித்துக் கொண்டிருக்கிறார். நீ தனியாக இருப்பதில்லை. சமூகம் திணித்த உணர்வு உன்னிடமும் உன் அன்புக்குரியவளிடமும் இருக்கிறது. நீ எப்படித் தனியாக இருக்க முடியும்? ஒட்டுமொத்த சமூகமும் அங்கு இருக்கிறது. மொத்த மார்க்கெட் பகுதியும் உன்னைச் சுற்றி நின்று கொண்டிருக்கிறது. கடவுள் மேலேயிருந்து உன்னைப் பார்த்துக் கொண்டிருக்கிறார். கடவுள் அண்டம் முழுவதும் பார்த்துக் கொண்டிருக்கிறார்.

சமூகம் கடவுளின் கண்களைப் பயன்படுத்தி, உன்னைக் கட்டுப்பாட்டுக்குள் வைத்து, உன்னை அடிமைப்படுத்தி

இருக்கிறது. உன்னால் முழுமையாகக் காதலிக்கக்கூட முடியாது, உன்னால் முழுமையாக வெறுக்கக்கூட முடியாது, உன்னால் முழுமையாகக் கோபப்படக் கூட முடியாது. நீ அரைமனதுடன் சாப்பிடுகிறாய், அரை மனதுடன் நடக்கிறாய், அரைமனதுடன் சிரிக்கிறாய். உன் கண்களில் ஆயிரக்கணக்கான கண்ணீர்த் துளிகள் தேங்கி யிருந்தாலும், உன்னால் அழ முடியாது. அனைத்தும் சுமையாக, ஒரு பாரமாக இருக்கிறது. உன்னுடைய கடந்த காலம் முழுவதையும் நீ தேவையில்லாமல் சுமந்து கொண் டிருக்கிறாய். இதுதான் உன்னுடைய சமூகத் தோற்றம்.

ஆமாம், அதனால்தான் நான் சொல்கிறேன், ஒரு புத்தருக்கு சமூகத் தோற்றம் இல்லை. ஏனென்றால் அவர் ஒரு திரவம், அவர் வளைந்து கொடுக்கக் கூடியவர். சமூகத் தோற்றம் என்பது வளைந்து கொடுக்காத ஒரு விறைப்புத்தன்மை கொண்டது. அது ஒரு கேடயம் போன்றது. அது, சில விஷயங்களிலிருந்து உன்னைக் காப் பாற்றினாலும், பிறகு உன்னைக் கொன்று விடவும் கூடும்.

இப்போதுதான் இந்தியா, சிறிய இமயமலை நாடான சிக்கிம்மைக் கைப்பற்றியது. அரசியலில் இந்த விளை யாட்டுகள் நடைபெறுவது சகஜம்தான். சீனா, திபெத்தைக் கைப்பற்றியது. அப்போது, அதை இந்தியா எதிர்த்தது - இப்போது அவர்கள் அதே வழியில் சிக்கிம்மைக் கைப்பற்றி உள்ளனர். சீனா அதை எதிர்க்கிறது.

சிக்கிம்மின் அரசர், சோக்யம் (Chogyam) வீட்டுக் காவலில் வைக்கப்பட்டுள்ளார். ஆனால், இந்திய அரசாங்கம், அவரை வீட்டுக் காவலில் வைக்கவில்லை என்று கூறுகிறது. அவருடைய அரண்மனையைச் சுற்றி இராணுவம் நிறுத்தப்பட்டிருக்கிறது. இதனால் எவரும்

உள்ளே நுழைந்து, அவருக்குத் துன்பத்தை ஏற்படுத்த முடியாது. ஏனென்றால், மக்கள் அவருக்கு எதிராக இருக்கிறார்கள். அதனால், இந்திய அரசாங்கம் அவரைப் பாதுகாப்பாக வைத்திருக்கிறது. அவர் வீட்டுக் காவலில் இல்லை, ஆனால் பாதுகாப்பாக வைக்கப்பட்டிருக்கிறார். இல்லையென்றால், அவருக்கு எதிரான மக்கள் அவரைக் கொன்றுவிடக் கூடும், அல்லது அவருடைய மாளிகையை எரித்துவிடக் கூடும். அதனால், இந்திய அரசாங்கம் சொல்கிறது, ''அவருடைய மக்களிடமிருந்து அவரைக் காப்பாற்றுவதற்காகத்தான் இராணுவம் நிறுத்தப்பட்டிருக்கிறது.'' அவர், தான் வீட்டுக் காவலில் வைக்கப்பட்டிருப்பதாகச் சொல்லிக் கொண்டே இருக்கிறார். ஆனால், அவர் வெளியே செல்ல அனுமதி தரப்படுவதில்லை.

இதுதான் அனைவருக்கும் ஏற்படுகிறது. நீ சமூகத்தால் வீட்டுக்காவலில் வைக்கப்பட்டிருக்கிறாய். சமூகத் தோற்றம் தான் உன்னைச் சூழ்ந்திருக்கும் இராணுவம். ஆனால், சமூகம் கூறுகிறது, ''நீ வீட்டுக் காவலில் வைக்கப்பட்டிருக்கிறாய். நாங்கள் உன்னைப் பாதுகாக்கிறோம். இல்லையென்றால் நீ ஏதாவது தவறு செய்துவிடுவாய். அல்லது உன்னிடம் யாராவது தவறாக நடந்துகொள்வார்கள். அது ஒரு பாதுகாப்பு.''

ஆனால், நான் பார்த்தவரை, அனைவரும் வீட்டுக் காவலில் தான் வைக்கப்பட்டுள்ளனர். இது ஒரு நளினமான வீட்டுக் காவல். நீ இமயமலைக்கே சென்றாலும்கூட உன்னால் தப்பிக்க முடியாது. ஏனென்றால், சமூகத் தோற்றம் என்பது உன்னோடு பின்னிப் பிணைந்து இருக்கிறது. அது உன்னைச் சுற்றி இருப்பதில்லை, அது உன்னுள்ளே ஊடுருவி உள்ளது. நீ அணியும் உடையைப் போல, அதைக் கழற்றிப் போட முடியாது, அது இப்போது உன்னுடைய தோல் ஆக இருக்கிறது. அதை

உன்னிடமிருந்து பிரிப்பது எளிதல்ல. அது மிகவும் கடினமான ஒன்று. அது தபஸ்சார்யா (tapascharya) வாகப் போகிறது.

அதனால்தான், உன்னுடைய அறியாமையைக் கைவிடுவதற்கு நீ பயப்படுகிறாய். நீ அதைப் பாதுகாத்துக் கொண்டே இருக்கிறாய். ஏனென்றால், அது உன்னைப் பாதுகாப்பாக நீ நினைக்கிறாய். அறியாமை என்பது ஒரு சாதாரண விஷயமல்ல. அப்படி இல்லையென்றால் அதற்கு நிவாரணம் கிடைக்கும். அதில் ஆயிரத்தொரு சிக்கல்கள் உள்ளன. நீ அறியாமையில் இருப்பதற்கே விரும்புகிறாய், அழுத்தமாக ஆசைப்படுகிறாய். நீ அறியாமையில் இருக்க விரும்புவதற்குக் காரணம், உன்னுடைய கடந்தகால அறியாமை, உனக்குள் ஓர் எரிமலையை உருவாக்கியுள்ளது. முழுமையற்ற ஆசைகளின், முழுமையற்ற அனுபவங்களின் எரிமலை. அந்த எரிமலை அங்கே இருக்கிறது, அடக்கப்பட்டிருந்தாலும் உயிர்ப்புடன் இருக்கிறது. உன்னை ஆயிரக்கணக்கான, மில்லியன் கணக்கான துண்டுகளாகச் சிதறடிப்பதற்கு, ஏற்ற தருணத்தை எதிர்பார்த்து, அது வெடிப்பதற்குக் காத்துக் கொண்டிருக்கிறது.

நீ பயந்திருக்கிறாய். நீ உள்ளே செல்வதற்கு விரும்புவதில்லை. வெளியே செல்வதற்குத்தான் நீ விரும்புகிறாய். வெளியே செல்வதற்குத்தான் அனைவரும் ஆசைப்படுகிறார்கள், எவருக்கும் உள்ளே செல்வதற்கு ஆர்வம் இருப்பதில்லை. ஏனென்றால், உள்ளே செல்வதற்கு நீ நினைக்கும் அந்தக் கணமே, அதில் பல விஷயங்கள் மறைந்திருப்பதை நீ நினைக்கிறாய். நீ தான் அவற்றை அடக்கி வைத்திருக்கிறாய், வேறு யாருமல்ல. அங்குக் கோபம் இருக்கிறது என்பது உனக்கு நன்றாகத் தெரியும். வன்மம் அங்கு இருக்கிறது, காமம் அங்கு இருக்கிறது,

பேராசை அங்கு இருக்கிறது, பொறாமை அங்கு இருக்கிறது... ஆயிரக்கணக்கான விஷயங்கள் கொப்பளித்துக் கொண்டிருக்கின்றன. எந்தக் கணத்திலும் அவை வெடிக்கக் கூடும். உள்ளே செல்வதைவிட, வெளியே செல்வதே நல்லது. எங்காவது தப்பித்துச் செல்வதே நல்லது. தப்பிப்பதற்குப் பல வழிகளை நீ முயற்சி செய்திருக்கிறாய்.

மக்கள் வேலை செய்து கொண்டிருக்கவே விரும்புகிறார்கள். எந்த வேலையும் இல்லையென்றால், ஏதாவது சில விஷயங்களை அவர்கள் தேடிப்பிடிப்பார்கள். ஏற்கெனவே படித்துவிட்ட செய்தித்தாள்களை, மறுபடியும் படிக்கத் தொடங்குவீர்கள். அந்த குப்பைகளை, மறுபடியும் ஏன் படிக்கிறீர்கள்? செய்வதற்கு எதுவும் இல்லை - அதனால் எதையாவது செய்து கொண்டிருக்கிறீர்கள். ஏனென்றால், நீ வேலை இல்லாமல் வெட்டியாக இருக்கும் போது, சக்தி சட்டென உட்புறமாக நகரத் தொடங்குகிறது. பற்றிக் கொள்வதற்கு, அதற்கு ஏதேனும் கிடைத்தால் தான் அது வெளியே வரும்.

நீ தனியாக இருந்தால், நிம்மதியின்றி உணர்வாய். நீ கிளப்புக்குச் செல்ல விரும்புவாய், தியேட்டருக்கு, அல்லது மார்க்கெட்டில் இங்கும் அங்கும் வெறுமனே உலாவிக் கொண்டிருப்பாய். அப்போது உனக்கு வேலை கிடைத்துவிடுகிறது. குறைந்தபட்சம் நடப்பது, கடைகளைப் பார்ப்பது, கடையின் ஜன்னல்கள் வழியாகப் பார்ப்பது, அல்லது முற்றிலும் பைத்தியக்காரத்தனமாக எதையாவது எவரிடமாவது பேசி அரட்டை அடிப்பது - ஒன்று நீ பேச வேண்டும், அல்லது பிறர் பேசுவதை நீ கவனிக்க வேண்டும். ஆனால், மக்கள் பேசுகிறார்கள், பேசுகிறார்கள், பேசிக்கொண்டே இருக்கிறார்கள் - எப்படியாவது, எதையாவது பற்றிக் கொள்வதற்காக...

மக்கள் எந்த வேலையும் செய்யாமல், ஏகப்பட்ட வேலைகளைச் செய்து கொண்டிருப்பதாக அலட்டிக் கொள்வார்கள். பிறகு அவர்கள், தாங்கள் ஓய்வு எடுக்க விரும்புவதாகக் கூறுவார்கள். ஆனால், எவரும் ஓய் வெடுக்க விரும்புவதில்லை. காரணம், உண்மையிலேயே நீ ஓய்வெடுக்கும்போது, அது தானாகவே தியானம் ஆகி விடுகிறது. பிறகு, நீ உட்புறமாக விழத் தொடங்குவாய். உன்னுடைய உட்புற மையத்தை நோக்கி நீ நகரத் தொடங்குவாய். அப்போது, பயம் உன்னைத் தொற்றிக் கொள்ளும். நீ பயந்துவிடுவாய். இதனால், நீ மார்க்கெட்டுக்குச் செல்வாய், கிளப்புக்குச் செல்வாய், ரோட்டரி கிளப்பின் உறுப்பினர் ஆகிவிடுவாய், பிறகு லயன்ஸ் கிளப், அங்கே ஆயிரக்கணக்கான முட்டாள்கள் உன்னைச் சுற்றி இருந்துகொண்டு, உன்னுடைய நேரத்தை வீணாக்குவார்கள்.

எதையாவது செய்துகொண்டிரு. உனக்கு அப்படி எதுவும் அகப்படவில்லை என்றால், அல்லது ரோட்டரி அங்கத்தினராவது கடினம் என்றால், அல்லது அந்த அளவுக்கு உனக்க வசதி இல்லாவிட்டால், உன்னால் ஒரு ஹோட்டலுக்குப் போவது இயலாவிட்டால், நீ ஒரு சர்ச்சுக்குப் போகலாம், ஒரு மசூதிக்குப் போகலாம், ஒரு கோயிலுக்குப் போகலாம். குறைந்தபட்சம், இவை எல்லாம் இலவசமாகச் செல்லக் கூடியவை. அங்கே சென்று, ''ஹரே கிருஷ்ணா, ஹரே ராமா'' என்று நீ பாடிக் கொண்டிருக்கலாம். இதன் வழியாக நீ வேலை தேடிக் கொள்ளலாம். அல்லது ஒரு முட்டாள்தனமான மதகுரு வின் பேச்சை, சொன்னதையே திரும்பத் திரும்பச் சொல் லிக் கொண்டிருக்கும் பேச்சைக் கேட்கலாம். ஆனால், ஏதோ ஒரு வகையில், எதிலோ நீ ஈடுபட்டுக் கொண்டிருக் கலாம். எப்போதும், எதையாவது செய்து கொண்டிரு.

வெளிப்புறம் நோக்கி நகர்ந்து, அந்த வெளிப்புறத்தைக் கெட்டியாகப் பற்றிக் கொள். ஏனென்றால், அப்படி நீ கெட்டியாகப் பற்றிக் கொள்ளாவிட்டால், சட்டென சக்தி உட்புறம் நோக்கி நகரத் தொடங்கிவிடும்.

மக்கள் என்னிடம் வந்து, ''எப்படித் தியானம் செய்வது?'' என்று கேட்கும்போது, நான் அவர்களிடம் கூறுவேன், ''எப்படித் தியானம் செய்வது என்று கேட்பதற்கு அவசியமே இல்லை. எந்த வேலையும் இல்லாமல் எப்படி வெறுமனே இருப்பது என்று கேள். தியானம் என்பது சட்டென ஏற்படுவது. எந்த வேலையும் இல்லாமல் எப்படி இருப்பது என்று கேள், அதுபோதும். அதுதான் தியானத்தின் மொத்தத் தந்திரமும் - வேலையில்லாமல் எப்படி இருப்பது. பிறகு, உன்னால் எதுவும் செய்ய முடியாது. தியானம் மலரும்!''

நீ எதுவும் செய்யாமல் இருக்கும்போது, சக்தி மையத்தை நோக்கி நகர்கிறது. மையத்தை நோக்கித் தங்கிவிடுகிறது. நீ ஏதாவது செய்து கொண்டிருக்கும்போது, சக்தி வெளிப்புறம் நோக்கி நகர்கிறது. செய்வது என்பது வெளியே போவதற்கான வழி. வேலையில் ஈடுபடுவது ஒரு தப்பித்தல். நீ பைபிளைப் படிப்பதை ஒரு வேலையாகச் செய்யலாம். மதம் சார்ந்த வேலைகளுக்கும் மதம் சாராத வேலைகளுக்கும் எந்த வேறுபாடும் இல்லை. அவை உன்னுடைய இருத்தலை வெளிப்புறத்தில் பற்றிக் கொள்வதற்கு உதவுகின்றன. வெளிப்புறத்தில் இருப்பதற்கு அவை சமாதானங்கள்.

மனிதன் என்பவன் அறியாமையில் உள்ள குருடன். மேலும், அப்படி இருப்பதையே அவன் விரும்புகிறான். ஏனென்றால், உட்புறம் நோக்கி வருவது என்பது, குழப்பத்துக்குள் அடியெடுத்து வைப்பது போன்றது.

உள்ளுக்குள் நீ குழப்பத்தை உருவாக்கிவிட்டாய். அதனோடு போராடித்தான் அதனைக் கடக்க வேண்டும். இதற்குத் தைரியம் தேவைப்படுகிறது. அந்தத் தைரியம் உட்புறமாக நகர வைக்கும். தியானிக்கக் கூடிய தைரியம் என்பது மகத்தான தைரியம்.

உலகம் சார்ந்த விஷயங்களிலோ, உலகம் சாராத விஷயங்களிலோ, மக்கள் வெளியே வேலையில் ஈடுபட்டிருந்தால், அவர்களுக்கென்று தத்துவவாதிகள் இருப்பதாக நினைத்துக் கொள்வார்கள். உனக்கு நோய் இருக்கிறது, ஏதோ ஒரு தவறு உன்னிடம் இருக்கிறது என்று அவர்கள் சொல்வார்கள். அவர்கள்தான் பெரும் பான்மையானவர்களாக இருக்கிறார்கள். நீ தியானித்தால், நீ அமைதியாக உட்கார்ந்திருந்தால், உன்னைப் பார்த்து அவர்கள் நையாண்டி செய்வார்கள். "நீ என்ன செய்கிறாய்? - நாபியை உற்றுப் பார்த்துக் கொண்டிருக்கிறாயா? நீ என்ன செய்து கொண்டிருக்கிறாய்? - உன்னுடைய மூன்றாவது கண்ணைத் திறந்து பார்க்கிறாயா? நீ என்ன செய்து கொண்டிருக்கிறாய்? உனக்கு என்ன நோய் இருக்கிறது?... ஏனென்றால் உட்புறத்தில் என்ன இருக்கிறது? அங்கே எதுவுமே இல்லை."

உட்புறம் என்பது பெரும்பான்மையானவர்க்குத் தெரிவதில்லை. வெளிப்புறம் மட்டுமே அவர்களுக்குத் தெரிந்த விஷயம். ஆனால், உண்மை என்பது இதற்கு முற்றிலும் நேர்மாறானது. உட்புறம் மட்டுமே நிஜமானது. வெளிப்புறம் என்பது ஒரு கனவுதானே தவிர, வேறொன்றுமில்லை. ஆனால், இவர்கள் அவர்களை நோயாளிகள் என்று சொல்வார்கள். தியானிப்பவர்களை அவர்கள் நோயாளிகள் என்று சொல்வார்கள். மேற்கத்திய மக்கள், கிழக்கத்திய மக்களைச் சிறிதளவு நோயாளிகள் என்று நினைக்கிறார்கள். தனியாக அமர்ந்து, உட்புறத்தில்

பார்த்துக் கொண்டிருப்பதில் என்ன இருக்கிறது? அதனால், உனக்கு என்ன பலன் கிடைக்கப் போகிறது? அதில் ஒன்றுமில்லை.

இங்கிலாந்து நாட்டைச் சேர்ந்த டேவிட் ஹ்யூம் என்னும் மிகப்பெரிய தத்துவஞானி ஒரு முறை முயற்சித்துப் பார்த்தார்... அவர் உபநிஷதங்களைப் படித்துக் கொண்டிருந்தபோது, உள்ளே செல், உள்ளே செல், உள்ளே செல் என்ற ஒரே விஷயம்தான். அவற்றில் திரும்பத் திரும்ப வலியுறுத்தப்பட்டிருந்தது. அதனால் அவரும் முயற்சித்துப் பார்த்தார். ஒரு நாள் அவர் தன்னுடைய கண்களை மூடிக்கொண்டார். அவர் லௌகீகமானவர், மிகவும் லாஜிக்கானவர், பகுத்தறிவாளர், ஒரு போதும் தியானித்தவரல்லர் - அவர் தன்னுடைய கண்களை மூடிக்கொண்டு கூறினார். ''இது மிகவும் அலுப்பாக இருக்கிறது! இது ஒரு மகா அறுவை. சிந்தனைகள் வருகின்றன, சில நேரங்களில் உணர்ச்சிகரமான எண்ணங்கள், அவை மனதில் அலைபாய்ந்து கொண்டே இருக்கின்றன, அதையெல்லாம் பார்த்துக் கொண்டே இருக்க வேண்டியிருக்கிறது - இதில் அப்படி என்ன விசேஷம் இருக்கிறது? இது பயனற்றது. எந்தப் பலனும் இதில் இல்லை.''

இதுதான் பலருடைய எண்ணம். இந்தப் பெரும்பான்மையினவரின் கருத்தைத்தான் ஹ்யூமும் பிரதிபலிக்கிறார். உட்புறத்தில் அப்படி உனக்கு என்ன கிடைக்கப் போகிறது? அங்கே இருட்டுதான் இருக்கிறது. சிந்தனைகள் இங்கேயும் அங்கேயும் அலைபாய்ந்து கொண்டிருப்பதைத் தவிர வேறு என்ன நடக்கிறது? இதனால் எந்தப் பலனும் விளையப் போவதில்லை. ஒரு வேளை, ஹியூம் இன்னும் சிறிது காலம் காத்திருந்தால் - இதுதான் பலருக்கும் பிரச்சினை இன்னும் சிறிது காலம் அவர் பொறுமையைக் கடைப்பிடித்திருந்தால் - கொஞ்சம்

கொஞ்சமாகச் சிந்தனைகள் மறைந்திருக்கும், உணர்ச்சிகள் அடங்கியிருக்கும். ஒரு வேளை இவை அவருக்கு நேர்ந்திருந்தால், அவர் இப்படிக் கூறியிருப்பார்,'' அது இன்னும் மோசமானது, காரணம் வெறுமை ஏற்பட்டு விடும். குறைந்தபட்சம் அப்போது சிந்தனைகளாவது இருந்தது, ஏதோவொரு வகையில் ஓர் ஈடுபாட இருந்தது, பார்ப்பதற்கும் சிந்திப்பதற்கும் முடிந்தது. இப்போது, சிந்தனைகள் மறைந்துவிட்டன, வெறுமை மட்டும்தான்... வெறுமையை வைத்துக்கொண்டு என்ன செய்வது? அது முழுக்க முழுக்க பயனற்றது.''

ஆனால், அவர் இன்னும் சற்றுகாலம் காத்திருந்திருந் தால், அந்த இருட்டும் கூட மறைந்திருக்கும். இது எப்படி யென்றால், சுட்டெரிக்கும் சூரிய வெளிச்சத்திலிருந்து வீட்டிற்குள் வருவது போல. அனைத்தும் இருட்டாக இருப்பதற்குக் காரணம், உன் கண்கள் சகஜநிலைக்கு வருவதற்குக் கொஞ்ச நேர அவகாசம் தேவைப்படுகிறது. அவை சூரியனின் சுட்டெரிக்கும் வெளிச்சத்தோடு ஐக்கியமாகி இருந்தது. இதை ஒப்பிடும் போது, உன் வீடு இருட்டாக இருக்கிறது. உன்னால் பார்க்க முடியவில்லை, அது இரவு போல உனக்குத் தோன்றுகிறது. நீ சிறிது நேரம் காத்திரு, நீ ஒரு நாற்காலியில் அமர்ந்துகொள். சில வினாடிகளில் உன் கண்கள் சகஜ நிலைக்குத் திரும்பிவிடும். இப்போது அங்கு இருப்பது கும்மிருட்டு அல்ல, சிறிது வெளிச்சம் உன் கண்களுக்குப் புலனாகும்... ஒரு மணிநேரம் கழித்தால், முழு வெளிச்சமும் புலனாகும் அங்கே கொஞ்சமும் இருட்டு இருக்காது.

இன்னும் சிறிது நேரம், ஹியூம் காத்திருந்திருப்பாரே யானால், இருட்டும் மறைந்திருக்கும். ஏனென்றால், நீ வெளியில் சுட்டெரிக்கும் சூரிய ஒளியில் இருந்திருக் கிறாய். பல பிறவிகளாக, உன் கண்கள் ஒரே மாதிரிப்

பழக்கப்பட்டுவிட்டது. அவை வளைந்து கொடுக்கும் தன்மையை இழந்துவிட்டன. அவற்றைச் செம்மைப் படுத்த வேண்டியிருக்கிறது. ஒருவன் வீட்டிற்குள் வந்தவுடன், சிறிது அவகாசம், சிறிது நேரம், சிறிது பொறுமை தேவைப்படுகிறது. அவசரப்படக் கூடாது.

பதற்றத்தில், எவரும் தன்னையே உணரமாட்டார்கள். அது ஒரு மிக மிக ஆழமான காத்திருத்தல். எல்லையற்ற பொறுமை தேவைப்படுகிறது. கொஞ்ச கொஞ்சமாக இருட்டு மறைகிறது. எந்த மூலமும் இல்லாமல் ஓர் ஒளி வருகிறது. அதில் எந்தச் சுடரும் இருப்பதில்லை, எந்த விளக்கும் எரிவதில்லை, அங்கு சூரியன் இருப்பதில்லை. இரவு மறைந்து, சூரியன் உதயமாவதற்கு முன், வியாபிக்கிற ஓர் ஒளி... அல்லது, மாலைப் பொழுதில் வியாபிக்கிற அந்த ஒளி, அதாவது சூரியன் அஸ்தமனம் ஆகி, இரவு நேரம் வருவதற்கு முன் ஏற்படுகிற அந்தி ஒளி அதனால்தான், இந்துக்கள் தங்கள் பிரார்த்தனை நேரத்தை 'சந்தியா' என்று அழைக்கின்றனர். சந்தியா என்பதன் அர்த்தம், எந்த மூலமும் இல்லாமல் வியாபிக்கும் ஒளி.

நீ உட்புறம் நோக்கி நகரும்போது, எந்த மூலமும் இல்லாமல் வியாபிக்கக்கூடிய ஒளியின் அருகில் நீ வருவாய். அந்த ஒளியில், முதல் முறையாக உன்னை நீ புரிந்துகொள்ளத் தொடங்குவாய். ஏனென்றால், நீ தான் அந்த ஒளி. அந்த மூலமற்ற ஒளி, அந்தச் சந்தியா, அந்தப் பரிசுத்தம், அந்த ஞானம் நீதான். அங்கே, கவனிப்பவரும், கவனிப்பதும் மறைந்து, ஒளி மட்டுமே அங்கு இருக்கும்.

ஆனால், அதற்கு அவகாசம் தேவை. ஆரம்பத்தில் உனக்குக் குழப்பமாகத்தான் இருக்கும். அதனை ஒருவன் கடந்தாக வேண்டும். நினைவு வைத்துக் கொள், எவரும் உனக்காகச் இதைச் செய்ய முடியாது. நீ தான் அதைச்

செய்தாக வேண்டும். ஒரு குரு என்பவர் இவ்வளவுதான் செய்ய முடியும் - நீ கடப்பதற்கு அவர் உதவி செய்யார், உனக்குத் தைரியம் செய்யார். "பயப்படாதே, சில அடிகள் மட்டுமே இன்னும் இருக்கின்றன" என்று சொல்வார்.

இது நிகழ்ந்தது: புத்தர் ஒரு நகரத்திலிருந்து அடுத்த நகரத்திற்குப் போய்க் கொண்டிருந்தார். அவர்களுக்கு வழி தெரியவில்லை. வழியில் கண்ட கிராமவாசிகளிடம், "அடுத்த நகரத்துக்கு இன்னும் எவ்வளவு தூரம் இருக்கிறது" என்று கேட்டார்கள்.

இந்தியாவில் வழக்கமாகச் சொல்வதுபோல, அவர்கள் "இன்னும் இரண்டு மைல் தான்" என்று அந்தக் கிராமவாசிகள் கூறினர். அது ஐம்பது மைல் தூரத்தில் இருந்தாலும் சரி, இருபது மைல் தூரத்தில் இருந்தாலும் சரி, கிராமவாசிகள் எப்போதும், "இரண்டு மைல் தான்" என்ற கூறுவார்கள்.

புத்தரும் அவருடைய சீடர் ஆனந்தாவும் இரண்டு மைல் நடந்தார்கள். ஆனால், ஏதேனும் ஒரு கிராமம் தென்படுவதற்கான அறிகுறியே இல்லை. வழியில் கிராமம் எதுவும் இருப்பதற்கான வாய்ப்புகளே இல்லாதது போலத் தோன்றியது. வழியில் தென்பட்ட சில கிராமவாசிகளிடம் "அடுத்த கிராமம் எவ்வளவு தூரத்தில் இருக்கிறது?" என்ற அவர்கள் மறுபடியும் கேட்டார்கள்.

அவர்கள் கூறினார்கள், இரண்டு மைல்தான்"

அவர்களும் தொடர்ந்து இரண்டு மைல் நடந்தார்கள். ஆனந்தா விரக்தி அடைந்து விட்டார். அவர் கூறினார், "இந்த மனிதர்கள் முட்டாள்களா? அல்லது அவர்கள் நம்மை வேண்டுமென்றே ஏமாற்றுகிறார்களா? அவர்கள் கூறியதைப் போலவே, நாமும் மேற்கொண்டு இரண்டு

மைல் நடந்து வந்து விட்டோம். ஆனால், எந்தக் கிராமமும் தென்படுவதற்கான அறிகுறியே இல்லை. அவர்கள் நம்மிடம் விளையாடுகிறார்களா? ஏன் அவர்கள் நம்மிடம் பொய் சொல்ல வேண்டும்?'

புத்தர் கூறினார், "உனக்குப் புரியவில்லை. அவர்கள் என்னைப் போன்றவர்கள். இரண்டு மைல் தான்" என்று அவர்கள் கூறுவது ஒரு காரணத்துக்காகத் தான். உனக்கு ஒரு தைரியம் உண்டாகிறது. 'இரண்டு மைல் தானே' என்று மகிழ்ச்சியுடன் நீ நடக்கத் தொடங்குவாய். இதன் மூலம் அவர்கள் உனக்கு உதவிதான் செய்கிறார்கள். அவர்கள் ஒரு வேளை, 'நூறு மைல் இருக்கின்றன' என்று கூறினால், நீ மூர்ச்சை ஆகிவிடுவாய். அப்படியே மயங்கிக் கீழே விழுந்துவிடுவாய். உன்னுடைய தைரியத்தை நீ இழந்துவிடுவாய்.

ஒரு குரு, உனக்காக இதைச் செய்ய முடியாது. அவர் குழப்பத்தினூடே, ஒரு துன்பத்தைக் கடந்து செல்ல விரும்ப மாட்டார். அவர் அப்படிச் செய்வது இயற்கையான விஷயங்களில், சாத்தியமாகாது. அவர் கூறுவார், "வா, இன்னும் கொஞ்சம்தான் இருக்கிறது, இரவு கழிந்து விடும். இரவு எந்த அளவுக்கு அதிகமான இருட்டாக இருக்கிறதோ, காலை புலர்வதற்கு அந்த அளவுக்குக் குறைவான நேரமே இருக்கிறது என்று அர்த்தம்." அவர் தைரியம் சொல்வார், அதுதான் உனக்குத் தேவைப்படுகிறது.

அதனால்தான், ஒரு குரு இல்லாமல், பாதையில் பயணிப்பது என்பது, அநேகமாக சாத்தியமில்லாதது. காரணம், உனக்குத் தைரியம் சொல்வதற்கு யார் இருக்கிறார்கள்? "இரண்டு மைல்தான்.." என்று சொல்வதற்கு யார் இருக்கிறார்கள்? "நீ ஏறக்குறைய

பயணத்தின் இறுதிக் கட்டத்தை நெருங்கிவிட்டாய்'' என்று யார் சொல்வார்கள்? ''நீ அநேகமாக நெருங்கி விட்டாய், இன்னும் சற்று தூரம் தான் இருக்கிறது'' என்று சொல்வதற்கு யார் இருக்கிறார்கள்? லாவோட் சூ கூறுவது போல, ஒரு நேரத்தில் எடுத்து வைக்கப்படும் ஓர் அடிதான், ஆயிரக்கணக்கான மைல் பயணத்தை முடித்துவைக்கிறது. நீ முதலில் ஓர் அடி எடுத்து வை, பிறகு அடுத்தது, பிறகு அடுத்தது, இப்படியே, ஆயிரக் கணக்கான மைல் கடந்துவிடும். அங்கே குழப்பம் இருக்கப் போகிறது. நீ உள்ளே நுழையும்போது, நீ அடக்கி வைத்திருந்த எல்லா நோய்களும் மேற்புறத்துக்கு எழும்பி வரும். நீ தவிர்த்து வந்த துன்பங்கள் எல்லாம். அங்கே மனநிம்மதியின்றிக் காத்துக் கொண்டிருக்கும். நீ நரகத்தைக் கடந்து செல்வாய். ஆனால், எவரும், நரகத்தைக் கடந்து செல்ல தயாராக இல்லாதபோது, ஒருக்காலும் சொர்க்கத்தை நெருங்க முடியாது. நரகம் தான் வாயில், நரகம் தான் பாதை, சொர்க்கம் என்பது பயணத்தின் முடிவு. ஆனால், ஒருவன் நரகத்தைக் கடந்துதான் ஆகவேண்டும். இருட்டான இரவு கழிந்த பின்னரே, காலைநேரம் வருகிறது. அதை நேர்கொள்ள நீ தயாராக இருக்க வேண்டும்.

மனிதன் அறியாமை கொண்டவன். அந்த அறியாமை யைப் போக்குவதற்கான எல்லா முயற்சிகளையும் அவன் தவிர்த்து விடுகிறான். ஏனென்றால், அங்கும் குழப்பம் ஏற்பட்டுவிடக் கூடும் என்று அவன் பயப்படுகிறான். அவனுடைய சந்தேகம் சரியானதுதான். காரணம், அங்கு குழப்பம் இருக்கத்தான் செய்கிறது. நீ கிட்டத்தட்ட பைத்தியமாகி விடுவாய். நீ அப்படிப் பைத்தியமாகும் நிலையில், உன் கைகளைப் பிடித்து, உன் பைத்தியத்தைக் குணமாக்க ஒரு குரு தேவைப்படுகிறார்.

இவைதான் குறியீடுகள். அதனால்தான், மனம் உன்னிடம் விளையாடிக் கொண்டே இருக்கிறது. அது கூறுகிறது, ''நிச்சயமாக நாளை தியானம் செய்யப் போகிறேன்'' ஆனால், அது பயப்படுகிறது. தியானம் என்பது மரணத்தைப் போன்றது. நீ எப்படி இருக்கிறாயோ, அப்படியே இறந்துவிட வேண்டும். அப்போதுதான் புதியது பிறக்கும்.

மாபெரும் சூஃபி ஞானியான ஷேக் ஷாதியின் சின்னக் கதை இது. ஒரு மிகச் சிறிய உபகதை, ஆனால் மிகுந்த அர்த்தம் பொதிந்தது. உண்மையான அறிவாளிகள் அனைவரும் எளிமையாகத் தான் பேசுவார்கள்... ஏனென்றால், உண்மை என்பது சிக்கலானது. அந்தச் சிக்கலை, சிக்கலான வார்த்தைகளாலும், தத்துவங்களாலும் ஏன் மேலும் சிக்கலாக்க வேண்டும்? உண்மை என்பதே நெருங்குவதற்கு ஒரு கடினமான விஷயம். எதற்காகப் பயணத்தை மேலும் கடுமை ஆக்க வேண்டும்? குழந்தைகளுக்குப் புரியும் வகையில், அவர்கள் நீதிக் கதைகள் மூலம் பேசுவார்கள். உச்சத்தை வைத்துக் கணக்கிடும்போது, அனைவரும் குழந்தையாக, அறியாமை கொண்டவராக, பொம்மைகளை வைத்து விளையாடியபடி, வாழ்க்கையை வீணடித்துக் கொண்டிருக்கிறார்கள். ஷேக் ஷாதி கூறினார்:

ஒரு மனிதனுக்கு அசிங்கமான ஒரு மகள் இருந்தாள். அவன், அவளை ஒரு குருடனுக்குத் திருமணம் செய்து வைத்தான். ஏனென்றால், வேறு எவரும் அவளை ஏற்றுக்கொள்ள மாட்டார்கள்.

ஆமாம், இதுதான் விஷயம். பார்வை உள்ளவர்கள் ஏறெடுத்தும் பார்க்காத சில விஷயங்கள்தான், உங்களைக் கவர்ந்திருக்கின்றன. ஆனால், நீ ஒரு குருடன். நீ ஓர்

அசிங்கமான பெண்ணைத் திருமணம் செய்து கொள்ளலாம். நீ ஏற்கெனவே ஓர் அசிங்கமான பெண்ணைத்தான் திருமணம் செய்து கொண்டிருக்கிறாய். இந்த உலகம் என்பது, நீ மணம் செய்துகொண்டிருக்கும் ஓர் அசிங்கமான பெண். பணம் என்னும் அசிங்கமான பெண்ணை நீ மணம் செய்துள்ளாய். அரசியல் என்னும் அசிங்கமான பெண்ணை நீ மணம் செய்துள்ளாய். இலட்சியம் என்ற அசிங்கமான பெண்ணை நீ மணம் செய்துள்ளாய். ஆனால், உன்னால் அந்த அசிங்கத்தைப் பார்க்க முடிவதில்லை.

நீ எப்போதாவது ஓர் இலட்சியவாதியைப் பார்த்திருக்கிறாயா? அவன் எவ்வளவு அசிங்கமாக இருக்கிறான்? அவனுடைய அத்தனை கவர்ச்சிகளையும் அவன் இழந்து விடுகிறான். ஏனென்றால், ஒருவனிடம் இலட்சியம் இருக்கும்போது, அவனிடம் கவர்ச்சி இருப்பதற்கு வாய்ப்பில்லை. இலட்சியவாதி என்பவன் முரட்டுத்தனம் கொண்டவன், மூர்க்கமானவன். அவன் ஏறக்குறைய பைத்தியம் போன்றவன். அதனால்தான், இலட்சியம் என்ற போட்டியில், பைத்தியக்காரர்களே ஜெயிக்கிறார்கள். ஹிட்லர், மாசேதுங், ஸ்டாலின் இவர்கள் எல்லாரும் உச்சத்திற்கு சென்றார்கள். என்றால், அதற்குக் காரணம், அவர்கள் மிகவும் அதிகமான அளவில் முற்றிப் போன பைத்தியங்கள். அவர்கள் சக்தி மிக்கவர்களாக மாறினார்கள். உனக்கு ஓரளவுக்குப் புத்தி சுவாதீனம் இருந்தால், இந்தப் போட்டியில் உன்னால் தாக்குப்பிடிக்க முடியாது. நீ உன்னையே முட்டாளாகக் கருதிக் கொள்வாய், எந்த அளவுக்கு ஒருவன் புத்தி சுவாதீனம் இல்லாமல் இருக்கிறானோ. அந்த அளவுக்கு அவன் தகுதியானவனாக இருக்கிறான். ஏனென்றால், அவனிடம் முரட்டுத்தனம் அதிகமாக இருக்கிறது. அவன் காய்ச்சல்

நிறைந்தவனாக விளங்குகிறான். அவன் ஏதாவது செய்தாக வேண்டும் என்ற மன உளைச்சல் அவனிடம் இருக்கிறது. போட்டியில் அவன் வெற்றி பெறவும் கூடும்.

அரசியலில் வெற்றி பெறுபவர்கள், இருக்க வேண்டி இடம் பைத்தியக்கார விடுதிகள்தான். அவர்கள் தலை நகரங்களில் இருக்க வேண்டியவர்கள் அல்லர். துரதிர்ஷ்ட வசமாக, அவர்கள் தலைநகரங்களில் தான் வசிக்கிறார்கள். இந்தப் பூமி முழுவதும், போர்களையும், துன்பங்களை யும், துயரங்களையும் அவர்கள் உருவாக்கிக் கொண்டிருக் கிறார்கள். பைத்தியக்காரர்களிடம் அதிகாரம் இருக்கும் போது, அவர்களால் அதைத்தான் செய்ய முடியும். நீ ஒரு பைத்தியக்காரனிடம் கத்தியைக் கொடுத்திருக்கிறாய். இப்போது பல கழுத்துகளையும், தலைகளையும் அவன் வெட்டப் போகிறான். கத்தி இல்லாமலேயே அவன் ஆபத்தானவன், இப்போது, அவனிடம் கத்தியும் கொடுக்கப்பட்டுவிட்டதால் அவன் ஆபத்தின் மறு அவதாரமாக விளங்கப்போகிறான்.

உன்னை நீயே கவனித்துப் பார். இலட்சிய உணர்வு உனக்குத் தோன்றும் போதெல்லாம், நீ ஒரு கண்ணாடியின் முன் நின்று பார். ஏதோ ஒருவித அசிங்கம் உன் முகத்தில், உன் கண்களில் பரவுவதை நீ பார்க்கலாம். ஒரு மனித னுக்கு இயற்கையாக இருக்கக்கூடிய ஒரு கவர்ச்சியை நீ இழந்துவிடுவாய். ஒரு மிருகத்துக்கு இருக்கக்கூடிய கவர்ச்சிகூட உன்னிடம் இருக்காது. ஒரு பாறைக்கு இருக்கக்கூடிய கவர்ச்சிகூட உன்னிடம் இருக்காது.

முரட்டுதனம் என்பது அசிங்கம். பணத்திற்கு ஆசைப் படும் மனிதன், பணத்திற்குத் தன்னை அடிமை ஆக்கிக் கொள்ளும் மனிதன், அருவருப்பாகக் காட்சியளிப்பான். பணத்தையே பிரதானமாக நினைக்கும் ஒரு கருமி இந்த

உலகத்திலேயே ஒரு விகாரமான மனிதன். பேராசை என்பது ஆன்மிகக் குஷ்டரோகம். அவனுடைய உடம்பின் ஒவ்வோர் அங்குலத்திலும் துர்நாற்றம் வீசும். ஷாதி, தன்னுடைய இந்த உபகதையில் சொல்லும் விஷயம் சரியானது தான்.

ஒரு மனிதனுக்கு அசிங்கமான ஒரு மகள் இருந்தாள். அவன் அவளை ஒரு குருடனுக்குத் திருமணம் செய்து வைத்தான். ஏனென்றால், வேறு எவரும் அவளை ஏற்றுக்கொள்ள மாட்டார்கள்.

ஓர் அசிங்கமான பெண்ணைத் திருமணம் செய்ய யார் ஆசைப்படுவார்கள்? நீ குருடனாக இல்லாவிட்டால், இந்த உலகத்தையும், அதனைச் சார்ந்த அசிங்கங்களையும் நீ திருமணம் செய்துகொண்டிருக்க மாட்டாய், ஆனால், உன் அடிமனதில், உனக்கும்கூட சந்தேகம் ஏற்படும். இது வேறு எப்படி இருக்கும்? நீ எவ்வளவு தான் விழிப்பற்றவனாக இருந்தாலும், விழிப்பின் சிறு கீற்று உன்னிடம் இருக்கும். என்னால் உனக்கு உதவ முடியாது. அந்தக் கீற்று இல்லாதபோது, புத்தரால் உனக்கு உதவ முடியாது. அந்தக் கீற்று இருந்தால், எதுவுமே செய்ய முடியாது. கீற்று, அந்தக் கதிர் அங்கு இருந்தால், அந்தக் கதிரின் வழியாக, ஒளியின் மூலத்தை நோக்கி, உன்னால் நகர முடியும். அந்தக் கதிர் ஒரு பாலமாக அமையும். அமைதியான கணங்களில், நிசப்தமான கணங்களில் இதை நீயும் கூடத் தெரிந்துகொள்வாய். நீ செய்து கொண் டிருக்கும் அசிங்கத்தைப் பற்றி நீயே கூடத் தெரிந்து கொள்வாய். உன் வாழ்க்கை என்ற அசிங்கம், உன் இலட்சியம் என்ற அசிங்கம், முரட்டுத்தனம், மூர்க்கத்தனம், வெறி... நீ அந்த அளவுக்கு அசிங்கமாகி விடுவாய். நீ அன்பைத் தொட்டாலும் கூட, அது அசிங்கமாகிவிடும். நீ

தங்கத்தைத் தொட்டாலும்கூட, அது உடனடியாகக் குப்பை ஆகிவிடும். அதற்குமேல், அங்கு தங்கம் இருக்காது.

ஒரு டாக்டர், அந்தக் குருடனுக்குக் கண் பார்வை பெற்றுத் தருவதாகக் கூறினார். ஆனால், அந்தத் தகப்பன், குருடன் கண்பார்வை பெற்றுவிட்டால், தன் மகளை விவாகரத்து செய்து விடுவானோ என்ற பயத்தில் அதற்குச் சம்மதிக்கவிலலை.

இந்தத் தகப்பனார் எப்படி? இதுபோன்ற தகப்பனார் உன்னிடம் இருப்பதாக உன்னால் சந்தேகிக்க முடிகிறதா? இதைத்தான் நாம் ஈகோ என்று, அழைக்கிறோம். உனக்கு ஏற்பட்ட துன்பங்கள், ஏற்படுகின்ற துன்பங்கள் ஆகிய அனைத்தையும் பெற்றெடுப்பது ஈகோ தான். இந்த ஆணவம், உன் கண்களைக் குணப்படுத்த டாக்டரை அனுமதிக்காது. உன் கண்களைக் குணப்படுத்த இங்கே நான் தயாராக இருக்கிறேன். இதைத் தடுப்பது யார்?

ஈகோ கூறுகிறது, ''வேண்டாம், சரண் அடையாதீர்கள். தனித்துவத்தோடு சுதந்திரமாக இருங்கள். நீ சரண் அடைந்துவிட்டால், நீ அடிமையாகிவிடுவாய். எதற்கு சரண் அடைய வேண்டும்? அதற்கு அவசியமே இல்லை - ஒருவன் அவனாகவே இருக்க வேண்டும்.'' இப்படிப் பகுத்தறிவுப் பிரசாரத்தை ஈகோ செய்து கொண்டே இருக்கும்.

அதனுடைய மொத்தக் குறிக்கோளும், குருட்டுத் தன்மையைப் பாதுகாப்பதிலேயே கவனமாக இருக்கும். ஏனென்றால், கண்கள் திறக்கப்பட்டுவிட்டால் ஈகோ இருப்பதற்குச் சாத்தியம் இல்லாமல் போய்விடும். அது இருட்டைப் போன்றது. வெளிச்சம் வரும்போது, அது தானாக வெளியேறித்தான் ஆகவேண்டும். இதுதான்

பயத்திற்குக் காரணம். புத்தரிடம் நெருங்குவதற்குப் பயப்படக் காரணம், புத்தத் தன்மை தொற்றிக் கொள்ளக் கூடியது. ஈகோ என்பது எல்லாவிதத் தடைகளையும் உருவாக்கிவிடக்கூடியது.

என்மீது அளவுக்கு அதிகமான வெறுப்பு கொண்டவர் களும் இருக்கிறார்கள். அவர்கள் என்னைப் பார்த்தது இல்லை, என்னுடைய எந்தப் புத்தகத்தையும் அவர்கள் படித்ததில்லை, என் பேச்சை அவர்கள் கேட்டதில்லை, நான் என்ன செய்கிறேன் என்பது அவர்களுக்குத் தெரி யாது. ஆனால், அவர்கள் என்னை தீவிரமாக எதிர்ப் பார்கள். சில நேரங்களில் இது எனக்கு மிகுந்த ஆச்சரியத் தைக் கொடுக்கும். ஒருவன் எதிர்ப்பாக இருப்பதற்குக்கூட, எதிர்ப்பவரைப் பற்றித் தெரிந்து கொள்வதற்கும், கவனிப்பதற்கும், மதிப்பிடுவதற்கும், அவர் அருகில் வரவேண்டும். அவர்கள் என்னைப் பார்த்ததுகூடக் கிடையாது. நான் வழியில் குறுக்கிட்டால், அவர்களால் என்னைத் தெரிந்து கொள்வதற்குக் கூடச் சாத்தியமில்லை. ஆனால், என்னைக் கொலை செய்யும் அளவுக்கு, அவர்களுக்கு வன்மம் இருக்கிறது.

அவர்களுக்கு என்ன ஆயிற்று? ஓர் ஆழ்ந்த பயம் - ஓர் எரிமலை உள்ளே இருக்கிறது. அதன் மீது அவர்களுடைய ஆணவம் அமர்ந்திருக்கிறது. அவர்கள் அருகில் வருவதற் குப் பயப்படுகிறார்கள். நான் பேசுவதைக் கேட்பதற்கும், படிப்பதற்கும் கூட அவர்கள் பயப்படுகிறார்கள். காரணம், நீ வலையில் சிக்க வைக்கப்பட்டு விடுவாயோ என்று அவர்கள் பயப்படுகிறார்கள். எனவே, உன்னையும் உன் அறியாமையையும் பாதுகாத்துக் கொள்வதுதான் நல்லது. ஏதாவது திட்டம் தீட்டு அது உனக்குத் தடையாகச் செயல்படும்.

தகப்பனார், உன்னைவிட்டு வெளியே இருக்க வில்லை. அது உன்னிடம் தான் இருக்கிறது. அதுதான் உன் ஈகோ... அதுதான் நரகத்தைப் பெற்றெடுக்கும் தகப்பன்.

ஒரு டாக்டர், அந்தக் குருடனுக்குக் கண் பார்வை பெற்றுத் தருவதாகக் கூறினார். ஆனால், அந்தத் தகப்பன், குருடன் கண்பார்வை பெற்றுவிட்டால், தன் மகளை விவாகரத்து செய்துவிடுவானோ என்ற பயத்தில், அதற்குச் சம்மதிக்கவில்லை.

ஷாதி இப்படி முடித்தார்:

அசிங்கமான பெண்ணின் கணவனாக இருப்பதை விட, குருடனாக இருந்துவிடுவதே நல்லது.

நீ ஓர் அசிங்கமான பெண்ணின் கணவனாக இருக்கும் பட்சத்தில், உன்னுடைய குருட்டுத் தன்மையிலேயே நீ நீடித்திருக்க வேண்டும் - இது ஒரு வழி.

இன்னொரு வழி என்னவென்றால், நீ உன் குருட்டுத் தன்மையிலிருந்து நிவாரணம் அடைந்தால், எல்லா அசிங்கங்களையும் எதிர்கொள்ள நீ தயாராக இருக்க வேண்டும். அதாவது உன்னுடைய ஈகோ, உன்னுடைய குருட்டுத்தன்மை, உன்னுடைய அறியாமை ஆகியவை எல்லாம் நீ விழித்திருக்கும்போதுதான் - உருவாக்கப்படு கின்றன. இவற்றை எல்லாம் எதிர்த்து, நீ தான் போராட வேண்டும்.

சுயபோராட்டம் என்பது, ஆரம்பத்தில் துன்பமாகத் தான் இருக்கும். அது வலி நிறைந்ததாக, ஆழமான வலி நிறைந்ததாக, துன்பமாக, நரகத்தைப் போன்று துன்பம் நிறைந்ததாக இருக்கும். ஆனால், துன்பங்களின் மூலமாகத் தான் பேரானந்தம் கிட்டும். வேறு வழியே இல்லை. ஒருவன் அத்தனை துன்பங்களையும் கடக்கும்போதுதான்,

பேரானந்தத்தின் உச்சத்தை அடையும் தகுதியை அவன் பெறுகிறான். இந்த அனுபவத்தைத் தான், மாபெரும் மனோதத்துவ நிபுணர் ஆபிரகாம் மாஸ்லோ, ''ஆஹா!'' என்றழைக்கிறார்.

துன்பங்களைக் கடந்த இந்த நீண்ட பயணத்தினால், உனக்கு சோர்வு உண்டாகிறது. உன்னால் நகரக்கூட முடியாத நிலை ஏற்படுகிறது. சட்டென உனக்கு இலக்கு தென்படுகிறது - 'ஆஹா' என்னும் பரவசத்தை, உன் னுடைய மொத்த இருத்தலும் உணர்கிறது. உன்னுடைய அத்தனை துன்பங்களும் மறைகின்றன. நீ இப்போதும் முற்றிலும் மாறுபட்ட கோணத்தில் இருக்கிறாய்.

இந்த உலகத்திலேயே மிகக் கடுமையான துன்பம் என்பது சுய போராட்டம்தான். அதனால் தான் அதை நீ தவிர்க்கிறாய். சாக்ரடீஸ் எப்போதும் இதைப் பற்றியே தான் வலியுறுத்திக் கூறிக் கொண்டிருந்தார். உன்னையே நீ அறிவாய். ஆனால் ஒருவரும் இதைக் கவனிப்பதில்லை. ஏனென்றால், உன்னையே நீ அறிவாய். என்றால், உன் துன்பங்கள் மூலமாக நீ உன்னை அறிவாய் என்று பொருள். பரமானந்தம் ஏற்படுவது, ஆரம்பத்தில் அல்ல, அது முடிவில்தான் ஏற்படும். ஆரம்பம் வலியாகத்தான் இருக்கும். அது பிறப்பைப் போன்றது. பிறப்பு என்பது வலி நிறைந்தது.

ஒரு குழந்தை தாயின் கருப்பைக்குள் இருப்பதற்குப் பயந்தால், தாயின் பிறப்புறுப்பைக் கடந்து வருவதற்குப் பயந்தால் - அது மிகவும் குறுகலானது, வலி நிறைந்தது, புழுக்கம் நிறைந்தது, அது ஓர் ஆறாத தழும்பு - ஒரு குழந்தை இதற்கெல்லாம் பயந்தால், அதற்கு பிறப்பு இருக்காது, அதற்கு வாழ்க்கை இருக்காது. அது தாயின் கருவறையிலேயே இறந்துவிடும். முட்டையிலிருக்கும்

பறவைக் குஞ்சு, தன்னைப் பாதுகாக்கும் ஓட்டிலிருந்து வெளியே வரப் பயந்தால்... அது பலத்த பாதுகாப்புடன் மூடப்பட்டிருக்கிறது. அதற்குத் தேவையானவை அனைத்தும் கிடைத்துவிடுகின்றன. ஒரு விதை முளைவிட்டுக் கிளம்புவதற்குப் பயந்தால்... ஏனென்றால், அது விதையாக இருக்கும்போது, அதற்கு மரணம் இல்லை, காரணம் அதற்கு வாழ்க்கை இல்லை. அது விதையாக இருக்கும்போது, அதற்கு எந்த ஆபத்தும் இருப்பதில்லை. மில்லியன் கணக்கான வருடம்கூட அது விதையாகவே இருக்க முடியும்.

மொகஞ்சாதோராவில், பத்தாயிரம் வருடம் பழைமையான விதைகள் கண்டுபிடிக்கப்பட்டுள்ளன. அவை இன்னும் உயிருடன் தான் இருக்கின்றன. அவற்றால் முளைவிட்டுக் கிளம்ப முடியும். சீனாவில் உள்ள ஒரு குகையில், மில்லியன் வருடம் பழைமையான விதைகள் கண்டுபிடிக்கப்பட்டுள்ளன. இன்னும் அவை உயிருடன் தான் இருக்கின்றன. அவற்றை மண்ணில் ஊன்றி, நீர் ஊற்றிப் பராமரித்தால், அவை முளைவிட்டுச் செடியாக வெளிவரும். மில்லியன் வருடங்களாக, ஒரு விதை உள்ளேயே இருக்கிறது.

நீயும் அந்த விதை போன்றவன்தான். நீ எங்கே இருந்தாலும், அது சீனாவில் உள்ள குகையாக இருந்தாலும் சரி, நியூயார்க்கில் உள்ள குகையாக இருந்தாலும் சரி, அதில் எந்த வித்தியாசமும் இல்லை. மில்லியன் வாழ்க்கையாக, நீ ஒரு விதையாகத்தான் இருந்திருக்கிறாய். நீ வெளியே பாய்ந்து, ஒரு செடியாக மாறுவதற்குத் பயந்திருக்கிறாய். அது ஒரு பெரிய பாய்ச்சல். அது அபாயகரமானது. ஓடு உடைபடும்போது, பாதுகாப்பு போய் விடுகிறது.

மெல்லிய தளிர் வெளியே வருகிறது, மிகவும் மிருதுவானது, மிகவும் நுட்பமானது - ஆனால், அதைச் சுற்றி இருப்பது கடினமான உலகம். இங்கு எல்லாவித ஆபத்துகளும் இருக்கின்றன. மிருகங்கள் இருக்கின்றன, குழந்தைகள் இருக்கிறார்கள். எந்த நேரத்தில் என்ன நடக்கும் என்பது யாருக்கும் தெரியாது. அதே சமயத்தில், செடி மிகவும் மிருதுவானது, பலவீனமானது, பெண்மை யானது. விதை என்பதோ ஆண்மை நிறைந்தது, பாதுகாப் பானது, கடினமானது, பலம் நிறைந்தது. வாழ்க்கை என்பது மென்மையானது, மரணம் என்பது கடினமானது. மரணத்திற்கு, எந்த ஆபத்துகளும் ஏற்படக்கூடிய சாத்தியங்கள் இல்லை. ஏனென்றால், இறந்துபோன ஒரு மனிதன் மறுபடியும் இறக்க முடியாது. ஆனால், வாழ்க்கை என்பது மில்லியன் கணக்கான ஆபத்துகள் நிறைந்தது. ஆபத்துகளுக்கு மேல் ஆபத்துகள் அது தெரியாத நோக்கிச் செய்கிற ஒரு துணிகரமான பயணம்.

ஒரு விதை முளைவிட்டுக் கிளம்புவதைப் பாருங்கள், விதையின் கடினமான ஓட்டை உடைத்துக்கொண்டு, பிறகு பூமியின் கடினமான நிலப்பரப்பு வழியாக ஊடுருவி; இந்த உலகத்தை எட்டிப் பார்க்க வேண்டும். தெரியாத, வரை படம் இல்லாத, தேசப்படம் இல்லாத ஓர் எதிர்காலம். எந்த நேரத்தில் என்ன நடக்கும் என்று யூகிக்க முடியாத, பல வகை ஆபத்துகள் சூழ்ந்திருக்கக்கூடிய நிலை. ஒரு செடி, இதற்கெல்லாம் பயந்துகொண்டு, விதைக் குள்ளேயே முடங்கிக் கிடந்தால், வாழ்க்கையைப் பற்றிய அனுபவமே அதற்கு ஏற்படாமல் போய்விடும்.

எதற்கும் பயப்படாதீர்கள். உங்கள் அறியாமையி லிருந்து வெளியே வாருங்கள். உங்களைப் பாதுகாக்கும் ஓட்டிலிருந்து வெளியே வாருங்கள், உங்களுடைய

ஈகோவிலிருந்து வெளியே வாருங்கள். ஈகோ என்பது முட்டையைப் போன்றது: அது ஒரு பாதுகாக்கும் கூரை. சமூகத் தோற்றத்திலிருந்து வெளியே வாருங்கள். சமூகம் திணித்த குணத்திலிருந்து வெளியே வாருங்கள். இதை ஒரு சவாலாக ஏற்றுக் கொள்ளுங்கள். தெரியாததை நோக்கி ஒரு துணிகரப் பயணம்.

ஆரம்பத்தில், பல துன்பங்கள், பல பிரச்சினைகள் ஏற்படத்தான் செய்யும். ஆனால், அது ஆரம்பத்தில் மட்டுமே இருக்கும் என்பதற்கு நான் உத்தரவாதம் அளிக்கிறேன். ஆனால், அவற்றை நீ கடந்து வந்து விட்டால், முற்றிலும் அவற்றை நீ கடந்துவிட்டால், அந்தத் துன்பங்களும் உன்னை விட்டு உடனடியாக விலகிவிடும்... உன்னால் முழுமையாக விடுபட முடிந்தால், அடுத்த கணமே அவை உன்னை விட்டு நீங்கிவிடும். ஆனால், அந்தச் சிறு கணத்தில், நீ நரகவேதனையை அனுபவிக்கக் கூடும்.

அந்தத் துன்பங்கள் உன்னைவிட்டு நீங்கும்போது, உனக்கு நல்லதை மட்டுமே செய்யும். உன்னை அது தூய்மையாக்கும், தெளிவாக்கும். அது நெருப்பைப் போன்றது, நீ தங்கத்தைப் போன்றவன். அது உன்னைச் சுத்தமாக்குகிறது. அது உன்னை எரிக்காது, அது உன்னை அழிக்காது. அது உன்னுள் புதைந்து கிடந்த குப்பைகளைத் தான் அழிக்கும். நீ பூரணமான தங்கம் அல்ல. உன்னிடம் உள்ள தேவையற்றவை அழிக்கப்படும்.

உன்னுடைய சுபாவம், உன்னுடைய தாவோ, பாதுகாக்கப்படுகிறது, சுத்தமாக்கப்படுகிறது, அழுக்கு களை எல்லாம் அகற்றி, பூரணமான பரிசுத்தத்தை உனக்கு ஏற்படுத்துகிறது. அந்தப் பரிசுத்தமான இதயத்தில், பரமானந்தம் உண்டாகிறது. அதைத்தான் நாம் மோட்சம்

என்று அழைக்கிறோம். மோட்சம் என்றால், பூரணமான விடுதலை. அல்லது, அதனை நீ கடவுள் என்று அழைக்கலாம். நீ பரிசுத்தம் அடையும்போது, நீ கடவுள் ஆகிறாய். பரிசுத்தமான தூய்மை அடையும்போது, நீ தெய்விகம் அடைகிறாய்.

பரமானந்த நிலை என்பது உன்னிடம் தான் இருக்கிறது. ஆனால், அதற்கு விலை உண்டு. எல்லாத் துன்பங்களையும் கடப்பதுதான் அந்த விலை!

இன்றைக்கு இது போதும்.

2

கடல் பறவைகளை நேசித்த ஒரு மனிதன்

கடலோரத்தில் வாழ்ந்துவந்த ஒரு மனிதன் கடல் பறவைகளை மிகவும் நேசித்தான்.

தினந்தோறும் அவன் காலை வேளைகளில் கடற் கரைக்குச் சென்று, அங்குள்ள கடல் பறவைகளோடு கொஞ்சி மகிழ்வது வழக்கம். நூற்றுக்கணக்கான பறவைகள், அவனை அன்போடு நேசித்தவண்ணம், எப்போதும் அவனைச் சூழ்ந்திருக்கும்.

அவனுடைய தந்தையார் ஒரு நாள் அவனிடம் கூறினார்: கடல் பறவைகள் உன்னோடு விளையாடு வதை நான் அறிந்தேன். நானும் அவற்றோடு விளை யாட விரும்புகிறேன். என்னோடு விளையாடுவ தற்கு, அவற்றில் சிலவற்றை அழைத்து வருகிறாயா?

அடுத்தநாள், அவன் கடற்கரைக்குச் சென்றபோது, அந்தக் கடல் பறவைகள் அவன் மீது ஏறி நின்று நடனமாடின. அவனை விட்டு, அவை கீழே இறங்கவே இல்லை.

எப்போதும் நினைவு வைத்துக்கொள். வாழ்க்கை என்பது ஒரு மிகப்பெரிய வெகுமதி. இந்த ஒப்பற்ற பரிசுதான், வாழ்க்கையின் மிக பெரிய இரகசியம் நீ அதற்குத் தகுதியானவனாக இல்லாமல் இருக்கலாம். அது உன்னுடைய உரிமையாக இல்லாமல் இருக்கலாம். ஆனால், அது உனக்கு வழங்கப்பட்டிருக்கிறது. நீ சம்பாதித்தது அல்ல அது. இதை நீ புரிந்துகொண்டால், பல விஷயங்கள் உனக்குத் தெளிவாகிவிடும்.

வாழ்க்கை என்பது ஒரு வெகுமதியாக இருக்கிற போது, வாழ்க்கையைச் சார்ந்த எல்லா விஷயங்களும் வெகுமதியாகத்தான் இருக்கப் போகின்றன. மகிழ்ச்சி, அன்பு, தியானம் - இப்படி எவையெல்லாம் அழகானதாக இருக்கிறதோ, அவையெல்லாம், மொத்தமாக, புனிதத்தின் வெகுமதியாகத்தான் இருக்க முடியும். எந்த வகையில் இதற்குத் தகுதியானவனாக நீ இருப்பதில்லை. நீ சந்தோஷமாக இருக்க, பிரபஞ்ச இருப்பை, எந்த வகையிலும் நீ நிர்ப்பந்திக்க முடியாது. நீ நேசம் காட்டுவதற்கோ நீ தியானம் செய்வதற்கோ, எந்தச் சக்தியையும் நீ வலுக்கட்டாயம் செய்ய முடியாது. நீ செய்யும் ஒவ்வொரு முயற்சிக்கும் காரணமாக இருப்பது உன்னுடைய ஈகோதான். அந்த முயற்சிதான் துன்பத்திற்கு மூலகாரணம். அந்த முயற்சி உனக்கு எதிரான விளைவுகளைத்தான் ஏற்படுத்தும். அந்த முயற்சி உன்னை அழித்துவிடும் - அது தற்கொலைக்குச் சமமானது.

அமெரிக்க அரசியல் அமைப்புச் சட்டத்தில் அவர்கள் ஓர் உரிமையை வகுத்திருக்கிறார்கள், அடிப்படை உரிமை. இதனை அவர்கள் அடிப்படை ஜீவாதார உரிமை என்று அழைக்கிறார்கள். மகிழ்ச்சியான வாழ்க்கைக்காக அவர்கள் வகுத்திருக்கும் மசோதா இது. ஆனால், மகிழ்ச்சி

என்பது சாத்தியம் இல்லாதது. சட்டங்கள் மூலம் எவரும் எப்போதும் மகிழ்ச்சியாக இருந்ததில்லை. அதனை அடைய ஒருவன் காத்திருக்க வேண்டும். அதை உரிமையாகக் கோரிப் பெற முடியாது. எந்த நீதிமன்றமும் உன்னை மகிழ்ச்சியாக இருப்பதற்கு நிர்ப்பந்திக்க முடியாது. அல்லது மகிழ்ச்சியை உன்மீது திணிக்க முடியாது. எந்த அரசாங்கமும் வன்முறையாக, உன்னை மகிழ்ச்சி அடைய வைக்க முடியாது. எந்த அதிகார பலமும் உனக்கு மகிழ்ச்சியை உண்டாக்க முடியாது.

இந்த அரசியல் சட்டத்தை நிர்ணயித்த முன்னோடிகள், ஒரு மிகப்பெரிய தவறைச் செய்து விட்டார்கள். ஜெபர்சன்னுக்கு மகிழ்ச்சியைப் பற்றி அதிகம் தெரியவில்லை என்றுதான் தோன்றுகிறது. அரசியல்வாதிகள் இதை அறிந்து வைத்திருப்பதற்குச் சாத்தியமில்லை. உலகத்திலேயே அதிகமாக, சோகத்தில் மூழ்கியிருப்பவர்கள் அவர்கள்தாம். அமெரிக்க அரசியல் சட்ட நிர்ணயித்ததில், இந்த மசோதாவைக் கொண்டு வந்தவர் ஜெபர்சன் தான். இதனால்தான், இந்த ஒரு வார்த்தையினால் தான். எப்போதும், இந்த உலகத்திலேயே அதிக துன்பம் நிறைந்த நாடாக அமெரிக்கா விளங்குகிறது என்பது உங்களுக்கு ஆச்சரியத்தை வரவழைக்கும். ஏனென்றால், நீ மகிழ்ச்சியாக இருப்பதற்குத் தகுதியானவன், அதை நீ தட்டிக் கேட்டுப் பெறலாம், நீ மகிழ்ச்சியோடு வாழும் உரிமையைக் கேட்டுப் பெறலாம் என்ற இந்த அடிப்டை எண்ணமே, முட்டாள்தனமானது. ஆனால், மகிழ்ச்சியைப் பெற எவருக்கும் உரிமை இல்லை. நீ மகிழ்ச்சியாக இருக்கலாம், ஆனால், உரிமையுடன் அதை வலுக்கட்டாயமாகப் பெற முடியாது. அதேசமயத்தில் அது உன்னுடைய பிறப்புரிமை என்று நீ கருதினால், அதை நீ தவற விட்டுக்கொண்டே செய்வாய். ஏனென்றால்,

ஆரம்பத்திலேயே, அதை நீ தவறான கண்ணோட்டத்தில் அணுகத் தொடங்கிவிட்டாய் என்று அர்த்தம்.

சரி, இதற்கு என்ன காரணம்? வாழ்க்கை என்பது ஒரு வெகுமதியாக இருக்கும் பட்சத்தில், அதைச் சார்ந்த அனைத்துமே வெகுமதியாகத்தான் இருக்க வேண்டும். நீ காத்திருக்க வேண்டும், அதனை வரவேற்க நீ தயாராக இருக்க வேண்டும், சரணாகதி மனோபாவத்தில், பொறுமையாக, அமைதியாகக் காத்திருக்க வேண்டும். ஆனால், அதை உரிமையோடு கேட்கக் கூடாது, அதை நீ நிர்ப்பந்திக்கக் கூடாது.

ஜெபர்சன்னைவிட எமிலி காவ் (Emile Coue) மிகவும் ஜாக்கிரதையானவர். எமிலிகாவ் ஒரு சட்டத்தை இயற்றினார். அதை அவர் எதிர்விளைவுச் சட்டம் (The Law of Reverse Effect) என்று அழைத்தார். சில விஷயங்கள் இருக்கின்றன. அவற்றைச் செய்து முடிக்க நீ எவ்வளவு முயற்சித்தால், அது உன்னால் முடியவே முடியாது. அவற்றை நீ செய்து முடிக்க எந்த முயற்சியும் செய்திருக்க மாட்டாய். ஆனால், அவற்றை நீ முடித்து விடுவாய். நீ எடுக்கும் முயற்சி எதிர்விளைவை ஏற்படுத்தி விடும். உதாரணத்திற்கு, தூக்கம் நீ தூங்க விரும்புகிறாய் என்று வைத்துக் கொள். நீ என்ன செய்வாய்? தூங்குவது என்பது ஒவ்வொருவரின் அடிப்படை உரிமை. நீ என்ன செய்வாய்? இதற்காக, நீ போலீஸை அழைத்து உதவி கேட்க முடியுமா? நீ தூங்க விரும்பாதபோது என்ன் செய்வாய்? நீ என்ன செய்தாலும், தூக்கத்தை உன்னால் கட்டுப்படுத்த முடியாது. ஏனென்றால், நீ செய்யும் ஒவ்வொரு முயற்சியும் தூக்கத்திற்கு எதிராகத்தான் செயல்படும். தூக்கம் என்பது முயற்சி செய்யாமலேயே வரக்கூடியது. நீ வெறுமனே தளர்வான நிலையில் இருக்கும்போது, எதையும் செய்யாமல் அமைதியோடு

இருக்கும்போது, கொஞ்சம் கொஞ்சமாக நீ தூக்கத்தில் மிதக்கத் தொடங்குவாயாக. அதனை நோக்கி உன்னால் நீந்திச் செல்ல முடியும். நீ மிதக்கலாம். பிரக்ஞையோடு நீ எந்த முயற்சியும் செய்து தூக்கத்தை வரவழைக்க முடியாது.

தூக்கமின்மையால், insomnia நோயினால் அவதிப்படும் ஒவ்வொருவருக்கும் இதுதான் பிரச்சினை. ஒவ்வொரு insomnia நோயாளியும், தனக்கென்று தனித்தனியான சில வழிமுறைகளைக் கையாள்வார்கள். அவர்கள் தூக்கத்தை வரவழைப்பதற்காகச் சில விஷயங் களைச் செய்துகொண்டிருப்பார்கள். அங்கேதான் அவர்கள் தவறு செய்கிறார்கள். அங்கேதான் அவர்கள் தவறவிடு கிறார்கள். நீ எப்படித் தூக்கத்தை நிர்ப்பந்திக்க முடியும்? நீ எந்த அளவுக்கு வலுக்கட்டாயம் செய்கிறாயோ, அந்த அளவுக்கு நீ அங்கே இருக்கிறாய். விழிப்போடு, ஜாக் கிரதையோடு, பிரக்ஞையோடு இருக்கிறாய். நீ செய்யும் ஒவ்வொரு முயற்சியும், உன்னை மேலும் விழிப்படையச் செய்யும், மேலும், ஜாக்கிரதை உண்டாகும், அதற்குப் பிறகு தூக்கம் நெருங்குவதற்குச் சாத்தியமே இல்லை.

தூங்க விரும்பினால், நீ என்ன செய்ய வேண்டும்? நீ எதுவும் செய்ய வேண்டாம். நீ வெறுமனே காத்திரு, அமைதியாக இரு. தூக்கம் தானாக வரும். அதை நீ நிர்ப்பந்திக்க முடியாது. அதை நீ அதிகாரம் செய்து பெற முடியாது. ''வா'' என்ற அதை நீ அதட்ட முடியாது. உன் கண்களை மூடியபடி, இருட்டில், உன் தலையணையில் தலைவைத்து, அமைதியாகப் படுத்திரு... அப்படி காத்துக் கொண்டிருக்கும்போது, நீ மெல்ல மிதக்கத் தொடங்குவாய். மேகக் கூட்டங்கள் ஊர்ந்து செல்வதைப் போல நீ கொஞ்சம் கொஞ்சமாக, பிரக்ஞையிலிருந்து பிரக்ஞையற்ற நிலைக்கு மிதக்கத் தொடங்குவாய்.

நீ உன் கட்டுப்பாட்டை இழப்பாய், நீ கட்டுப்பாட்டை இழந்ததாக வேண்டும். இல்லையென்றால் உன்னால் தூங்க முடியாது. ஏனென்றால், பிரக்ஞை மனம் தான் உன்னைக் கட்டுப்படுத்துவது. அதன் பிடியிலிருந்து விடுபட வேண்டும். கட்டுப்பாடு முழுமையாக நீங்க வேண்டும். பிறகு - எப்போது, எப்படி, ஏன் தூக்கம் வந்தது என்பதே உனக்குத் தெரியாது. காலையில் கண் விழிக்கும்போது, இரவில் நீ நன்றாகத் தூங்கிவிட்ட எண்ணமே உனக்கு வரும். தூக்கமின்மையால் அவதிப் படும் தொண்ணூற்று ஒன்பது சதவிகித மக்கள், தங்களுக் குத் தாங்களே பிரச்சினைகளை உருவாக்கிக் கொள்கி றார்கள். insomnia நோயாளிகளில் ஒரு சதவிகிதத்தினர் கூட, தங்கள் உடலின் ரசாயனக் கோளாறினால், இந்த அவஸ்தையைப் படுகிறார்கள் என்று சொல்ல முடியாது, தொண்ணூற்று ஒன்பது சதவிகிதத்தினர், தேவையின்றி இந்தத் துன்பத்தை அனுபவிப்பதற்குக் காரணம், எமிலி காவ்வின் எதிர்விளைவுச் சட்டத்தைப் பற்றி அவர்கள் அறிந்திராதது தான். அவர்கள் அனைவரும் ஜெபர்சன் னைப் பின்பற்றுபவர்கள், அதாவது, தூக்கம் என்பது அவர்களுடைய பிறப்புரிமை என்று கருதுபவர்கள்.

வாழ்க்கையைப் பொறுத்தவரை, மேலோட்டமாகத் தான், மார்க்கெட் பகுதியில்தான் உரிமைகள் இருக் கின்றன. நீ ஆழமாகச் செல்லும்போது, உரிமைகள் மறை கின்றன. நீ ஆழமாகச் செல்லும்போது, வெகுமதிகள் தோன்றுகின்றன. இந்த அடிப்படை உண்மையை எப் போதும் நினைவில் வைத்துக்கொள்ள வேண்டும். வாழ்க்கைக்கு நீ தகுதியானவன் அல்லன், ஆனால் வாழ்க்கை அங்கே இருக்கிறது. முழுக்க முழுக்கத் தகுதியில்லாமல் நீ வாழ்ந்து கொண்டிருக்கிறாய். அபரிமிதமான ஆற்றலுடன் நீ வாழ்ந்து கொண்டிருக்கிறாய்.

சரி, இது எப்படி நடக்கிறது? வாழ்வதற்குத் தகுதியில்லாத பட்சத்தில், அதில் எந்த உரிமையும் கோர முடியாத பட்சத்தில், ஏன் மகிழ்ச்சி இருப்பதில்லை? ஏன் நேசம் இருப்பதில்லை? ஏன் பரவசம் இருப்பதில்லை? இவை அனைத்தும் இருக்கத்தான் செய்கின்றன. ஆனால், நீ சட்டத்தைப் புரிந்துக்கொள்ள வேண்டும். அந்தச் சட்டம் என்னவென்றால், நேரடியாக முயற்சிக்காதே என்பதுதான். மகிழ்ச்சியை வலிந்து பெற முடியாது. அதை இசையச் செய்ய வேண்டும். அந்தத் தூண்டல் மறைமுகமாக இருக்க வேண்டும். அதன்மீது தாக்குதல் நடத்தக் கூடாது. நீ செல்ல வேண்டியது, மறைமுகமாக. ஏனென்றால், நீ நேரிடையாகச் சென்றால், மூர்க்கத்தனம் வந்துவிடுகிறது. வன்முறையைப் போல நேரிடையானது வேறு எதுவும் இல்லை. அதுபோலவே, வேறு எதுவும். வன்முறையைப் போல நேரிடையானது அல்ல.

வாழ்க்கை என்பது வட்டமாகச் சுழல்வது, அது நேரிடையானதல்ல. பூமி சூரியனைச் சுற்றிச் சுழல்கிறது. சூரியன் அதனைவிட வலிமையான ஒரு சூரியனைச் சுற்றிச் சுழல்கிறது. நட்சத்திர மண்டலமும், மொத்தப் பிரபஞ்சமும் சுற்றுப் பாதையில்தான் சுழல்கின்றன. பருவ காலம் சுழல்வதும் வட்டப்பாதையில்தான். குழந்தைப் பருவம், இளமைப் பருவம், முதுமைப் பருவம் அனைத்தும் வட்டப் பாதையில்தான் சுழல்கின்றன. மொத்த வாழ்க்கையும் சுழற்சிப் பாதையில்தான் சுற்றுகின்றன. அது எப்போதும் நேரான பாதையில் செல்வதில்லை. அது அம்பைப்போல, இலக்கை நோக்கி நேராகச் செல்வதல்ல. அம்பு என்பது மனிதனின் கண்டுபிடிப்பு. வாழ்க்கை என்பது அம்பைத் தவிர வேறொன்றுமில்லை. அம்பு என்பது மனிதனின் மூர்க்க மனம். அம்பு என்பது இரண்டு மைலுக்கு இடையே செயல்படும் ஒரு கருவி,

குறுகிய காலத்தில் இலக்கை அடைய வேண்டும் என்ற அவசரம் அதனிடம் உள்ளது. ஆனால், கடவுள் அவசரப்பட்டுச் செயல்புரிபவர் அல்லர்.

ஒருநாள். ஜீசஸ் ப்ரீக்ஸின் சிறிய புத்தகம் ஒன்றை நான் படிக்க நேரிட்டது. அது தொண்ணூற்று ஒன்பது சதவிகிதம் அபத்தமாகவும், ஒரு சதவிகிதம் அருமையாகவும் இருந்தது. ஆனால், ஒரு சதவிகிதம் அருமையாக இருந்தாலும்கூட, அது ஒரு மிகப்பெரிய விஷயம். ஏனென்றால், கிறிஸ்துவ வேதாந்திகள் தொண்ணூற்று ஒன்பது சதவிகிதம் அபத்தமானவர்கள். அந்த ஒரு சதவிகிதம் அர்த்தம் பொதிந்ததாக இருந்ததால், அதை நான் மிகவும் விரும்பினேன். அந்த ஒரு பகுதி இப்படிக் கூறுகிறது, ''அவசரம் கொன்றுவிடுகிறது! பதறிய காரியம் சிதறும்.'' கடவுள் அவசரம் காட்டாதவர். அவர் எல்லையற்ற பொறுமையுடன் உலவுபவர். கடவுள் என்பவர் சோம்பித் திரிபவர். உண்மையில், கடவுள் எங்கும் செல்வதில்லை. அவர் ஏற்கெனவே எங்கும் இருப்பவர். அவருக்கென்று எந்த இலக்கும் இருப்பதில்லை. அம்பு என்பது சுற்றிச் சுற்றி நடனமாடிக் கொண்டிருப்பது. அது எந்த இலக்கையும் அடையப் போவதில்லை. அதற்கு எந்த இலக்கும் இல்லை. வெறுமனே இருப்பதுதான் அதன் குறிக்கோள். அதே சமயத்தில், கடவுள் ஒரு பூவின் நறுமணத்தைப் போல எங்கும் வியாபித்திருப்பவர். வேறு எங்கும் செல்ல வழியின்றி அது சுற்றிச் சுற்றி அங்கேயே இருந்து கொண்டிருக்கும்.

கடவுள் எல்லையற்ற பொறுமை கொண்டவர். அவர் மிகுந்த எச்சரிக்கையுடன் செயலாற்றுபவர். அதுவும் மிகவும் மறைமுகமான வழிகளில். அவர் ஒரு குழந்தையை உருவாக்குவதற்கு ஒன்பது மாதம் எடுத்துக் கொள்கிறார். அவரைச் சுற்றித் திறமையான வல்லுநர்கள்

எவரும் இருப்பதில்லை. இது மில்லியன் கணக்கான வருடங்களாகத் தொடர்ந்து நடைபெற்று வருகிறது. அவர் எதையும் கற்றுக் கொள்ளவில்லை. அப்படி கற்றிருந்தால், நவீனக் கருவிகளைக் கண்டுபிடித்து, அவற்றைக் கொண்டு ஒன்பது நிமிடம் ஒரு குழந்தையை அவர் உருவாக்கத் தொடங்கியிருப்பார். எதற்காக இந்த ஒன்பது மாதத்தில்? ஆரம்பகாலம் முதலே, அவர் இதே விஷயத்தைத்தான் கடைப்பிடித்து வருகிறார். அவர் புதிதாக எதையும் கற்றுக் கொள்ளவில்லை. அவர் வல்லுநர்களிடம் கேட்டிருக்க வேண்டும். அவர்கள் அதிக எண்ணிக்கையில் குழந்தைகளைப் பெற்றெடுக்கும் வழிகளைச் சொல்லி இருப்பார்கள். ஒரு குழந்தையைப் பெற்றெடுப்பதற்கு எடுத்துக் கொள்ளும் நீண்ட அவகாசமான ஒன்பது மாதத்தை வீணடிப்பதைத் தவிர்க்கும் உபாயங்களைச் சொல்லியிருப்பார்கள்.

ஆனால், குழந்தைகளிடம் மட்டுமல்ல மலர்களிடம் கூட அவர் எல்லையற்ற எச்சரிக்கையைக் கடைப்பிடிக்கிறார். பறவைகளிடமும், புல் இதழ்களிடமும் கூட அவர் எல்லையற்ற எச்சரிக்கையையும், போதிய அவகாசத்தையும் கடைப்பிடிக்கிறார். அவரிடம் அவசரம் இருப்பதில்லை. உண்மையைச் சொல்லப்போனால் நேரம் பற்றிய விழிப்பே அவரிடம் இருப்பதாகத் தெரியவில்லை. அவர் காலமின்றிச் செயல்புரிபவர். அவரோடு நீ இருக்க விரும்பினால், நீயும் அவசரப்படாதே. இல்லையென்றால் அவரை நீ மீறிச் சென்று விடுவாய். அவர் இங்கே இப்போது, பொறுமையாக அலைந்து கொண்டிருக்கிறார். நீ எப்போதும் அம்பாகச் செயல்படுவாய். ஆனால், அவர் அம்பு போன்று செயல்புரிபவர் அல்லர்.

கடவுளிடம் இருப்பது என்பது, மகிழ்ச்சியுடன் இருப்பதற்காக. கடவுளிடம் இருப்பது என்பது, உயிர்ப்புடன் இருப்பதற்காக, கடவுளிடம் இருப்பது என்பது, தியானத்துடன் இருப்பதற்காக.

ஆனால், மனிதன் முழுக்க முழுக்கப் பயிற்சி பெற்றிருப்பது, வேகமாகச் செயல்படுவதற்குத்தான். வேகம் என்பது ஏதோ ஒரு மதிப்பு வாய்ந்த விஷயமாகக் கருதப்படுகிறது. ஆனால், உண்மையில் அப்படியல்ல. அது சித்த பிரமையைத்தான் உண்டாக்கும். அது சித்தபிரமையை உருவாக்கி இருக்கிறது.

மறைமுகமாகச் செயல்படு. மறைமுகமாக என்பதன் அர்த்தம் என்ன?

எனக்குத் தெரிந்த ஒரு முதியவர், எப்போதும் எதையாவது பற்றிப் புகார் சொல்லிக்கொண்டே இருப்பார். எப்போதும் புலம்பிக்கொண்டே இருப்பார். நடைபெறும் அனைத்தையும் அவர் தவறான கண்ணோட்டத்திலேயே பார்க்கும் சுபாவம் கொண்டவர். பிறவியிலேயே அவர் ஒரு விமர்சகர். விமர்சகர்கள் துன்பப்படுவதைப் போலவே அவரும் துன்பப்பட்டார். ஏனென்றால், சில நேரங்களில் மிக அதிக வெப்பம் நிலவும், சில நேரங்களில் மிக அதிக குளிர் நிலவும், சில சமயங்களில் மிக அதிக மழை பெய்யும், சில சமயங்களில் மழையே பெய்யாது. வருடம் முழுவதும், எல்லாப் பருவ காலங்களிலும் அவர் துன்பத்தையே சந்தித்து வந்தவர். எதிர்மறையான மனப்பாங்கு - அதனால், அவர் தொடர்ந்து மகிழ்ச்சியைத் தேடுவதிலேயே ஈடுபட்டிருந்தார். தான் திருப்தி அடைவதற்கான எல்லா முயற்சிகளையும் தொடர்ந்து மேற்கொண்டபடியே இருந்தார். அவரைப் போன்ற ஓர் அதிருப்தியான மனிதனை நான் சந்தித்ததே இல்லை.

துன்பம், சோகம், அதிருப்தி ஆகியவற்றின் மொத்த உருவமாக அவர் காட்சியளித்தார். அவருடைய கண் களில், விரக்தியைத் தவிர, வேறு எதையும் பார்க்க முடி யாது. அவருடைய முகத்தில் மன இறுக்கத்தினாலும், அதிருப்தியினாலும் ஏற்பட்ட பல சுருக்கங்கள் காணப் படும். அவருடைய மொத்த வாழ்க்கையின் மனக்குறை பாடுகளும் அவருடைய முகத்தில் எழுதப்பட்டடிருந்தன.

ஆனால், திடீரென்று ஒருநாள் அவர் மாறிவிட்டார். அறுபது வயதான அவருக்கு மறுநாள் பிறந்தநாள். அவரை வாழ்த்த வந்தவர்களுக்கு,. அவருடைய மாற்றத்தைப் பார்த்ததும் பெரிய ஆச்சரியம். அவர்களுடைய கண்களை அவர்களாலேயே நம்ப முடியவில்லை. ஒரே இரவில் அவர் சட்டென மாறிவிட்டிருந்தார். இதைப் பற்றியும் சிலர் என்னிடம் கூறினார்கள். அதனால், நான் அவருடைய வீட்டிற்குச் சென்று, அந்த மாற்றத்திற்கான காரணத்தை அறிய முற்பட்டேன். ஏனென்றால், இது ஒரு பெரிய புரட்சி. இதைப் பார்க்கும்போது, ரஷ்யப் புரட்சி ஒன்றுமில்லாதது. இதைப் பார்க்கும்போது, சீனப் புரட்சி ஒன்றுமில்லாதது. மாபெரும் புரட்சி! அறுபது வருடமாக விரக்தியின் விளிம்பில் வாழ்ந்த ஒரு மனிதன், எப்படி, திடீரென்று இப்படி...? என்ன நடந்திருக்கும், என்ன அதிசயம் நிகழ்ந்திருக்கக் கூடும்? இயேசு கூட இப்படி ஒரு மகத்தான அதிசயத்தைச் செய்திருக்க முடியாது. இது சாத்தியமே இல்லாத ஒன்று. ஏனென்றால், பைபிளில் கூட இத்தகைய அற்புதத்தை நீ படித்திருக்க முடியாது. இயேசு குருடனுக்குப் பார்வை அளித்திருக்கிறார், அவர் செவிட்டு ஊமைகளைக் குணப் படுத்தியிருக்கிறார், அவர் இறந்து போனவர்களைக் கூட் உயிர் பெறச் செய்திருக்கிறார். ஆனால், அதிருப்தியான வரை இயேசு குணப்படுத்தியதாக எந்த நிகழ்ச்சியும் இல்லை. அது சாத்தியமே இல்லை.

அந்த மனிதரை நான் பார்த்தபோது, அவர் உண்மையிலேயே மகிழ்ச்சியாக இருந்தார். பூரிப்புடன் காணப்பட்டார். நான் கேட்டேன், "உங்களுக்கு எப்படி இந்த மாற்றம் ஏற்பட்டது?"

அவர் கூறினார், "இருப்பது போதும்! நான் அறுபது வருடமாக மகிழ்ச்சியைத் தேடி அலைந்தேன். ஆனால், அது எனக்குக் கிடைக்கவில்லை. அதனால், சென்ற இரவு நான் ஒரு முடிவுக்கு வந்தேன். கடந்ததை முற்றிலுமாக மறந்துவிடு, மகிழ்ச்சியைத் துளியும் சட்டை செய்யாதே, யதார்த்தமாக இரு. இப்போது, அதுபோலவே, நான் மகிழ்ச்சியுடன் இருக்கிறேன்."

அவர் அறுபது வருடமாக மகிழ்ச்சியைத் தேடி அலைந்தார். நீ தேடிக் கொண்டே இருந்தால், உனக்கு மேலும் மேலும் துன்பங்கள்தான் பெருகும். நீ ஓர் அம்பினைப்போல், நேரான பாதையில் சென்று கொண்டிருக்கிறாய். கடவுள் குறுக்கு வழிகளில் நம்பிக்கை கொள்வதில்லை. நீ, உன் இலக்கை அடைந்துவிடுவாய். ஆனால், அங்கே மகிழ்ச்சி இருக்காது.

மில்லியன் கணக்கான மக்கள் குறிக்கோளை அடைகிறார்கள். அவர்கள் வெற்றி பெற விரும்புகிறார்கள், அதே சமயத்தில் வெற்றியும் பெறுகிறார்கள். ஆனால், அவர்களிடம் மகிழ்ச்சி இருப்பதில்லை. அவர்கள் பணக்காரர்களாக வேண்டும் என்று ஆசைப்படுகிறார்கள், பணக்காரர்களாகவும் செய்கிறார்கள். ஆனால் அவர்களிடம் மகிழ்ச்சி இருப்பதில்லை. எந்த அளவுக்கு அவர்கள் சம்பாதிக்கிறார்களோ, அந்த அளவுக்கு அவர்களுடைய மகிழ்ச்சி பறிபோய்விடுகிறது. ஏனென்றால், இப்போது அவர்களுடைய நம்பிக்கையும் போய்விடுகிறது. அவர்கள் பணக்காரர்களாகிவிட்டால், மகிழ்ச்சி என்பது தானாக

வந்துவிடும் என்று அவர்கள் நினைக்கிறார்கள். இப்போது அவர்கள் நிறைய சம்பாதித்துவிட்டார்கள். ஆனால் மகிழ்ச்சி...? அதன் அறிகுறியே எங்கும் இருப்பதில்லை. இப்போது, மகிழ்ச்சியின்மையோடு, நம்பிக்கையின்மையும் சேர்ந்து கொள்கிறது.

ஓர் ஏழை எப்போதும் நம்பிக்கையை இழப்பதில்லை. ஆனால், ஒரு பணக்காரன் எப்போதும் நம்பிக்கையை இழந்துவிடுகிறான். நம்பிக்கையோடு கூடிய ஒரு பணக்காரனை நீ சந்தித்தால், அவன் இன்னும் போதுமான அளவுக்கு சம்பாதிக்கவில்லை என்பது உறுதி. நம்பிக்கையின்மையே பணக்காரனாக இருப்பதன் அடையாளம். ஓர் ஏழை நம்பிக்கை கொள்ளலாம். காரணம், அவன் அனுபவிக்காத மில்லியன் கணக்கான விஷயங்கள் இருக்கின்றன. அவனுடைய குறிக்கோளை, அவன் ஆசைப்படும் அத்தனை விஷயங்களையும், அவன் கனவிலே கண்டு மகிழ்ச்சியாக இருப்பான்.

இந்த மனிதர் அறுபது வருடமாக மகிழ்ச்சியைத் தேடிக் கொண்டிருந்தார். அறுபது என்பது, மரணம் நெருங்கி வருகிற வயது. அந்த இரவில் அவருக்கு இந்த எண்ணம் ஏற்பட்டிருக்க வேண்டும். ஏனென்றால், எப்போதெல்லாம் பிறந்த நாள் வருகிறதோ, அப்போதெல்லாம், மனதின் ஓரத்தில், ஒரு மெல்லிய மரண பயம் ஏற்பட்டுக் கொண்டேதான் இருக்கும். அந்தப் பயத்தை மறைத்துக் கொள்வதற்காகத்தான், நாம் பிறந்தநாளை விமரிசையாகக் கொண்டாடிக் கொண்டிருக்கிறோம். இதை நீ மறப்பதற்காகத்தான், உன் உற்றார், உறவினர்களும். நண்பர்களும், உன் வீட்டிற்கு வந்து பிறந்தாள் வாழ்த்துக் கூறிச் செல்கிறார்கள். ஒவ்வொரு பிறந்த நாளும் இறந்த நாள்தான், ஏனென்றால், மரணம் நம்மை நெருங்குவதற்கு ஒரு வருடம் கழிந்து விட்டது என்று பொருள். உண்மையில்,

பிறந்தநாள் என்பது பிறந்த நாள் அல்ல. அது அப்படி இருக்க முடியாது. மரணம் உன்னை நோக்கி நெருங்கி வருகிறது. காலம் அசுர வேகத்தில் கடந்து கொண்டிருக் கிறது. நீ நின்று கொண்டிருக்கிறாயே, அந்தப் பூமி இழுக்கப்பட்டுக் கொண்டிருக்கிறது. விரைவில், நீ அதள பாதாளத்தில் விழுந்து விடுவாய். பிறந்தநாள் என்பது இறந்தநாள். அதை மறைப்பதற்காக, அதை அடக்குவதற் காக, சமூகம் சில தந்திரங்களைக் கையாண்டு வருகிறது. உன் மரணம் நெருங்கிக் கொண்டிருக்கிறது என்பதை மறைப்பதற்காக, மக்கள் மலர்ச் செண்டோடும் பரிசுப் பொருள்களோடும் உன்னைப் பார்க்க வருவார்கள். அதை அவர்கள் பிறந்தநாள் விழா என்று அழைப்பார்கள்.

அவருக்கு அறுபது வயது பூர்த்தியாகி விட்டது. அடுத்த நாள் காலை, ஒரு புதிய பிறந்தநாள் வரப் போகிறது. அவருக்கு ஏதோ ஓர் எண்ணம் உதித்திருக்க வேண்டும். காலனின் காலடி ஓசை அவருக்குக் கேட் டிருக்க வேண்டும்... ஏதோ ஒரு நிழல் அவருக்குத் தெரிந் திருக்க வேண்டும். உடனே அவர் முடிவெடுத்திருப்பார். இதுவே போதும் நான் நீண்ட காலமாகக் காத்திருந்து விட்டேன். திருப்திக்காக ஏங்கி ஏங்கி முயற்சி செய்து, முயற்சி செய்து, கிட்டதட்ட என்னுடைய மொத்த வாழ்க்கையும் வீணாகிவிட்டது. ஆனால் எனக்கு எதுவும் கிடைக்கவில்லை.

அதனால், இப்போது அவற்றைப் பற்றி லட்சியம் செய்யாமல் வாழப்போகிறேன். அந்த முதியவர் கூறினார், ''இப்போது எனக்கு எந்தப் பிரச்சினையும் இல்லை. நான் இன்று போல, என்றைக்கும் மனத்திருப்தி யுடன் இருந்ததே இல்லை. இப்போது நான் பரிபூரண திருப்தியுடன் இருக்கிறேன், எந்த அதிருப்தியும் இல்லை, எந்த வருத்தமும் இல்லை.''

ஒவ்வொரு தேடலிலும், நீ மகிழ்ச்சியின்மையை உருவாக்கிக் கொள்கிறாய். நீ தேடாதபோது, மகிழ்ச்சி உன்னைத் தேடுகிறது, நீ தேடும்போது, நீ தனியாகத்தான் தேடுகிறாய் என்பதால் உன்னால் கண்டுபிடிக்க முடியாமல் போய்விடுகிறது. நீ எங்கே தேடுவாய்? எப்படித் தேடுவாய்? மனதால் மகிழ்ச்சியாக இருக்க முடியாது. மனம் என்பது சேமிக்கப்பட்ட அதிருப்தி. மனம் என்பது கடந்துபோன மகிழ்ச்சியின்மையின் சேமிப்புக் கிடங்கு. நீ இதுவரை அனுபவித்த அத்தனை துன்பங்களையும் அது சேமித்து வைத்திருக்கிறது. உன்னுடைய இருத்தலின் வடுக்கள் அவை. அதனால், மனம் தேடுவதற்கு முயற்சித்துத் தோற்றுப் போகிறது.

நீ மகிழ்ச்சியை மறந்துவிடும்போது, திடீரென்று உனக்கு மகிழ்ச்சி உண்டாகிறது. நீ திருப்தியை மறந்து விடுகிறபோது, திடீரென்று அது உனக்குக் கிடைக்கிறது. மகிழ்ச்சி என்பது எப்போதும் உன்னைச் சுற்றிச் சூழ்ந் திருக்கும், ஆனால், நீதான் அதைத் தவறவிடுகிறாய். நீ நினைத்துக் கொண்டிருப்பாய். எதிர்காலத்தில், குறிக் கோள் நிறைவேறிவிடும், மகிழ்ச்சி உண்டாகும், திருப்தி குடிகொள்ளும். நீ எதிர்காலத்தில் இருப்பாய். ஆனால், மகிழ்ச்சி என்பது ஒரு பூவின் நறுமணத்தைப்போல, அது எப்போதும் உன்னைச் சுற்றியே சுழன்று கொண்டிருக்கும்.

கடவுள், சோம்பித் திரிபவர். அவர் எப்போதும், எங்கும் சுற்றிக்கொண்டே இருப்பார். ஆனால், நீ அவரைத் தேடி வெகுதூரம் சென்று கொண்டிருப்பாய். வீட்டிற்குத் திரும்பி வா! இயல்பாக இரு. மகிழ்ச்சியைப் பற்றிச் சட்டை செய்யாதே. வாழ்க்கை என்பது ஒரு வெகு மதியைப்போல அங்கே இருக்கிறது. மகிழ்ச்சியும் கூட. ஒரு வெகுமதியைப் போல அங்கே காத்துக்கொண்டு இருக்கிறது - ஒரு முழுமையான வெகுமதி, ஒரு புனித மான வெகுமதி.

நீ அதிகமாகத் தேடும்போது, நீ மூடப்பட்டு விடுகிறாய். தேடுதலால் ஏற்படும் மனஇறுக்கம் உன்னை மூடி விடுகிறது. நீ மிக அதிகமாக ஆசைப்படும்போது, அந்த ஆசையே உன் மனஇறுக்கத்துக்குக் காரணமாக அமைந்து விடுவதால், மகிழ்ச்சி உன்னுள் ஊடுருவுவதற்கு வழி இல்லாமல் போய்விடுகிறது. மகிழ்ச்சி என்பது, தூக்கம் வருவதைப் போன்று அதே வழியில்தான், உன்னுள் ஊடுருவுகிறது. தூக்கத்தைப் போன்றுதான், திருப்தியும் உன்னுள் ஊடுருவுகிறது. நீ யதார்த்தமாக இருக்கும்போது, நீ அனுமதிக்கும் வகையில் இருக்கும் போது, நீ வெறுமனே காத்திருக்கும் அவை வருகின்றன.

உண்மையாகச் சொல்லப் போனால், அவை வருகின்றன என்று சொல்வது சரியாக இருக்காது. அவை, ஏற்கெனவே அங்கு இருக்கின்றன. நீ யதார்த்தமாக இருக்கும்போது, அவற்றை நீ பார்க்க முடியும், உணர முடியும். ஏனென்றால், நீ தளர்வாக இருக்கிறாய். தளர்வான நிலையில் இருக்கும்போது, நீ அதிக அளவில் உணர்வுபூர்வமாக இருக்கிறாய் - அப்போது மகிழ்ச்சி என்னும் விஷயம், மிகவும் நுட்பமான விஷயம் உள்ளே ஊடுருவுகிறது. அது வாழ்க்கையின் சாரம் போன்றது. நீ யதார்த்தமான தளர்வு நிலையில் இருக்கும்போது, எதையும் செய்யாமல் இருக்கும்போது, எங்கேயும் செல்லாமல் இருக்கும்போது, எந்தக் குறிக்கோளையும், எந்த இலக்கையும் அடைவது பற்றிச் சிந்திக்காதபோது, ஓர் அம்பு போல இல்லாதபோது ஆனால், ஒரு வில்லாக, எந்த மனஇறுக்கமும் இல்லாமல் இருக்கும்போது - அது அங்கே இருக்கிறது.

மாபெரும் மொகலாயப் பேரரசர் பாபரைப் பற்றிய ஒரு கதையை நான் கேள்விப்பட்டேன். அவர் இந்தியா வைக் கைப்பற்றிய ஒரு மகத்தான சக்கரவர்த்தி, இந்த

உலகத்தின் மாபெரும் சக்கரவர்த்திகளில் அவரும் ஒருவர். இதுவரை எந்த மனிதனும் ஆட்சி செய்யாத வகையில், உலகத்தின் மாபெரும் பகுதியை ஆட்சி செய்தவர் அவர்.

ஒரு பெரிய பண்டிதர், ஒரு முறை பாபரைப் பார்ப்பதற்காக, அவருடைய அரசவைக்கு வந்தார். ஆனால், அந்த மனிதருக்கு ஏமாற்றமாகப் போய்விட்டது. ஏனென்றால், பாபர் அவருடைய அரசவை சகாக்களுடன் அபசாரமாகப் பேசிக் கொண்டிருந்தார் - அருவருக்கத்தக்க, மோசமான கிண்டலுடன், அவர் கீழ்த்தரமாகப் பேசிக் கொண்டிருந்தார். கேவலமான முறையில் வயிறு குலுங்கச் சிரித்துக் கொண்டிருந்தார். பண்டிதருக்குப் பெருத்த ஏமாற்றம். அவர் கூறினார், ''நான் தங்களை ஒரு நாகரிகமான மனிதர் என்று நினைத்துக் கொண்டிருந்தேன், தாங்கள் ஞானத்தை விரும்புபவர் என்று பல கதைகளில் நான் படித்திருக்கிறேன். அதனால்தான் நான் இங்கு வந்தேன். தங்கள் அரசவையில் அறிஞர்கள், படித்தவர்கள், பண்டிதர்கள், இசைக்கலைஞர்கள், தத்துவஞானிகள், ஆன்மிகவாதிகள் ஆகியோர் எல்லாம் நிறைந்திருப்பார்கள் என்று நான் கேள்விப்பட்டேன். ஆனால், இங்கே நான் பார்ப்பது என்ன? வெறுமனே அருவருக்கத்தக்க செயல்கள்தான். இதை என்னால் ஜீரணித்துக் கொள்ள முடியாது. இதற்கும் மேல், ஒரு கணம்கூட உங்கள் அரசவையில் நான் இருக்கமாட்டேன்!''

பாபர் கூறினார், ''ஒரு கணம் பொறுங்கள், பிறகு நீங்கள் போகலாம். அந்த மூலையைச் சற்றுப் பாருங்கள்.'' அந்த மூலையில், ஒரு வில் வைக்கப்பட்டிருந்தது.

அதைப் பார்த்த பண்டிதர் கூறினார், ''இதற்கும் அதற்கும் என்ன சம்பந்தம்?''

பாபர் கூறினார், ''என்னால் எப்போதும் மன இறுக்கத்தோடு இருக்க முடியாது. வில் என்பது எப்போதும் இறுக்கமாக இருந்தால், அம்பு அதில் எப்போதும் இருக்கும், விரைவிலேயே வில் உடைந்துவிடும். அதன் எலாஸ்டிக் தன்மையை அது இழந்துவிடும். அதன் வளைந்து கொடுக்கும் தன்மை போய்விடும். வில் வளைந்து கொடுக்கும் தன்மையோடு இருந்தால்தான், அது உயிர்ப்புடன் இருக்கும்... எந்த அளவுக்கு அது வளைந்து கொடுக்குமோ, அந்த அளவுக்கு அது உயிர்ப்புடன் இருக்கும். அது என்னுடைய வில். என் வில்லைப் போன்றுதான் நானும். சில சமயங்களில், நான் இறுக்கமாக இருப்பேன். வில் விறைப்புடன் இருக்கும், அதில் அம்பு இருக்கும். ஆனால், இது சில சமயங்களில்தான். பிறகு நான் ஓய்வாக, தளர்வுடன் இருப்பேன்.''

அந்தப் பண்டிதர் என்ன கூறினார் என்பது எனக்குத் தெரியாது. ஆனால், அந்தப் பண்டிதரைவிட, பாபர் ஞானம் மிகுந்தவர் என்பது என்னுடைய கருத்து. ஒரு வில்லுக்குத் தளர்வு தேவை. நீயும்கூட ஒரு வில்லைப் போன்றவன்தான். உனக்கும் கூட தளர்வு தேவை.

சிறிய விஷயங்களில், இந்த உலகச் சந்தையில், நீ ஓர் அம்பைப் போலச் செயல்படலாம். ஏனென்றால், அவை மனிதனால் உருவாக்கப்பட்டவை. ஆனால், மனிதன் உருவாக்காத விஷயங்களில், நீ ஓர் அம்பைப் போல இருக்க முடியாது - நீ தளர்வான ஒரு வில்லைப் போலத்தான் இருக்க வேண்டியிருக்கும்.

கடவுள் பூரணமான தளர்வு நிலையைக் கொண்டவர். அதனால்தான் 'பதஞ்சலி' கூறுகிறார். மிகச் சரியான 'சமாதி' நிலை என்பது தூக்கத்தைப் போன்றது. ஆனால் ஒரே ஒரு வித்தியாசம்தான் உள்ளது - தரம், நறுமணம், ருசி அனைத்தும் ஒன்றுதான் - இரண்டுக்கும் ஒரே ஒரு

வித்தியாசம் மட்டும்தான் இருக்கிறது: தூக்கத்தில் நீ பிரக்ஞை இல்லாமல் இருக்கிறாய். சமாதியில் நீ பிரக்ஞை யோடு இருக்கிறாய். ஆனால், தளர்வு நிலை, யதார்த்தம் ஆகியவை இரண்டிலும் ஒரே மாதிரியாகத்தான் இருக் கின்றன. அனைத்தும் இறுக்கம் இல்லாமல், எங்கேயும் செல்லாமல், எங்கேயும் செல்வதற்குச் சிந்தனை கூடச் செய்யாமல், வெறுமே இங்கேயே, இப்போதே சட்டென அனைத்தும் நிகழத் தொடங்குகின்றன.

மகிழ்ச்சியாக இருப்பதற்கு நீ எதையும் செய்யத் தேவையில்லை. உண்மையைச் சொல்லப் போனால், மகிழ்ச்சி இல்லாமல் இருப்பதற்கு நீ பல விஷயங்களைச் செய்துவிட்டாய். நீ மகிழ்ச்சி இல்லாமல் இருப்பதற்குப் பல விஷயங்களைச் செய். நீ மகிழ்ச்சியோடு இருப்பதற்கு, வெறுமனே அனுமதிகொடு, அது போதும். ஓய்வாக இரு, தளர்வாக இரு, யதார்த்தமாக இரு.

யதார்த்தம் என்பது வாழ்க்கையின் இரகசியம். யதார்த்தம் என்பது மதத்தின் இரகசியம். யதார்த்தம் தான் மாபெரும் இரகசியம். நீ யதார்த்தமாக இருக்கும்போது, பல விஷயங்கள், மில்லியன் கணக்கான விஷயங்கள் நடைபெறத் தொடங்குகின்றன. அவை ஏற்கெனவே நடந்து கொண்டுதான் இருக்கின்றன, ஆனால் அவற்றை உணர்வதற்கு உனக்கு விழிப்பு இருப்பதில்லை. உன்னால் விழிப்பாக இருக்க முடியாது. ஏனென்றால், நீ வேறு எங்கேயோ உன்னை ஈடுபடுத்திக் கொண்டிருக்கிறாய். நீ எதிலோ செயல்பட்டுக் கொண்டிருக்கிறாய்.

பறவைகள் பாடிக்கொண்டே இருக்கின்றன. மரங்கள் பூத்துக்கொண்டே இருக்கின்றன. ஆறுகள் ஓடிக்கொண்டே இருக்கின்றன. மொத்தமும் தொடர்ந்து நடந்துகொண்டே இருக்கிறது. அவை வண்ணமயமாக, எல்லையற்ற கொண்டாட்டங்களுடன் நடந்துகொண்டே இருக்கின்றன.

ஆனால், நீ வேறு எதிலோ ஈடுபட்டிருக்கிறாய், முற்றிலு மாக மூடப்பட்டிருக்கிறாய், ஒரு சிறிய ஜன்னலைக் கூடத் திறந்து வைக்கவில்லை, ஒரு சிறு துவாரம்கூட இல்லை, எந்த சூரியக்கதிரும் உள்ளே நுழைய முடியாது, காற்றும் கூட ஊடுருவ முடியாது, நீ அந்த அளவுக்குக் கெட்டித்துப் போய், முற்றிலும் மூடப்பட்டிருக்கிறாய். இதைத்தான் Leibnitz Monads என்று அழைத்தனர். மோனட் என்றால், எந்த ஜன்னலும் இன்றி, எந்தத் திறப்பும் இன்றி, எல்லா வழிகளிலும் மூடப்பட்டிருக்கும் விஷயம் என்று அர்த்தம். நீ எப்படி மகிழ்ச்சியாக இருக்க முடியும்? இந்த அளவுக்கு நீ மூடப்பட்டிருந்தால், உன்னைச் சுற்றி நடக்கும் விஷயங் களில் நீ எப்படிப் பங்கேற்க முடியும்? நீ இதிலிருந்து மீண்டு வரவேண்டும். இந்தக் குறுகிய வட்டத்திலிருந்து வெளியேறி, இந்த சிறைவாசத்தைக் கைவிட்டாக வேண்டும்.

நீ எங்கே செல்கிறாய்? எதிர்காலத்தில், ஏதோ ஒரு சமயத்தில், ஏதோ சில குறிக்கோள்களை நீ அடைய வேண்டியிருக்கும் என்று நீ நினைக்கிறாய். இங்கே வாழ்க்கை ஏற்கெனவே இருக்கிறது! எதற்காக நீ எதிர் காலத்துக்காகக் காத்துக் கொண்டிருக்கிறாய்? எதற்காக, எதிர்காலத்துக்காக நீ தள்ளிப் போடுகிறாய். தள்ளிப் போடுதல் என்பது தற்கொலைக்குச் சமமானது. வாழ்க்கை மெதுவாக நகர்வது. அதனால்தான், உன்னால் அதை உணர முடிவதில்லை. அது மிகவும் மெதுவானது. அதே சமயத்தில் நீ உணர்வற்றவன். இல்லையெனில், தள்ளிப் போடுதல் என்பதுதான். ஒரே விஷம். நீ கொஞ்சம் கொஞ்சமாக உன்னையே கொலை செய்துகொள்கிறாய். நீ தள்ளிப்போட்டுக் கொண்டே இருக்கிறாய் - அதனால், இங்கேயே இப்போதே இருக்கும் வாழ்க்கையை நீ தவறவிட்டுக் கொண்டே இருக்கிறாய்.

இங்கேயே இப்போதே அடைந்தவர்கள் மீது, மொத்த வாழ்க்கையும் பூக்களைத் தூவி மகிழ்கிறது. அவர்கள் கனவில் கூட காணாத பல விஷயங்கள் நடைபெறத் தொடங்குகின்றன.

தியான நிலையில், நீ முதல் முறையாக தளர்வடையும் போது, வாழ்க்கை என்பது அழகானது, அற்புதமானது என்று உனக்குத் தோன்றுவதை உன்னாலேயே நம்ப முடியாது. அந்த எல்லையற்ற பரமசுகத்தை, அந்த 'சச்சிதானந்தத்தை' உன்னாலேயே நம்ப முடியாது. அது நம்ப முடியாத விஷயம். புத்தர் இதைப் பற்றிக் கூறியபோது, எவரும் நம்பவில்லை. இயேசு, கடவுளின் இராச்சியம் பற்றிப் பேசியபோது, எவரும் நம்பவில்லை. அவரைப் பின்பற்றியவர்கள், அவருடைய கூற்றின் மீது பரிபூரண நம்பிக்கை கொள்ளவில்லை.

ஒரு கதை இருக்கிறது. இயேசுவின் மிக அதிக அன்புக்குப் பாத்திரமானவர் தாமஸ். ஆனால், அவரும் கூட இயேசுவின் மீது முழு நம்பிக்கை கொள்ளவில்லை. அவரும்கூட இயேசுவை சந்தேகப்பட்டார். அதனால்தான் டவுட்டிங் தாமஸ் (Doubting Thomas) என்ற கூற்று. இப்போது வழக்கில் இருக்கிறது. தாமஸ் இயேசுவின் அதீத அன்புக்குப் பாத்திரமான சீடனாகவும், மற்ற சீடர்களைவிட அதிக நெருக்கம் கொண்டவராகவும் விளங்கினார். இருந்தாலும்கூட, அவர் டவுட்டிங் தாமஸ் ஆகவே இருந்தார்.

ஒரு முறை இந்தச் சம்பவம் நிகழ்ந்தது. கலிலீ ஏரியின் ஒரு கரையிலிருந்து மறுகரைக்கு இயேசு தன் சீடர்களுடன் செல்ல விரும்பினார். அவர் தன் சீடர்களை அழைத்து, முதலில் அவர்களைப் போகச் சொல்லிவிட்டு, அவர்களின் பின்னால் தான் மறுகரைக்கு வந்து சேர்ந்து விடுவதாகக் கூறினார். அதனால், சீடர்கள் ஒரு படகில்

ஏறி, மறுகரையை நோக்கிச் சென்று கொண்டிருந்தனர். அவர்கள் ஏரியின் மையப் பகுதியில் சென்று கொண்டிருந்த போது, ஓர் ஆச்சரியம் நடந்தது. அவர்கள் கண்களை அவர்களாலேயே நம்ப முடியவில்லை. இயேசு, திடீரென்று அங்குத் தண்ணீரில் நடந்து வந்து கொண்டிருந்தார். அவர்கள் இயேசுவை முற்றிலுமாக மறந்து விட்டனர். இது ஏதோ ஒரு பிசாசின் வேலை என்று அவர்கள் நினைத்தனர். அவர்கள் பல அதிசயங்களைப் பார்த்தவர்கள், இறந்தவன் உயிர்பெற்ற காட்சியைக் கண்டவர்கள். ஆனால், அவர்களாலேயே இதை நம்ப முடியவில்லை. அந்தக் கணநேர ஆச்சரியத்தில், அனைத்தையும் மறந்துவிட்டார்கள். அந்த அளவுக்கு, அது ஒரு நம்ப முடியாத நிகழ்ச்சியாக இருந்தது - இயேசு தண்ணீரில் நடந்து வருவது.

சீடர்களுக்குப் பயம் வந்துவிட்டது, உடம்பெல்லாம் நடுங்கத் தொடங்கியது. அவர்கள் கடவுளிடம் பிரார்த்தனை செய்ய ஆரம்பித்தார்கள். ''எங்களைக் காப்பாற்றுங்கள்! இப்போது நடந்து வரும் மனிதன் யார்? இது ஒரு பேயாகத்தான் இருக்க வேண்டும்! நாங்கள் ஆபத்தில் இருக்கிறோம்!'' இயேசு அருகில் வந்தபோது, தாமஸ் கூட அலறினார், ''ஏய், நீ யார்?''

இயேசு கூறினார்,''என்னை உங்களுக்குத் தெரியவில்லையா? என்னை நீங்கள் முற்றிலுமாக மறந்து விட்டீர்களா?'' நான் இயேசு என்பதை நீங்கள் நம்பவில்லையா, நான் உங்கள் குரு என்பது உங்களுக்கு நினைவில்லையா?'' இருந்தாலும் சீடர்கள் அனைவரும் நடுங்கிக் கொண்டிருந்தார்கள்.

தாமஸ் கூறினார், ''நீங்கள் உண்மையிலேயே இயேசு என்றால், பேய் அல்ல என்றால் மாறுவேடத்தில் வந்த பிசாசு அல்ல என்றால், நீங்கள் தண்ணீரில் நடந்து வருவது

உண்மை என்றால், நானும் உங்களோடு சேர்ந்து தண்ணீரில் நடந்து வரலாமா, குருவே!'' அது பிசாசின் வேலையா, இல்லையா என்பதைச் சோதிப்பதற்காக, தாமஸ் இந்தத் தந்திரத்தைக் கையாண்டார்.

இயேசு கூறினார், ''ஓ தாராளமாக நீயும் நடந்து வரலாம்!'' மீண்டும் ஒரு பிரச்சினை. தாமஸ் இரண்டு, மூன்று அடி நடந்தார். ஆமாம், அவராலும் நடக்க முடிந்தது. அதற்குப் பிறகு மீண்டும் சந்தேகம் கிளம்பியது. ''இது ஒரு வேளை பிசாசின் தந்திர வேலையாக இருக்குமோ, இல்லையென்றால், என்னால் எப்படித் தண்ணீரில் நடக்க முடியும்? அதற்குச் சாத்தியமே இல்லை'' அந்தச் சம்பவம் நடந்து கொண்டிருந்தது, அவர் தண்ணீரில் நடந்து கொண்டிருந்தார். ஆனால், தன்னையே அவரால் நம்ப முடியவில்லை. இந்தச் சந்தேகம் எழுந்தவுடனே, தாமஸ் ஏரியில் மூழ்கிவிட்டார். பிறகு, இயேசு ஓடிச் சென்று அவரைக் காப்பாற்றினார்.

அதற்குப் பிறகு இயேசு கூறினார், ''இந்த அளவுக்குக் குறைந்த நம்பிக்கை கொண்டவனாக இருக்கிறாயே!'' அன்று முதல், ''டவுட்டிங் தாமஸ்'' என்னும் கூற்று, எங்கும் வழங்கப்படுகிறது. ஆனால் தாமஸ், மிக அதிக அன்புக்குப் பாத்திரமான சீடன் என்பதில் சந்தேகமில்லை. ஏனென்றால் மற்ற சீடர்கள் படகை விட்டு வெளியே வருவதற்குத் தயங்கியபோது முற்றிலுமாக நம்பிக்கை இல்லாமல் இருந்தபோது, தாமஸ் குறைந்தபட்சம் படகை விட்டு வெளியேறி, தண்ணீரில் நடப்பதற்கு முயற்சியாவது மேற்கொண்டார் அல்லவா?

கடவுளின் இராச்சியம் என்ற நற்செய்தியை இயேசு கொண்டு வந்தபோது, யாரும் அவரை நம்பவில்லை. உள்ளுக்குள் இருக்கும் எல்லையற்ற வெறுமையைப் புத்தர்

போதித்தபோது, ஒருவரும் அவருக்கு செவி கொடுக்க வில்லை. நம்மால் நம்ப முடியாது! நமக்குத் தெரியாத ஒன்றை நாம் எப்படி நம்பிவிடுவோம்? குறைந்தபட்சம், ஒரு ஷண நேரத்திற்காவது, அந்தத் தோற்றம் தெரிய வேண்டும் என்று நாம் நினைக்கிறோம்.

நாம் அந்த அளவுக்கு, துன்பங்கள் நிறைந்த ஒரு நரகத்தில் வாழ்கிறோம். கடவுளின் இராச்சியம் பற்றிய போதனைகள் எல்லாம் நமக்கு ஒரு கனவாகத்தான் தெரிகின்றது, ஒரு கற்பனைக் கவிதையாகத்தான் பார்க் கிறோம். அதற்கு மேல், அதில் எதுவும் இருப்பதாக நமக் குத் தெரியவில்லை. ஓர் இலக்கியத்தைப் போலத்தான் மதத்தை நாம் பாவிக்கிறோம். நம் கண்ணோட்டத்தில் அவையெல்லாம் கட்டுக்கதைகளாகத்தான் தெரிகின்றன. அதற்குமேல், பெரிதாக நமக்கு ஒன்றும் தோன்றுவ தில்லை. அது அப்படித்தான் இருக்கும், ஒரு வகையில் அது இயற்கை தான், ஏனென்றால், நீ எங்கே நிற்கிறாய் என்பது உனக்குத் தெரிவதில்லை. உன்னைச் சுற்றி என்ன நடக்கிறது என்பதைப் புரிந்துகொள்ளும் மனோபாவத்தில் நீ இருப்பதில்லை. அந்த அளவுக்கு நீ உணர்வற்றவன், மூடப்பட்டவன்.

உன் ஜன்னல்களைத் திறந்து வை, கதவுகளைத் திறந்து வை. இந்த சிறைவாசத்திலிருந்து விடுதலை பெற்று வா. வானத்தின் கீழே நில். மீண்டும் உணர்! சிந்தனை எந்த உதவியும் செய்யாது. ஒரு ஜன்னலைக் கூடத் திறக்காமல், உனக்குள்ளேயே சிந்தித்துக் கொண்டு இருக்காதே. உணர்வுகள் மட்டுமே, உனக்குள் இருக்கும் உன்னை வெளியே கொண்டு வரும் - ஆனால், உணர்வதற்கு நீ மிகவும் பயப்படுகிறாய். சிந்திப்பது உனக்கு எளிதாக இருக்கும் அளவுக்கு, உணர்வு உனக்கு எளிதாக இருப்ப தில்லை. ஆனால், உணர்வுதான் உன்னை வெளியே

கொண்டுவரும். அதுதான் உன்னை மறுபடியும் நடை முறை வாழ்க்கைக்குக் கொண்டுவரும். நீ கடலை நோக்கிப் பயணிக்கும் ஆற்றில் நீ நீந்திக் கொண்டிருப்பாய்.

அதிகமாக உணர், குறைவாக சிந்தி, கொஞ்சம் கொஞ்ச மாக, உன் உணர்வு அதிகமாகிக் கொண்டே செல்லும். நீ அதிகமாக உணர உணர, நீ அதிகமாக தளர்வு நிலையை அடைவாய். வாழ்க்கையின் ரகசியத்தை நீ அதிகமாக அறிந்துகொள்ளும்போது - அதற்காக நீ எதையும் செய்யத் தேவையில்லை, நீ தயார்நிலையில் இருக்க வேண்டும், அவ்வளவுதான். வெறுமனே தயார் நிலை. அப்போது அனைத்தும் உன்னை வந்து சேரும். ஒன்றைப் பற்றிக் கொள்வதற்கு, எப்போது உனக்கு ஓர் எண்ணம் வருகிறதோ, அனைத்தும் மறைந்துவிடுகிறது. சுஃபி கதையின் அர்த்தம் இதுதான்.

கடலோரத்தில் வாழ்ந்துவந்த ஒரு மனிதன், கடற்பறவைகளை மிகவும் நேசித்தான்.

நேசம் என்பதுதான் எல்லா உணர்வுகளுக்கும் மைய மாக விளங்கக்கூடியது. நேசம்தான் எல்லா உணர்வு களுக்கும் ஆத்மாவாக விளங்கக்கூடியது. எல்லா உணர்வு களும் நேசத்தையே மையமாகக் கொண்டிருக்கும். நீ நேசிக்காவிட்டால், கொஞ்சம் கொஞ்சமாக எல்லா உணர்வுகளும் மறைந்துவிடும். நீ நேசித்தால், எல்லா உணர்வுகளும் புத்துயிர் பெற்றுவிடும். நினைவு வைத்துக்கொள், நான் சொல்வது எல்லா உணர்வுகளும்: நேர்மறையானது, எதிர்மறையானது, அனைத்தும்தான். நீ நேசிக்கும்போது, நீ கோபப்படவும் தொடங்குவாய் - உடனடியாக. நீ நேசிக்கும்போது, நீ கவலையை உணர்வாய், மகிழ்ச்சியை உணர்வாய். நீ நேசிக்கும்போது எல்லா உணர்வுகளும் உன் வாழ்வில் திரும்பிவிடுகின்றன.

இதுதான் பிரச்சினை. அதனால் நேசிப்பதற்குச் சமூகம் அனுமதிப்பதில்லை. ஏனென்றால், அப்படி அனுமதிக்கும் பட்சத்தில், நல்ல உணர்வுடன் கொண்ட நேசம், அதாவது சமூகம் தீர்மானித்த நல்லது இருந்தால், அதில் எந்தப் பிரச்சினையும் இல்லை. ஆனால், நேசத்தில் உள்ள பிரச்சினை என்னவென்றால், சொர்க்கம் மட்டும் அதைப் பூச்சொரிந்து வரவேற்பதில்லை. நரகமும் அப்படித்தான் செய்யும். இரண்டும் ஒன்றாகத்தான் செயல்படும். அவை ஒரு நாணயத்தின் இரண்டு பக்கங்களாக விளங்குபவை. அவற்றைத் தனித்தனியாகப் பிரிக்க முடியாது - அவற்றைப் பிரிப்பதற்கு அவசியமும் இல்லை. ஏனென்றால், நரகம் இல்லாத சொர்க்கம் உப்பு சப்பில்லாதது. கோபம் இல்லாத நேசம் சக்தியற்றது. கவலை இல்லாத நேசம் ஆழம் இல்லாதது.

வாழ்க்கை என்பது இரு துருவங்கள் கொண்டது. அந்தத் துருவங்களின் மூலமாகத்தான், வாழ்க்கை மேலும் மேலும் சௌகர்யமானதாக, மேலும் மேலும் சிக்கலாக அமைகிறது. வாழ்க்கை என்பது அரிஸ்டாட்டிலின் லாஜிக்கைப் போன்று சாதாரணமானதன்று, அது ஹெகலின் மொழியைப் போன்று உயர்வானது. அது விவரணமும், எதிர் விவரணமும் கலந்தது. இரண்டு துருவங்களும் சந்தித்துப் போரிடும் போது, மூன்றாவதாக ஒரு சேர்க்கை தொடங்கிவிடுகிறது. இந்த இரண்டு துருவங்களின் மூலமாக, ஒரு பெரிய இசைவு உண்டாகிறது. அந்தப் பெரிய இசைவு மறுபடியும் விவரணத்தைக் கொண்டு வருகிறது. ஒரு புதிய எதிர்விவரணம், மறுபடியும் கிளம்புகிறது. ஏணியின் படிகளில், ஒரு புதிய படி இணைந்து கொள்கிறது.

இப்படித்தான் வாழ்க்கை போய்க் கொண்டிருக்கிறது. வாழ்க்கை என்பது ஹெகலின் மொழியைப் போன்றது,

அரிஸ்டாட்டிலின் லாஜிக்கைப் போன்றது அல்ல. அது வெறுமனே இரட்டையாக இருப்பதில்லை. அது இரட்டையிலிருந்து மீண்டும் மீண்டும் ஒன்றாகி விடுகிறது - அந்த ஒற்றை மறுபடியும் ஒரு துருவம் ஆகிவிடுகிறது. அது இன்னொரு துருவத்தை உருவாக்கிவிடுகிறது. மறுபடியும் இயக்கம் ஆரம்பிக்கிறது. இப்படித்தான், வாழ்க்கை என்பது கொஞ்சம் கொஞ்சமாக உயர்ந்து, இருத்தலின் உச்ச நிலையை அடைய முயற்சிக்கிறது.

நீ நேசிக்கும்போது, மகிழ்ச்சியும் அடைகிறாய், அதே சமயத்தில் கவலையும் அடைகிறாய். இவைதான் விவரணம் மற்றும் எதிர் விவரணம் என்பவை. வாழ்க்கை என்பது ஓர் இசைவு, ஒரு சேர்க்கை. ஓர் ஆறு இரண்டு கரைகளுக்கு இடையே ஓடுவதைப்போல், வாழ்க்கை என்பது இரண்டு எதிர்த் துருவங்களுக்கு இடையே நடைபெறுவது. ஒரு கரையில் நின்றுகொண்டு, ஓர் ஆற்றை உன்னால் கணிக்க முடியாது. அப்படி நீ கணிக்கத் தொடங்கினால் எல்லா ஆறுகளும் மறைந்துவிடும். ஒரு கரை தான் சிறந்தது என்று நீ தீர்மானிக்க முயற்சித்தால், பிறகு ஆறுகள் இல்லாமல் போய்விடும்.

இதுதான் மனிதனின் பிரக்ஞைத் தன்மைக்கு ஏற்பட்டுள்ளது. ஆரம்பத்தில், வெறுப்புக்கு எதிராக, கோபத்துக்கு எதிராக, எல்லாவித எதிர்மறைத் துருவங்களுக்கும் எதிராக, அவை நல்லவை அல்ல என்று மனிதன் தீர்மானித்துவிட்டான். நல்லவை என்பது தனியாக இருந்தால், அவை நல்லவை என்பதை உன்னால் கருத முடியாது. நேசம் கொள்ளாமல், வெறுமனே கோபம் மட்டும் கொள்ளும் மனிதன் பைத்தியக்காரன். கோபம் என்பது ஒரு வியாதியைப் போன்றது. நேசத்தின் காரணமாக, ஒரு மனிதன் கோபப்பட்டால், அன்பின் காரணமாக, ஒரு குழந்தை மீது தந்தை கோபப்பட்டால், அந்தக் கோபத்திலும் ஓர் அழகு இருக்கத்தான் செய்யும்.

பெற்றோர்கள் நேசத்தோடு கூடிய கோபத்தைத் வெளிப்படுத்தினால், எந்தக் குழந்தையின் மனமும் காயப்படாது. ஆனால், நேசமில்லாமல் கோபத்தை மட்டுமே வெளிப்படுத்தும் பெற்றோர்கள் மன்னிக்கப்பட மாட்டார்கள். குழந்தை அதை மறந்துவிடக் கூடும், ஆனால் அது மன்னிக்காது. வெறும் கோபம், எந்த நேசமும் இல்லாமல் கொள்ளும் வெறும் கோபம்? அது ஒரு வியாதி, அது ஒரு விஷம். ஆனால், நீ கோபத்தோடு நேசம் காட்டினால், குழந்தை அதைப் புரிந்து கொண்டு விடும். அது அன்பைப் புரிந்துகொள்ளக் கூடியது. அந்தப் பரிபூரணமான அன்பில், கோபம் ஓர் அங்கம். அந்தக் கோபம்கூட, நேசத்தின் வெளிப்பாடுதானே. தவிர, வேறெதுவுமில்லை. இதைக் குழந்தை நன்கு புரிந்து கொண்டு, உன் மீது மேலும் அன்பு செலுத்துகிறது.

கணவனிடம் ஏற்படக்கூடிய நேசம் இல்லாத கோபம் என்பது, ஈகோ. அவன் அதிகாரம் செய்ய ஆசைப்படு கிறான். ஆளுமை கொள்ள ஆசைப்படுகிறான் என்று அர்த்தம். நேசத்தோடு கணவன் காட்டும் கோபம் என்பது, ஈகோ அல்ல, ஆளுமை எண்ணம் அல்ல. அது உதவக் கூடிய ஓர் அன்பு. கோபம் தேவைப்படும்போது, நேசமே கூட அந்தக் கோபத்தை ஏற்படுத்திவிடும்.

நேசம் உண்டாகும்போது, எல்லாவித உணர்வுகளும் மேலே எழும்புகிறது. ஓர் எரிமலை வெடிக்கிறது, அதனால் மனிதன் பயப்படுகிறான். அதனால் இந்த எரிமலையைச் சீண்டுவதற்கு மனிதன் பயந்துவிடுகிறான். அது அங்கேயே மறைந்து இருக்கட்டும். ஏனென்றால், அது எதிர்மறையான விளைவுகளையும் கொண்டுவந்து விடும். ஆனால், அறிந்தவர்கள் கூறுவார்கள், எதிர்மறை யைக் கண்டு அஞ்சாதீர்கள் என்று. எதிர்மறை என்பது நேர்மையுடன் கூடவே ஒன்றிணைந்து இருப்பது. அது

ஒரு நிழலைப் போல, உன்னைப் பின் தொடர்ந்து கொண்டே இருக்கும். நீ அந்த நிழலை விரும்பவில்லை என்றால், உன்னையே நீ மாய்த்துக் கொள்ள வேண்டி யிருக்கும். அப்போதுதான் அந்த நிழல் உன்னை விட்டு நீங்கும். ஆனால், நிழலின் மீது எந்தக் குற்றமும் இருப்ப தில்லை. நீ அங்கே இருந்தால், எந்தக் குற்றமும் இல்லை. நேசம் அங்கே இருந்தால், எந்தக் குற்றமும் இல்லை.

சிலர் செயின்ட் அகஸ்டீனிடம் கேட்டார்கள், ''ஒரே வாக்கியத்தில் எளிமையாகச் சொல்லுங்கள், கிறிஸ்துவின் செய்தியைப் பற்றிய சாரத்தைச் சொல்லுங்கள், ஏனென் றால் நான் ஒரு பாமரன், என்னால், வேதாந்தத்தின் நுட்பங்களைப் புரிந்துகொள்ள முடியாது, நீதியைப் பற்றி எனக்குப் பெரிதாக எதுவும் தெரியாது, அதனால், சிக்கலான நல்லொழுக்கங்களைப் பற்றி என்னிடம் கூறாதீர்கள், என்னால் புரிந்துகொள்ள முடியாது. அதனால், எளிமையான நல்லொழுக்கங்களை எடுத்துச் சொல்லி, அதன்படி நான் பின்பற்றி நடக்க எனக்கு வழிகாட்டுங்கள்.''

செயின்ட் அகஸ்டின் சிறிது நேரம் கண்களை மூடிய படி தியானித்துவிட்டுக் கூறினார், ''அப்படியானால் ஒரே ஒரு விஷயத்தைச் சொல்கிறேன் - நேசம் காட்டுங்கள், மற்ற அனைத்தும் அதைப் பின்தொடர்ந்து வரும்.''

நேசம் தான் மாபெரும் நீதி, ஏனென்றால் அது உன்னுடைய உணர்வுப் பகுதியை மேலே கொண்டு வரும், சிந்திக்கும் பகுதியைக் கீழே தள்ளும். சிந்திக்கும் பகுதியில் வேறெந்தத் தவறும் இருப்பதில்லை. எது தவறு என்பதைச் சுட்டிக் காட்டும் ஒரு குருவின் வேலையை அது செய்கிறது. விவேகம் நல்லதுதான், அது உணர்வதற்கு உதவும் பட்சத்தில். உணர்வு என்பது ஒரு குருவாகவும்,

விவேகம் என்பது ஒரு வேலைக்காரனாகவும் செயல்பட வேண்டும். உணர்வு வழிகாட்ட வேண்டும், விவேகம் என்பது அதைச் செயல்படுத்த வேண்டும். ஆனால், விவேகம் ஒரு குருவாகச் செயல்படத் தொடங்கினால், உணர்வு அதைப் பின்பற்றி ஆகவேண்டும், அப்போது நீ இறந்துவிடுவாய்... ஏனென்றால், விவேகத்தை மட்டும் வைத்துக்கொண்டு, உன்னால் எப்படி உயிர்வாழ முடியும்? வாழ்க்கை என்பது உணர்வு. மரங்கள் விவேகம் இல்லாமல் உயிர் வாழ முடியும். ஆனால், உணர்வு இல்லாமல் அவை உயிர்வாழ முடியாது.

மரங்களுக்கு உணர்வு இருக்கிறது என்பதை, இப்போது விஞ்ஞானிகள் கூட ஒப்புக் கொள்ளத் தொடங்கிவிட்டார்கள். பாறைகள், நட்சத்திரங்கள், ஆறுகள் - இவையெல்லாம் உணர்வு இல்லாமல் இருக்கவே முடியாது. மனிதனுக்கு மட்டும்தான், உணர்வு இருப்பதில்லை. மனிதனைப் பொறுத்தவரை, தலைதான் பிரதான பாகம். அந்தப் பாகம் தான், உணர்வுகளை அடக்கி வைக்கவும் செய்கிறது.

வாழ்க்கை முழுவதும் இப்படியேதான் போய்க் கொண்டிருக்கிறது. அரசியல்வாதிகள் தான் ஆளுமை செய்கிறார்கள், ஆட்சி புரிகிறார்கள். உண்மையைச் சொல்லப் போனால், கவிஞர்கள் தான் வழிகாட்டுபவர்களாக இருக்க வேண்டுமே தவிர, அரசியல்வாதிகள் அல்ல. இதுதான் நடைமுறையில் இருந்து வருகிறது. உணர்வு தனிமனிதர்களை ஆட்சி செய்யும் பட்சத்தில், கவிஞர்கள் வாழ்க்கையை ஆட்சி செய்வார்கள், பிறகு கவிஞர்கள் தேசங்களை ஆட்சி செய்யத் தொடங்குவார்கள். அப்போது உலகம் முற்றிலும் வேறாக இருக்கும். தலை ஆட்சிபுரிந்தால், விவேகம் தனிமனிதனை ஆட்சி செய்யத் தொடங்கினால், பிறகு உலகத்தை

அரசியல்வாதிகள் தான் ஆட்சி செய்வார்கள். பிறகு, இந்த உலகம் ஒரு நிலையான பிரச்சினையில் சிக்கித் தவிக்கும். போர்களும், பிளவுகளும், மோதல்களும் தொடர்ந்து நடைபெற்றுக் கொண்டே இருக்கும்.

உணர்வுதான் நன்மையை உண்டாக்கும். உணர்வு உன்னைச் சுற்றிச் சூழ்ந்திருந்தால், அப்போது சிந்திப்பதில் எந்தத் தவறும் நேராது. உணர்வைச் சிந்தனை பின் தொடர்ந்தால், அது அழகாக இருக்கும். அது உதவிகரமாக இருக்கும். அது ஒரு ரேடாரைப் போன்றது. அது உணர்வை உள்வாங்கிக் கொள்ள எப்போதும் திறந்தே இருக்கும். அது ஆபத்துகளிலிருந்து உணர்வைக் காப்பாற்றிவிடும். அடுத்தது என்ன நடக்கும் என்பதைத் தெரிந்து கொள்வதற்கு, அது உணர்வுக்கு உதவி செய்யும். சிறிதளவு திட்டமிடுவதற்கு அது உதவும். அது நல்லது! அது வேலைக்காரனாகச் செயல்படும்போது தான் நல்லது செய்யும்.

நீ நேசம் கொண்டிருந்தால், உன்னுடைய இருத்தலின் மீது உனக்கு ஓர் ஆழ்ந்த பிணைப்பு உண்டாகும். மரங்கள் உன்னுடன் பேசத் தொடங்கும். பறவைகள் உன் அருகில் நெருங்கி வந்து விளையாடும். மிருகங்கள் உன்னைப் பார்த்துப் பயந்து ஓடாது - அதற்கு அவசியம் இருக்காது. மனிதன் பயத்தை உருவாக்கிக் கொள்வது, அவனுடைய தலையின் காரணமாகத்தான். அவனுடைய இதயத்தின் மூலம், அவன் பிரபஞ்சத்தில் ஒன்றாகி விடுகிறான்.

கடலோரத்தில் வாழ்ந்து வந்த ஒரு மனிதன், கடல்பறவைகளை மிகவும் நேசித்தான்.

தினந்தோறும் அவன் காலை வேளைகளில் சென்று, அங்குள்ள கடல்பறவைகளோடு கொஞ்சி மகிழ்வது வழக்கம். நூற்றுக்கணக்கான பறவைகள், அவனை

அன்போடு நேசித்தவண்ணம், எப்போதும் அவனைச் சூழ்ந்திருக்கும்.

ஆயிரக்கணக்கான கடல்பறவைகள் அவனைச் சுற்றிக் குழுமியிருந்தன. அவை ஆடிக் கொண்டும், குதித்துக் கொண்டும், துள்ளிக் கொண்டும், பறந்தபடியும், கடற்கரையில் அவனோடு மகிழ்ச்சியாக உலவிக் கொண்டிருந்தன. கடல்பறவைகள் அந்த மனிதனை ஏற்றுக் கொண்டன. ஏனென்றால், உணர்வு என்பது எங்கும் ஏற்றுக்கொள்ளப்படும். உணர்வு என்பது பிரபஞ்ச இருத்தலின் மொழியாக விளங்குகிறது. விவேகம் என்பது மனித குலத்தின் மொழியாக விளங்குகிறது. பிரபஞ்ச இருப்பின் மொழி அல்ல அது. அது ஓர் உள்ளூர் நிகழ்ச்சியே தவிர, பிரபஞ்சம் முழுவதற்குமானதல்ல. உணர்வு என்பது மொழி, மறக்கப்பட்ட மொழி. நீ உணர்வைப் புரிந்துகொண்டால், நீ அனைத்தையும் புரிந்து கொள்ளலாம்.

லுக்மான் (Lukman) என்பவர் ஒரு பேரறிஞர். இவரைப் போன்ற பேரறிஞர்கள் பிறப்பது அபூர்வமாக நடக்கக்கூடியது. அவர்தான் யுனானி மருத்துவத்தின் ஸ்தாபகர். அவரைப் பற்றி இப்படிச் சொல்லப்படுகிறது. அவர் செடிகள், புதர்கள், மரங்கள் ஆகியவற்றின் அருகில் அமர்ந்து, அவற்றின் உணர்வுகளைப் புரிந்துகொண்டு இப்படிக் கேட்பாராம்: ''உன்னை எப்படிப் பயன்படுத்தலாம்? எந்த வியாதிக்கு நீ நிவாரணம் அளிப்பாய்?'' வெறுமனே அவற்றின் உணர்வுகளைப் புரிந்துகொண்டு, அவர் மில்லியன் கணக்கான மூலிகைகளைக் கண்டுபிடித்தாகச் சொல்லப்படுகிறது. மூலிகை அவரிடம் இப்படிக் கூறுமாம்: ''என்னைக் காசநோய்க்கு மருந்தாகப் பயன்படுத்தினால், நல்ல நிவாரணம் கிடைக்கும்.''

இது ஒரு கட்டுக்கதை போலத் தோன்றலாம். ஆனால், விஞ்ஞானிகள் கூட இதை ஏற்றுக் கொள்ளாமல் இருக்க முடியவில்லை. இது கட்டுக்கதையாக இருப்பின், லுக்மானுக்கு இதைப்பற்றி எல்லாம் எப்படித் தெரிந்திருக்கும்? ...ஏனென்றால், அவர் கூறியது அனைத்தும், விஞ்ஞான ரீதியான சோதனைகளில் நிரூபணம் ஆகியுள்ளது. அவர் வாழ்ந்த காலத்தில், இப்போது இருப்பதைப் போல, எந்தவிதச் சோதனைச் சாலைகளும் இருந்ததில்லை. நவீன கருவிகள் என்றால் என்ன, என்பதே தெரியாமல் இருந்த காலம் அது. இது ஒரு கட்டுக்கதையாக இருப்பின், ஒரு பெரிய பிரச்சினை எழுகிறது: லுக்மானுக்கு இது எப்படித் தெரிந்தது? ஒன்று அல்ல, இரண்டு அல்ல, நூறு அல்ல, மில்லியன் கணக்கான மூலிகைகள்! பலவித நுட்பமான கருவிகளைக் கொண்டு அவர் பரிசோதித்திருந்தாலும் கூட, இந்த மூலிகைகளைக் கண்டுபிடிப்பதற்கு, குறைந்தபட்சம் பத்து முதல் இருபது ஆயிரம் வருடம் ஆகியிருக்கும். இவை எல்லாம், கட்டுக்கதை போலத் தோன்றினாலும், நிஜமானவை.

இதைப் போன்றே ஒரு கதை இந்தியாவிலும் இருக்கிறது. இந்திய மருத்துவமான ஆயுர்வேதம், இதே ரகசியத்தை அடிப்படையாகக் கொண்டதுதான். இந்த ரகசியங்கள் அனைத்தும், செடிகள் தாமாகவே கூறியது தான். இருந்தாலும், அவற்றின் மொழியைப் புரிந்து கொள்ள வேண்டுமே. அந்த மொழி மனித குலத்தைச் சார்ந்த ஒரு வட்டார மொழி அல்ல, அது ஒரு பிரபஞ்ச மொழி. உணர்வுதான் அந்த மொழி. கிரேக்கமோ, அரபியோ, சம்ஸ்கிருதமோ அல்ல. மனதிலிருந்து உண்டாகும் மொழி அல்ல அது. அத தெய்விக மொழி. இதயத்திலிருந்து வெளிக்கிளம்பக்கூடிய ஒரு தெய்விக மொழி. உணர்வுதான் மொழி.

நீ உண்மையிலேயே உணரத் தொடங்கினால், உன்னுடைய இதயம் உண்மையிலேயே, உணர்வோடு பதை பதைக்கத் தொடங்கினால், நீ ஒரு மரத்திடம் கேட்கலாம். அந்த மரம் எப்போதும் தன்னுடைய ரகசியத்தை வெளியிடத் தயாராக இருக்கிறது. நீ ஒரு பறவையிடம் கேட்கலாம். அந்தப் பறவை எப்போதும் தன்னுடைய ரகசியத்தை வெளியிடத் தயாராக இருக்கிறது. நீ பிரபஞ்ச இருத்தலிடம் கேட்கலாம். அதுவும் ரகசியத்தைச் சொல்லத் தயாராக இருக்கிறது. அந்த இதயம்தான் கடவுள், கடவுளின் இராச்சியம், பரவசம், இறுதி விடுதலை, மோட்சம், நிர்வாணம், எப்படி வேண்டுமானாலும் நீ சொல்லிக் கொள்ளலாம்.

நூற்றுக்கணக்கான பறவைகள், அவனை அன்போடு நேசித்த வண்ணம், எப்போதும் அவனைச் சூழ்ந்திருக்கும்.

உணர்வு என்னும் மொழியை அறிந்தவர் அவர். அதுதான் நேசம். எவரும் நேசத்தைக் கண்டு பயப்படுவதில்லை. பறவைகள் கூடப் பயப்படுவதில்லை. அவை, உன்னைவிட அதிகமாக உணரக்கூடியவை. ஏனென்றால், அவற்றுக்குச் சிந்திக்கும் உறுப்பு இருப்பதில்லை. அவற்றின் மனங்களில் எந்தவித இடர்ப்பாடுகளும் இருப்பதில்லை.

மேற்கத்திய விஞ்ஞானிகள், இப்போது செடிகளை வைத்துச் சோதனை செய்து வருகிறார்கள். அவர்கள் கூறுவது என்னவென்றால், பூக்களைப் பறிக்கும் எண்ணத்தோடு நீ செடியின் அருகில் வந்தால், வெறுமனே எண்ணம்தான் - நீ இன்னும் பூவைப் பறிக்கக்கூட இல்லை - அந்த எண்ணத்துடன் நீ செடியின் அருகில் வந்தால், உடனே முழுச் செடியும் நடுங்கத் தொடங்கிவிடுகிறது.

எதிரி வருவதை நினைத்து, அதற்குப் பயம் உண்டாகி விடுகிறது.

இப்போது பல நவீன கருவிகள் கண்டுபிடிக்கப்பட்டுள்ளன. அவற்றின் மூலம், செடிகளின் உணர்வுகளை அவ்வப்போது துல்லியமாக அறிந்துகொள்ள முடியும். அது ஒரு வேளை பயத்துடன் இருந்தால், ஒரு கார்டியோ கிராம் போல, ஒரு தாளில் அந்தப் பயத்தின் குறியீடுகளை, அந்தக் கருவி பதிவு செய்கிறது. நீ செடிக்குத் தண்ணீர் ஊற்றும் எண்ணத்தோடு வந்தால், உடனே முழுச் செடியும் மகிழ்ச்சி அடைகிறது. இதுவும் பதிவு செய்யப்படுகிறது. அந்தக் கருவி இப்படியே பதிவு செய்துகொண்டே போகிறது. நீ செடிக்குத் தண்ணீர் ஊற்றினால், அந்தச் செடி திருப்தி அடைந்து, உனக்கு நன்றி தெரிவிக்கிறது. அதனால் இயன்றவரை, அது தன் நன்றியறிதலைத் தெரிவித்துக் கொண்டே இருக்கிறது.

இது ஒரு நடந்த சம்பவம்: நியூயார்க்கில் உள்ள சோதனைச் சாலை ஒன்றில், திடீரென்று இது நடந்தது. ஒரு விஞ்ஞானி, பூச்சிகளை வைத்து ஆராய்ச்சி செய்து கொண்டிருந்தார். அந்த அறையில் ஒரு செடி இருந்தது. அது ஒரு காக்டஸ் செடி (Cactus Plant). அவர் சில மண் புழுக்களை வைத்துச் சோதனை செய்து கொண்டிருந்தார். பல வழிகளில் அவற்றை அவர் சோதித்துக் கொண்டிருந்தார் - விஞ்ஞானிகள், சோதனை என்ற பெயரில், பூச்சிகளையும், மிருகங்களையும் பல வழிகளில் துன்புறுத்துவது வழக்கம் - அவர் ஒரு மண்புழுவைக் கொதிக்கும் நீரில் தூக்கிப் போட்டார். அவர் அப்போது செடிகளையும் சோதித்துக் கொண்டிருந்தார். செடிகளின் உணர்வுகளைப் பதிவு செய்யும் கருவியில், அந்த காக்டஸ் செடியும் தற்செயலாக இணைக்கப்பட்டது. மண்புழுவைக் கொதிக்கும் நீரில் தூக்கிப் போட்ட காட்சியைப் பார்த்ததும்,

அந்தச் செடி திடீரென்று மிகுந்த கோபத்துடனும், பயத்துடனும், மூர்க்கத்தனத்துடனும் இருந்த உணர்வு அலைகள், அந்தக் கருவியில் பதிவாகி இருந்தது.

இறந்து கொண்டிருக்கும் ஒரு ஜீவனை நினைத்து, அந்தச் செடியில் ஒருவித உணர்வு ஏற்படுகிறது. நீ ஒரு செடியைப் பிடுங்கினால், மொத்தத் தோட்டமும் அதைக் கண்டு வருந்துகிறது. ஏனென்றால், அனைத்தும் கடல் அளவு உணர்வுகளால் சுற்றிச் சூழப்பட்டிருக்கிறது.

நீ அதிர்வலைகளை உருவாக்குகிறாய். நீ கோபப்படும் போது, அதிர்வலைகளை உருவாக்குகிறாய். நீ சிற்றின்பத் தில் ஈடுபட்டிருக்கும்போது அதிர்வலைகளை உருவாக்கு கிறாய். நீ நேசிக்கும்போது அதிர்வலைகளை உருவாக்கு கிறாய். அந்த அதிர்வலைகள் தான் பிரபஞ்ச மொழி - மொத்த இருத்தலும் அதைப் புரிந்துகொண்டு விடுகிறது.

புத்தர் ஞானமடைந்தபோது, பருவகாலம் இல்லாத போதுகூட மரங்கள் பூத்துக் குலுங்கின என்று சொல்லப் படுகிறது. அது கற்பனைக் கதை அல்ல, அது ஓர் உண்மைச் சம்பவமாகத் தான் இருந்திருக்க வேண்டும். ஒரு நாள், இது விஞ்ஞானரீதியாக நிரூபணமாகக் கூடும். ஏனென்றால், ஒரு மண் புழு, ஒரு செடிக்கு எந்த வகையிலும் சம்பந்தம் இல்லாதது, முற்றிலும் வேறு இனத்தைச் சார்ந்தது, கொதிக்கும் நீரில் தூக்கி எறியப்பட்ட போது, அதன் மரணம், அது அடைந்த சித்ரவதை, அந்த வன்முறை, ஒரு செடியால் உணர்ந்துகொள்ள முடிகிறது என்றால், அந்தச் செடி மிகுந்த வேதனை அடைகிறது என் றால், அதன் அடிவேர்கள் நடுங்குகின்றன என்றால், மற்ற எல்லா விஷயங்களும் சாத்தியமாகத்தானே வேண்டும்!

புத்தர் நிர்வாணத்தை அடைந்தார், ஞானத்தை அடைந் தார். ஒரு ஜீவன் இலக்கை அடைந்தது. அப்போது, ஏற்ற

பருவம் இல்லாத போது, மரங்கள் பூத்துக் குலுங்கிக் கொண்டாடின. இது ஒன்றும் பெரிய கற்பனையாகத் தோன்றவில்லை. வலிமை உணரும் பட்சத்தில், கொண்டாட்டமும் உணரப்படும். இன்னும் சில அடி மட்டுமே உள்ளன. பிறகு, விஞ்ஞானம் இப்படிக் கூறத் தொடங்கும்..." ஆமாம், இது கட்டுக்கதை அல்ல." கட்டுக்கதைகளைவிட, வாழ்க்கை சில சமயங்களில் விநோதமாகத் தோன்றுகிறது.

அவனுடைய தந்தையார் ஒரு நாள் அவனிடம் கூறினார்: கடல்பறவைகள் உன்னோடு விளையாடு வதை நான் அறிந்தேன். நானும் அவற்றோடு விளையாட விரும்புகிறேன். என்னோடு விளையாடு வதற்கு, அவற்றில் சிலவற்றை இங்கு அழைத்து வருகிறாயா?

இப்போது ஓர் எண்ணம் அவன் தலைக்குள் நுழைந்து விட்டிருக்கிறது. அந்த மனிதன் முன்பிருந்ததைப் போல, இப்போது இல்லை. நேசம் அங்கு இல்லை. அன்றைக்கு அவனுடைய இதயம் வேலை செய்யவில்லை. ஓர் ஆசை நுழைந்திருக்கிறது. இப்போது ஒரு குறிக்கோள் அவனிடம் இருக்கிறது. இப்போது அவன் கடற்கரைக்கு வந்திருப்பது ஏதோ ஒரு வியாபாரக் கண்ணோட்டத் துடன். இப்போது அவன் கடல்பறவைகளின் நண்பன் அல்லன். அவன் அவற்றில் சிலவற்றைப் பிடித்துச் செல்லப் போகிறான் - இப்போது அவன் எதிரி.

அடுத்த நாள், அவன் கடற்கரைக்குச் சென்ற போது, அந்தக் கடல்பறவைகள் அவன் மீது ஏறி நின்று நடனமாடின. அவனை விட்டு அவை கீழே இறங்கவே இல்லை.

உன் மனதில் உள்ள எண்ணத்தை, கடல் பறவைகளால் புரிந்துகொள்ள முடியாவிட்டாலும், உன்னைச் சுற்றி ஏற்படும் அதிர்வுகளை அவற்றால் உணர்ந்து கொள்ள முடியும் - நீ தொடர்ந்து உன்னைச் சுற்றி அதிர்வுகளை உருவாக்கிக் கொண்டே இருக்கிறாய். நீ அதிர்வுகளைத் தொடர்ச்சியாக ஒலி பரப்புபவன். ஒரு குளத்தில் கல்லை வீசினால், எப்படி வெளியே தெரிந்துவிடுமோ, அதைப் போலத்தான் உன் இதயத்தில் நடப்பவை வெளியே தெரிந்துவிடும். குளத்தில் கல் எறிந்தால், அதனால் ஏற்படும் சிற்றலைகள் விரிந்து கொண்டே செல்லும். உன்னுடைய இருத்தல் என்னும் குளத்தில் கல் எறியப் படும்போது, உடனே உனக்கு ஓர் உணர்வு ஏற்படுகிறது. சிற்றலை எழுவது போல, ஓர் எண்ணம் உனக்குள் எழுகிறது. அது சுற்றிச் சுற்றிச் சுழலத் தொடங்குகிறது.

அந்த மனிதனின் தந்தை என்ன கூறியிருப்பார் என்பது, அந்தக் கடல்பறவைகளுக்குத் தெளிவாகத் தெரியாது. ஏனென்றால், ஒரு மனிதனின் பாஷை அவற்றுக்குப் புரியாது. உண்மையில் என்ன நடந்திருக்கும் என்று அந்தப் பறவைகளுக்குத் தெரியாவிட்டாலும், அடியாழத்தில் இவன் பழைய மனிதன் அல்லன் என்பது மட்டும் அவற்றுக்குப் புரிந்திருக்கும். வந்திருப்பது பழைய நண்பன் அல்லன், வேறு யாரோ ஒருவன், ஒரு புதியவன் என்பது மட்டும் அவற்றுக்குத் தெரிந்திருக்கும். இப்போது, அவன் ஏதோ ஓர் எண்ணத்தில் வந்திருக்கிறான். அந்த எண்ணம் இன்னது என்பது தெரியாது. ஆனால், அவனுடைய தேகம் முழுவதிலும் பழைய யதார்த்தம் இல்லை. அவனிடம் ஏதோ ஓர் எண்ணம் இருக்கிறது. ஒரு திட்டம் இருக்கிறது, ஒரு திட்டம் இருக்கிறது, ஏதோ ஒரு ஆசை இருக்கிறது. அவன் முன்பு போல தளர்வான நிலையில் இல்லை. அந்தக் கடல்பறவைகள் அவனிடம் இயல்பாக விளையாடக் கூடிய நிலையில் அவன் இல்லை.

மொத்த வாழ்க்கையின் இரகசியம் இதுதான்: கடல் பறவைகள் மட்டுமல்ல, மகிழ்ச்சி, தியானம், பரவசம் அனைத்தும்தான். நீ யதார்த்தமாக இருந்தால்தான், ஆழ்ந்த நட்புறவோடு இருந்தால்தான், இருத்தலின் மீது நேசத்தோடு இருந்தால் தான், நீ இதயபூர்வமாக இருந்தால்தான், இவையெல்லாம் உன்னிடம் வரும். அவற்றை நீ நிர்ப்பந்தித்தால், மகிழ்ச்சி என்பது உன்னுடைய உரிமை என்று நீ நினைத்தால், அவை உன்னிடம் வராது. நீ அவற்றைத் தேடிச் சென்றால், மகிழ்ச்சி என்னும் கடல் பறவைகள் உடனே கீழே இறங்கி வந்துவிடாது. உன் தலைக்கு மேலே அவை நடனமாடும். ஆனால் கீழே இறங்கிவந்து, உன்னுடன் அவை விளையாடாது. உன் அருகில் துள்ளிக் குதித்து, ஆடாது. உன்னோடு அவை ஒருக்காலும் ஐக்கியம் ஆகாது. உன்னுடைய இருத்தலின் உள்ளே, அவை இறங்கி வராது.

ஆமாம், மகிழ்ச்சி என்பது ஒரு கடல்பறவை. தியானம் என்பதும் கடல்பறவைதான். பரவசம் என்பதும் கடல் பறவை தான். பிரபஞ்ச இருப்பு, யதார்த்தத்தை மட்டுமே புரிந்துகொள்கிறது. நீ யதார்த்தமாக இருந்தால், உன்னால் அடைய முடியும். இந்தப் பிரபஞ்ச இருப்பு உனக்கு எவற்றை எல்லாம் தரக்கூடுமோ, அவற்றை எல்லாம் நீ அடைவாய். அது உனக்கு எல்லையற்ற ஆசீர்வாதங்களை அள்ளி வழங்கும்; எல்லையற்ற வரங்களை வாரிக் கொடுக்கும். அது உனக்கு முழுத் திருப்தியையும் கொடுக்கும். நீ ஒரு புத்தர் ஆகலாம்.

பிரபஞ்ச இருப்பு உனக்குத் தருவதற்குத் தயாராக இருக்கிறது. ஆனால், நீ தான் அதைப் பெற்றுக் கொள்ளத் தயாராக இல்லை. ஏனென்றால், வெடுக்கென அபகரிக்கக் கூடிய கோணத்திலேயே நீ சிந்தித்துக் கொண்டிருக்கிறாய். பிரபஞ்ச இருப்பு உனக்கு வெகுமதியாகத் தருகிறது. உன்னால் பிடுங்க முடியாது, உன்னால் கைப்பற்ற

முடியாது, உன்னால் சாதிக்க முடியாது. தயவுசெய்து, நீ சரணாகதி அடைந்துவிடு. தயவுசெய்து, நீ யதார்த்தமாக இருந்துவிடு.

அழகான விஷயங்கள் அனைத்துமே கடல் பறவைகள் போன்றதுதான். இதை நினைவில் வைத்துக் கொள்: எதையும் நிர்ப்பந்தம் செய்ய முடியாது. விருந்து தயாராக இருக்கிறது - உனக்கு அழைப்பு விடுக்கப்பட்டிருக்கிறது. முன்வாசல் வழியாக நீ உள்ளே செல்லலாம். ஆனால், நீ ஒரு முட்டாள், பின்பக்க வாசல் வழியாக உள்ளே நுழைய முயற்சிக்கிறாய். பிரபஞ்ச இருப்புக்குப் பின்வாசல் கிடையாது. நீ ஒரு திருடனைப் போல உள்ளே நுழைய முயற்சிக்கிறாய். முன் வாசல் உனக்காகத் திறந்து வைக்கப்பட்டிருக்கிறது. உனக்கு விருந்தளிப்பவர் முன் வாசலில் உன்னை வரவேற்கக் காத்துக் கொண்டிருக்கிறார், ஆனால், நீ ஒரு திருடனைப் போல பின்பக்க வாசல் வழியாக உள்ளே நுழைய முயற்சித்துக் கொண்டிருக் கிறாய்.

வாழ்க்கைக்குப் பின்பக்க வாசல்கள் இல்லை. வாழ்க்கையை உன்னால் திருட முடியாது. நீ திருடனாக இருக்க முடியாது. வாழ்க்கை எல்லையற்றுத் தருகிறது, எந்தவித நிபந்தனையுமின்றித் தருகிறது. நீ தயவுசெய்து யதார்த்தமாக இரு. கடல்பறவைகள் கீழே இறங்கி வந்து உன்னிடம் விளையாடட்டும். உன்னுடன் கடற்கரையில் துள்ளித் திரியட்டும். அனைத்தும் தயாராக இருக்கிறது. விருந்து, விருந்தளிப்பவர் - எல்லா விஷயங்களும் தயாராக இருக்கின்றன. இவை உன்னுடைய வருகைக்காக, முன்பக்க வாசலில் உனக்காகக் காத்துக் கொண்டிருக் கின்றன. எந்த முயற்சியும் அவசியமில்லை. முயற்சி என்பது பின்பக்கக் கதவு. முயற்சியின்மை தான் தேவைப்படுகிறது.

ஜெபர்சன்னைப் பின்பற்றாதீர்கள். மகிழ்ச்சி என்பது உரிமையுடன் பெறுவதல்ல, அதை நீ தேடிச் செல்ல முடியாது. மகிழ்ச்சி என்பது நாணம் கொண்ட பெண்ணைப் போன்றது: நீ மறைமுகமாக, நாசூக்காகத்தான் கையாள வேண்டும். நீ ஒரு பெண்ணிடம் சென்று இப்படிச் சொல்ல முடியாது: ''நான் உன்னோடு படுக்கையில் சல்லாபிக்க விரும்புகிறேன்'' அது மிகவும் நேரிடையானது, மிகவும் அவமதிப்பானது, மிகவும் அருவருப்பானது. எந்தப் பெண்ணாக இருந்தாலும், உன் முகத்தில் அறைந்து விடுவாள். ஒரு பெண்ணிடம் பேசும்போது, சற்று நளினமாகப் பேசவேண்டும், சற்று மறைமுகமாகப் பேசவேண்டும்.

பொறுமை அவசியம். கவிதை நயம் அவசியம். ஒரு பெண்ணோடு படுக்கையில் படுக்கும் எண்ணம் மனதில் ஏற்படுவதுகூட, ஓர் இடர்ப்பாடுதான். அது இணைக்க முடியாத ஒரு இடைவெளியை ஏற்படுத்திவிடும். அந்த எண்ணம் உனக்கு இல்லாதபோது, ஓர் இயல்பான சந்தோஷத்துடன் ஒரு பெண்ணுடன் பழகிக் கொண்டிருக்கலாம். ஓர் நாள், நீ அவளுடன் படுக்கைக்குச் செல்வதும்கூட நடக்கக்கூடும். கடல்பறவைகள் கீழே இறங்கிவந்து உன்னுடன் விளையாடும்.

வாழ்க்கையை அதன் போக்கில் செல்ல விடுங்கள். அதை நிர்ப்பந்திக்க எந்த முயற்சியும் செய்யாதீர்கள். எதையாவது செய்வதன் மூலம், பிரயோஜனமில்லாத விஷயங்களைத் தான் சாதிக்க முடியும். செய்யாமல் இருப்பதன் மூலம்-அனைத்தும் அழகானதாக, அனைத்தும் புனிதமானதாக, அனைத்தும் தெய்விகமானதாக அமைந்துவிடும்.

இன்றைக்கு இது போதும்.

3

தாயின் பாதங்களுக்கு அப்பால்

மூன்று மனிதர்கள், ஒரே சமயத்தில், ஒரு சுஃபி ஞானியின் குருகுலத்துக்குச் சென்றார்கள். அவருடைய போதனைகளைக் கேட்பதற்காக, தங்களை அங்கு சேர்த்துக் கொள்ளுமாறு அவரிடம் அவர்கள் வேண்டினார்கள்.

குரு கடுமையாக நடந்து கொண்டதால், ஆத்திரமடைந்த ஒருவன், உடனடியாக அந்த குருகுலத்தை விட்டு வெளியேறினான்.

குரு சொல்லிக் கொடுத்தபடியே, அங்கிருந்த சீடன் ஒருவன், குரு ஓர் ஏமாற்றுப் பேர்வழி என்று இரண்டாவது மனிதனிடம் கூறினான்.

மூன்றாமவன் குருகுலத்தில் தங்கிக்கொள்ள அனுமதிக்கப்பட்டான். ஆனால், நீண்ட காலமாக, அவனுக்கு எந்தவிதமான போதனைகளும் சொல்லித் தரப்படவில்லை. பொறுமையை இழந்த அவனும், குருகுலத்தை விட்டு வெளியேறினான்.

அவர்கள் மூவரும் சென்றபிறகு, குரு தன் சீடர்களிடம் இந்த அறிவுரையைக் கூறினார்: 'அடிப்படை விஷயங்களை நீ பார்க்கும் பார்வையைக் கொண்டு, தீர்மானிக்கக் கூடாது' என்பதற்கு, முதலாமவன் உதாரணமாக விளங்குகிறான். 'நீ கேட்பதைக் கொண்டு, எந்த விஷயத்துக்கும் ஆழ்ந்த முக்கியத்துவம் கொடுக்கக் கூடாது' என்பதற்கு இரண்டாமவன் உதாரணமாக விளங்குகிறான். ஒருவன் பேசுவதை வைத்தோ, பேசாமல் இருப்பதை வைத்தோ, எந்தத் தீர்மானத்துக்கும் வரக் கூடாது' என்பதற்கு மூன்றாமவன் உதாரணமாக விளங்குகிறான்.

"இதைப் பற்றி, அந்த மூன்று பேரிடமும் எடுத்துச் சொல்லி விளக்கியிருக்கலாமே" என்று ஒரு சீடன் கேட்ட போது, குரு சட்டென்று இப்படிப் பதில் கூறினார்: நான் இங்கு இருப்பது உயர்வான அறிவைப் போதிப்பதற்காக! தாயின் பாதங்களில் தாங்கள் தெரிந்து கொண்ட விஷயங்களைப் பெரிதாக நினைத்துப் பாசாங்கு செய்பவர்களிடம் போதிப்பதற்காக அல்ல!

நான் உன்னுடன் பேசிக் கொண்டிருக்கிறேன். நான் பேசுவது ஏதோ சில விஷயங்களைப் பற்றி அல்ல. குறிப்பிட்ட சில விஷயங்களைப் பற்றித்தான். நான் பேசினாலும், பேசாவிட்டாலும், நான்தான் அந்தக் குறிப்பிட்ட சில விஷயங்கள். நீ கடவுள் என்று அழைக்கலாம் அல்லது X என்று அழைக்கலாம்.

தெரியாதவற்றைக் கற்றுத்தர முடியாது, தெரியாதவற்றைக் கற்றுக்கொள்ள வேண்டும். ஆனால், அவற்றை நீ கற்றுக் கொண்டாலும்கூட, அவை தெரியாதவையாகவே தான் இருக்கும். - அதுதான் அதன் அழகு. அது

எப்போதும் தெரிந்து கொண்டதாக ஆகாது. கடவுள் எப்போதும் அறிவாக இருக்க மாட்டார். இதற்கு மாறாக, நீ மேலும் மேலும் தெரிந்து கொள்ளும்போது, அவர் மேலும் மேலும் புதிராகி விடுகிறார். நீ எந்த அளவுக்கு அவருள் ஊடுருவுகிறாயோ, அந்த அளவுக்கு ஒரு மர்மமாக ஆகிவிடுகிறார். நீ மையத்தை நெருங்க நெருங்க, எதையோ இழப்பது போன்ற உணர்வு உனக்கு ஏற்படத் தொடங்குகிறது. உறுதியானவை எல்லாம் போய்விடு கின்றன, எல்லாப் பற்றுதலும் மறைந்துவிடுகின்றன. உண்மையில் சொல்லப் போனால், நீ மறைந்துகொண்டு வருகிறாய்.

நீ உண்மையிலேயே மையத்தை அடையும்போது, அங்கு கம்பீரமாகக் கடவுள் அமர்ந்திருப்பார். ஆனால், அங்கு நீ இருக்க மாட்டாய். ஆன்ம சாதகன் மறைந்து விடுகிறான். அறிந்து கொண்டவன் மறைந்துவிடுகிறான். அங்கு அறிந்தவன் இல்லாதபோது, அறியாமையிலிருந்து அறிவுக்குச் செல்வதை நீ எப்படி குறைத்துக் கொள்ள முடியும்? அறிந்தவன் மறைந்துவிடும்போது, அறிவுக்கான சாத்தியங்கள் இருப்பதில்லை. ஆழ்ந்த பிளவு தங்கிவிடு கிறது, மர்மம் தங்கிவிடுகிறது. ஆனால், ஒரு மறைமுக மான வழியில், அந்தப் பரம இரகசியம் உனக்கு வெளிப் படுத்தப்படுகிறது. உன்னால் அதை அறிய முடியும், உன்னால் அதை உணர முடியும். ஏனென்றால், நீதான் அது.

குரு அங்கே இருப்பது, உனக்கு அறிவைப் போதிப் பதற்காக அல்ல, அவர் தனக்குத் தானே சொல்லிக் கொடுத் துக் கொண்டு இருப்பவர். குரு என்பவர், கடவுளைப் பற்றிய செய்திகளைத் தெரிவிப்பவர் அல்லர். அவர் கடவுளைப் பற்றித் தமக்குத்தாமே தெரிந்து கொள்வர். ஏறக்குறைய தெரிந்து கொள்வதில், குருவுக்கு ஆர்வம்

இருப்பதில்லை. ஏறக்குறைய என்பது கீழ்மட்ட அறிவு. நீ கடவுளைப் பற்றித் தெரிந்து கொள்வதற்காக என்னிடம் வந்திருப்பாயேயானால், நீ தவறான மனிதரிடம் வந்திருப்பதாகத் தான் அர்த்தம். ஏனென்றால், அதைப் பற்றி எனக்கு அக்கறை இருப்பதில்லை. நீ கடவுளைப் பற்றித் தெரிந்து கொள்ள விரும்பினால், நீ சரியான மனிதரிடம் வந்திருப்பதாக அர்த்தம். அப்படி இருந்தால், நீ தயார் நிலையில் இருக்க வேண்டும், அதற்காக உயிரை மாய்த்துக் கொள்ளவும் தயாராக இருக்க வேண்டும். இதைத் தவிர வேறு எந்த வழியும் இல்லை. ஒருவன் எடுக்கக்கூடிய மிகவும் அபாயகரமான முயற்சி இது.

நீ உன்னை இழக்காவிட்டால், உனக்கு எந்தவித ஆதாயமும் அங்குக் கிடைக்காது. நீ ஏதேனும் ஆதாயம் பெற விரும்பி, உன்னை இழக்கத் தயாராக இல்லாத போது, நீ நேரத்தை வீணடித்துக் கொண்டிருக்கிறாய் என்றுதான் அர்த்தம்.

அதே சமயத்தில் ஒரு குரு அந்த நேர விரயத்தை அனுமதிக்க மாட்டார். உன்னை வெளியே தள்ளிவிடுவார். அவருடைய வழியில், இதை அவர் நளினமாகச் செய்து விடுவார். அவர் உன்னை எந்த வகையில் வெளியே தள்ளுவார் என்றால், நீ வெளியேற்றப்பட்டுவிட்டாய் என்று உன் மனம் புண்படாத வகையில் நீயாகவே வெளியேறிவிட்டது போன்ற ஓர் உணர்வை அவர் உனக்கு ஏற்படுத்திவிடுவார். அவர் குருவாக இருப்பதற்குத் தகுதியானவர் அல்லர், அவரிடம் பெற்றுக் கொள்வதற்கு ஒன்றும் இல்லை என்ற எண்ணத்தை அவர் உனக்கு ஏற்படுத்தி விடுவார். குரு, உன்னை ஏற்றுக்கொள்ள மறுத்தாலும்கூட, அந்த உணர்வு உன் மனதில் உண்டாகாத வாறு அவர் நடந்துகொள்வார். இதுதான் குருவின் பச்சாதாபம். இதற்கு மாறாக, நீ குருவை ஏற்றுக்கொள்ள

மறுத்துவிட்டதைப் போன்ற ஓர் உணர்வை அவர் உன்னிடம் ஏற்படுத்திவிடுவார்.

சுஃபிக்கள், அவர்களுக்கென்று சில சட்டதிட்டங்கள் உள்ள மதத்தை வைத்திருக்கிறார்கள். இந்தக் கதை மிகவும் அடிப்படையான ஒன்று. இந்தக் கதைக்குள்ளே நாம் செல்வதற்கு முன்னால், சில விஷயங்கள் புரிந்து கொள்ளப்பட வேண்டியிருக்கிறது.

முதலில், நீ ஒரு குருவிடம் வரும்போது, அவரை மதிப்பிடக் கூடாது என்பதைத் தீர்மானித்துக்கொள்ள வேண்டும். ஏனென்றால், நீ மதிப்பிடத் தொடங்கினால், அவர் மீது உணர்வுரீதியான நம்பிக்கையை உன்னால் ஏற்படுத்திக் கொள்ள முடியாது. அதை விட்டுவிடுவதே நல்லது. நீ நம்பகத்தன்மை கொண்டிருந்தால், உன்னால் மதிப்பிட முடியாது. ஒரு சீடன் முதலில் தீர்மானித்துக் கொள்ள வேண்டும். அவன் தொடர்ந்து மதிப்பிடும் வேலையைச் செய்யப் போகிறானா, அல்லது, அவர் மீது உணர்வுரீதியான நம்பிக்கையை ஏற்படுத்திக்கொள்ளப் போகிறானா?

உணர்வுரீதியான நம்பிக்கை என்பது, மதீப்பீட்டி லிருந்து முற்றிலும் வேறான கோணத்தில் இருப்பது. மதிப்பிடும்போது, நீ மையத்தில் இருக்கிறாய், பிறகு உன் மையத்தின் வழியாக, அதன் பின்னர் உன் மனதின் வழியாக நீ மதிப்பிடுகிறாய். நீ சரியான அளவாக, ஒரு மைல்கல்லாக இருக்கிறாய். உணர்வு ரீதியான நம்பிக்கை யில், நீ இருப்பதே இல்லை. நீ மதிப்பிடுவதற்கு உன் னிடம் எந்த மையமும் இருப்பதில்லை, எந்தத் தகுதிகளையும் நீ பார்ப்பதில்லை.

நீ ஒரு குருவிடம் சரண் அடையும்போது, உன் மதிப்பீட்டையும் நீ சமர்ப்பித்து விடுகிறாய். நீ அவரிடம்

இப்படிக் கூறுவாய், "இப்போது, நான் ஒரு மதிப்பீட்டாளனாக இல்லை. இப்போது முதல், நான் உங்களுடைய நிழலாக இருப்பேன், சரணாகதி அடைந்த ஓர் ஆத்மாவாக இருப்பேன். நீங்கள் எதைச் செய்தாலும் அதை மதிப்பிடுவது என் வேலை அல்ல."

இது நிகழ்ந்த சம்பவம்: அரசன் ஒருவன், சூஃபி குருவான பயாஸித்திடம் சீடனாக விரும்பினான். பிஸ்டாமின் பயாஸித் (Bayazid of Bistam) என்பவர் மாபெரும் சூஃபிக்களில் ஒருவர் ஆவார். அரசன் அணுகியபோது, முடியாது என்று சொல்வதற்குப் பயாஸித்திற்குக் கடினமாக இருந்தது. ஆனால், அந்த அரசனோ, ஒரு சீடனாவதற்குத் தயார் நிலையில் இல்லை. அவன் சீடனாக ஏற்றுக் கொள்ளப்படுவதற்கு எந்தத் தகுதியும் இல்லாமல் இருந்தான்.

பயாஸித் கேட்டார், "நீ என்னைத் தேர்ந்தெடுத்ததற்குக் காரணம் என்ன? என்னைவிடச் சிறந்த வேறு குருமார்கள் இருக்கிறார்கள். என்னை ஏன் தேர்ந்தெடுத்தாய்? நான் ஒன்றும் தெரியாதவன், ஒரு சாதாரண குரு."

அந்த அரசன் கூறினான், "நான் உங்களைத் தேர்ந்தெடுத்ததற்குக் காரணம், உங்களுடைய குணாதிசயம்தான், உங்களுடைய நடத்தை, உங்களுடைய நீதி போன்றவை என்னைக் கவர்ந்துள்ளது. நீங்கள் ஒரு நல்ல மனிதர். மற்றவர்களைப் பொறுத்தவரை, எனக்கு உறுதியாகத் தெரியவில்லை. அவர்கள் நடந்துகொள்ளும்விதம் சற்றுக் கடுமையாக இருக்கிறது, மேலும் அவர்கள் என்னைக் குழப்பிவிடுவார்கள். உங்களைப் பொறுத்தவரை எனக்கு உறுதியாகத் தெரிகிறது. நீங்கள் ஒரு நல்ல மனிதர், தெய்விகமானவர், அதனால்தான் உங்களிடம் வந்தேன்."

பயாஸித் கூறினார், "அப்படியானால் சற்றுப் பொறு, சற்றுத் தள்ளிப் போடு. ஏனென்றால், என்னைப் பற்றியோ, என் குணாதிசயம் பற்றியோ உனக்குத் தெரியாது. நீ சற்று நேரம் என்னைக் கவனித்துக் கொண்டிரு.''

ஒரு நாள், அரசன் காட்டுக்கு வேட்டையாடுவதற்காகச் சென்றான். அப்போது திடீரென்று, ஓர் ஆற்றின் மறுகரை யில் பயாஸித் அமர்ந்து கொண்டிருப்பதை அவன் கவனித் தான். அது ஒரு சிறிய ஆறு என்பதால், மறுகரையில் உள்ள காட்சிகளை அவனால் துல்லியமாகப் பார்க்க முடிந்தது. பயாஸித் தனியாக அமர்ந்திருக்கவில்லை, அவர் அருகே ஒரு பெண்ணும் இருந்தாள். ஆனால் அங்கு எந்தச் சீடனும் காணப்படவில்லை. நகரத்தில், பயாஸித்தை எப்போது பார்க்க நேரிட்டாலும், அவரைச் சுற்றி நூற்றுக்கணக்கான சீடர்கள் புடைசூழ அமர்ந்திருப்பதைத் தான் அவன் பார்த்திருக்கிறான்: இப்போது என்ன ஆயிற்று? அந்தப் பெண்ணுடன் அவர் என்ன செய்து கொண்டிருக்கிறார்? தனிமையில் ஒரு பெண்ணுடன் இருக்கிறார் என்றால்...? அந்த அரசனுக்குச் சந்தேகம் வந்துவிட்டது.

அது மட்டுமல்ல, ஒரு மரத்தின் பின்னால் அரசன் மறைந்து நின்று பார்த்துக்கொண்டிருந்தபோது, அந்தப் பெண் ஒரு தம்ளரில் ஏதோ ஒரு பானத்தை ஊற்றிக் கொடுத்தாள். ஒருவேளை அது ஒயினாக இருக்குமோ? அந்த தம்ளரில் இருந்த பானத்தைப் பார்க்கும்போது, அது ஒயின் போலத் தோற்றமளித்தது. இப்போது, அவன் தெளிவான முடிவுக்கு வந்தான். இந்த மனிதரிடம் தான் சரண் அடையாமல் இருந்தது நல்லதற்குத்தான். அந்தக் குரு ஒரு விபசாரன் போல அரசனுக்குத் தோன்றியது.

அரசன் அங்கிருந்து கிளம்பத் தொடங்கினான். அப்போது பயாஸித் சத்தமாகக் கூறினார், ''போகாதே!

அருகில் வா! ஏனென்றால், தூரத்தில் இருந்தபடி ஒரு தீர்மானத்துக்கு வருவது தவறாகிவிடும்.'' ஆனால், பொது வாக, மதிப்பிடுதல் என்பது தள்ளி நின்றுதான் செய்யப் படுகிறது. உண்மை என்னவென்றால், நீ மதிப்பிடும் போது தூரம் மறையாமல் அப்படியேதான் இருக்கிறது. நீ ஒரு மதிப்பீட்டாளனாக இருக்கும்போது, ஒரு குறிப்பிட்ட தூரம் தள்ளித்தான் இருப்பாய். நீ அருகில் நெருங்கினால், மதிப்பிடும் தகுதியை நீ இழந்துவிடுவாய். நெருக்கம் அதிகரிக்கும்போது, ஈடுபாடு அதிகரிக்கும்போது, மதிப்பிடக் கூடிய தெளிவை நீ இழந்துவிடுகிறாய்.

பயாஸித் தன்னைப் பார்த்துவிட்டதை அறிந்ததும், அரசனுக்கு சங்கடம் ஏற்பட்டுவிட்டது. தன்னைப் பார்த்து விட்டு, அவர் கூப்பிட்டதும், அங்கிருந்து வெளியேறிச் செல்லவும் கடினமாக இருந்தது. அங்கே நடப்பது என்ன என்பதைத் தெரிந்து கொள்ளும், தயக்கம் நிறைந்த ஓர் ஆவலும் அவனுக்குள் இருந்தது.

அரசன் அருகில் வந்தான். பயாஸித் கூறினார், ''நீ என்ன முடிவு எடுத்திருக்கிறாய்? உன்னை ஏற்றுக் கொள்ளும் தருணம் எனக்கு இப்போது ஏற்பட்டுள்ளது. நீ என்ன சொல்கிறாய்?''

அரசன் சிரித்துவிட்டுக் கூறினான், ''நீங்கள் என்னுடைய வேலைக்காரனாக இருப்பதற்குக் கூடத் தகுதி யானவர் அல்லர். அப்படியிருக்கும்போது, என்னுடைய குருவாக இருக்க முடியும் என்கிற தப்பெண்ணம் உங்களுக்கு எப்படி ஏற்பட்டது?''

பயாஸித் கூறினார், ''அப்படியானால், நான் உன்னை வழிநடத்துவேன் என்கிற உன் எண்ணத்தை, நீ மாற்றிக் கொண்டுவிட்டாய் அல்லவா? அப்படி நீ மாற்றிக்கொண் டால், பிறகு, உண்மை உனக்கு வெளிப்படுத்தப்படும்.

"உடனே, அவர் அந்தப் பெண்ணின் முகத்தில் இருந்த திரையை, முகமதியப் பெண்கள் அணியும் அந்தப் பர்தாவை விலக்கினார். அந்தக் காட்சியைப் பார்த்ததும், அரசனுக்கு மிகுந்த ஆச்சரியமாக இருந்தது. அவன் கண்களை அவனாலேயே நம்ப முடியவில்லை. அந்தப் பெண் வேறு யாருமல்ல, பயாஸித்தின் தாய். பிறகு, ஒயின் நிறைந்திருந்த அந்தத் தம்ளரை பயாஸித் அவனிடம் கொடுத்துவிட்டுக் கூறினார், "இதைக் குடித்துப் பார். இது வேறொன்றுமில்லை, சுத்தமான, வண்ணம் சேர்க்கப்பட்ட தண்ணீர்."

அரசன் பயாஸித்தின் காலடியில் விழுந்து கூறினான், "தயவு செய்து என்னை ஏற்றுக் கொள்ளுங்கள்."

பயாஸித் கூறினார், "நீ தவற விட்டுவிட்டாய். நீ மதிப்பீடு செய்தால், உன்னால் உணர்வுரீதியான நம்பிக்கையை ஏற்படுத்திக் கொள்ள முடியாது - அதுவும் அல்லாமல், நீ தூரத்தில் நின்றபடி மதிப்பிட்டிருக்கிறாய். நம் இருவருக்கும் ஒத்து வராது."

இந்தச் சூழ்நிலையை பயாஸித் உருவாக்கியதற்கான காரணம், மதிப்பீடு என்பது உணர்வுரீதியான நம்பிக்கையை ஏற்படுத்தாது என்பதை அரசனுக்கு எடுத்துக் காட்டுவதற்காகத்தான்.

உணர்வுபூர்வமான நம்பிக்கை என்பது, ஒரு குருட்டுத்தனமான பாய்ச்சல்.

நீ மதிப்பிடும்போது, அந்தப் பாய்ச்சல் தகுதியானது என்பதல்ல. மதிப்பீட்டோடு, நீ செய்யும் பாய்ச்சல் என்பது, நீ இன்னும் புரிந்துகொள்ளவில்லை என்பதையே காட்டுகிறது. நீ சுயமான தகுதிகளுடன், மனதுடன் அதைப் பார்த்தால், அது ஒத்துவராது. ஏனென்றால், நீ மதிப்பீட்டைக் கைவிடும்போதுதான், பாய்ச்சல் என்பது சாத்தியம்.

மதிப்பீட்டின் மூலம், நீ குருவிடம் நெருக்கம் கொள்ள முடியாது. மதிப்பீடு, முட்டுக்கட்டைகளை உருவாக்கி விடுகிறது. நம்பிக்கை கொள்வதன் மூலமாகத் தான் நெருக்கம் ஏற்படுகிறது. அந்த நெருக்கம், மற்ற எந்த நேசத்தையும்விட மிகவும் ஆழமானது. ஏனென்றால், அது குருட்டுத்தனமானது. ஆனால், நீ அடுத்த உலகத்தைப் பார்க்க வேண்டுமானால், இந்த உலகத்தில் நீ குருடனாகத் தான் இருக்கவேண்டும், ஏனென்றால், உன்னுடைய இந்தக் கண்கள் மூடும்போது, உன்னுடைய மற்ற கண்கள் திறந்துகொள்கின்றன. ஆன்மிகத்தில், குருட்டுத்தனம்தான், பார்ப்பதற்கான தகுதியாக விளங்குகிறது. உன் கண்கள் வெளிப்புறத்தைப் பார்ப்பதை நிறுத்தும்போது, நீ உள் புறமாக ஒரு புதிய பயணத்தை மேற்கொள்ள முயற்சிக் கிறாய்.

நினைவு வைத்துக்கொள், மதிப்பீடு என்பது, உணர்வு ரீதியான நம்பிக்கைக்குப் பாதை போடாது. ஒருவேளை, மதிப்பீடு உன்னை நம்பிக்கைக்கான பாதையில் அழைத்துச் சென்றால், அந்த நம்பிக்கை பொய்யானதாகத் தான் இருக்கும். அது சரியான முறையில் வேரூன்றப்பட்டிருக் காது. அதன் அடியில் மண்ணும் நுரையும்தான் படிந் திருக்கும். உன்னுடைய வீடு எந்த நேரத்திலும் நொறுங்கி விடக் கூடும். அது உன் மீது விழுந்து உன்னை அழிப் பதற்கு முன்பாகவே, அதை அலட்சியம் செய்துவிடுவது தான் நல்லது.

நினைவு வைத்துக்கொள்ள வேண்டிய இரண்டாவது விஷயம். நீ விசாரணை செய்து கொண்டே இருக்கலாம், ஆனால் பெற்றுக் கொள்வதற்குத் தயார்நிலையில் இருக்கிறாய் என்பது அதன் அர்த்தமாகாது. சில ஆர்வக் கோளாறுள்ள மனிதர்கள், விசாரணை செய்துகொண்டே இருப்பது வழக்கம். ஆனால், உண்மையில் அவர்கள்

தெரிந்து கொள்ளவேண்டும் என்ற எண்ணத்தில் எதையும் விசாரிப்பது இல்லை. ஏனென்றால், எந்த அபாயத்தையும் எதிர்கொள்ள அவர்கள் எப்போதும் தயாராக இருப்பதில்லை. அவர்கள் தங்களைத் தாங்களே பணயம் வைப்பதற்கு விருப்பம் காட்டுவதில்லை. அந்த ஆர்வக்கோளாறுகள், ஒவ்வொரு விஷயத்தையும், குழந்தைத்தனமாகத்தான் கேட்டுக் கொண்டிருப்பார்கள். என்னவோ, விசாரணை செய்வதன் மூலம் உண்மையை அடைந்துவிடலாம் என்பது அவர்களுடைய எண்ணம், அவ்வளவுதான்.

வெறும் ஆர்வம் போதுமானதல்ல. நீ தயார் நிலையில் இருக்க வேண்டும். சூஃபிகள் என்ன கூறுகிறார்கள் என்றால், நீ விசாரணை செய்வதன் மூலம் மட்டுமே குருக்கள் உன்னை ஏற்றுக் கொள்வதில்லை என்பதுதான். உன்னுடைய தயார் நிலையைக் கொண்டே அவர்கள் உன்னை ஏற்றுக் கொள்வார்கள். ஆனால், அது முற்றிலும் வேறான விஷயமாக இருக்கிறது.

சில தினங்களுக்கு முன்பு, ஓர் இளைஞன் என்னிடம் வந்து, நான் அவனை வழிநடத்த வேண்டும் என்று கேட்டுக்கொண்டான். நான் அவனிடம் கேட்டேன், ''நீ உண்மையாகத்தான் இந்த முடிவை எடுத்திருக்கிறாயா?''

அவன் கூறினான், ''பாதி - பாதி, ஐம்பதுக்கு ஐம்பது. சில சமயங்களில், நான் சந்நியாசம் மேற்கொள்ள வேண்டும் என்ற எண்ணம் ஏற்படுகிறது. சில சமயங்களில், அதில் நுழைவதற்கு வேண்டாம் என்ற எண்ணம் ஏற்படுகிறது. என்னை நானே அடிக்கடி இப்படி ஏமாற்றிக் கொள்கிறேன். அதனால், நான் இதைப் பற்றி உங்களிடமே விட்டுவிடுகிறேன். நீங்கள் என்ன கூறினாலும் ஏற்றுக் கொள்ளத் தயாராக இருக்கிறேன்.''

நான் அவனிடம் கூறினேன், "இன்னும் மூன்று நாள்கள் நீ காத்திருப்பது நல்லது. அவசரப்பட வேண்டாம். இன்னும் மூன்று நாள்கள் மட்டும் காத்திரு. உன்னுடைய மனம் ஒரு முடிவுக்கு வரட்டும். ஆனால், அந்த முடிவு நூறு சதவிகிதம் உறுதியாக இருக்க வேண்டும்."

அவன் ஒரு முடிவுக்கு வந்தான். நூறு சதவிகிதம் தெளிவான முடிவாக அது இருந்திருக்க வேண்டும். ஏனென்றால், மறுநாள் அவன் ஓடிவிட்டான். அதற்குப் பிறகு அவன் வரவில்லை. அவன் மறுபடியும் திரும்ப வருவான் என்று எனக்குத் தோன்றவில்லை.

என்னுடைய வழிகாட்டுதலுக்காக அவன் தயாராக இருந்தான் - பாதைக்குள்ளே நுழைய, அவன் தயாராக இருப்பதாக, அவன் தனக்குத் தானே நினைத்துக் கொண்டிருந்தான். அவனுடைய எண்ணம் மூன்று நாள்கள்தான் தள்ளிப் போடப்பட்டது. அவனுடைய எண்ணம், குறைந்தபட்சம் முப்பது பிறவிகளுக்குத் தள்ளிப்போடப்பட்டுள்ளது என்று நான் நினைக்கிறேன். அந்த மனிதன் சற்றும் தயாராக இல்லை, அதற்கான ஒளிக்கீற்று ஒன்றுகூட அவனிடம் இல்லை, அவனுடைய கடந்த வாழ்க்கைகளில், அதற்கான ஒரு விதைகூட விதைக்கப்பட்டிருக்கவில்லை, ஆனால் அவன் அறுவடை செய்யத் தயாராக இருக்கிறான். ஒரே ஒரு விதையைக் கூட அவன் விதைத்ததில்லை. ஆனால், மக்கள் சற்றும் விழிப்பில்லாமல் இருக்கிறார்கள். விதை விதைக்காமல் அறுவடை செய்ய முடியாது என்பதை அவர்கள் உணர்வதில்லை.

ஆனால் ஒரு குரு என்பவர், உனக்குள் அதற்கான சாத்தியக் கூறுகள் இருக்கின்றனவா என்பதைப் பார்க்க வேண்டியிருக்கிறது. நான் ஒருவனை ஏற்றுக்

கொள்ளும்போது, அந்த ஜீவனில் அதற்கான சாத்தியக் கூறுகள் இருக்கின்றனவா என்பதைத் தெரிந்து கொள்ள வேண்டும். ஏனென்றால், நான் மறுபடியும் திரும்பி வரப்போவதில்லை. இந்த வாழ்க்கையில் நீ அடைவதற்கான ஆற்றல் கொண்டிராதபோது, உன் மீது வேலை செய்யத் தொடங்காமல் இருப்பதே நல்லது.

நீ அடையாமல் போகக்கூடும், நீ தவறவிடக் கூடும். ஆனால், உன்னுடைய ஆற்றலை, வாய்ப்புகளை நான் தெளிவாகத் தெரிந்து கொள்ளவேண்டும். ஏனென்றால், உன்னுள் ஒரு குறிப்பிட்ட முறையில் வேலை செய்யத் தொடங்கிவிட்டால், பிறகு நான் இல்லாமல் போய் விட்டால், வேறு குருமார்களிடம் உன்னை நீ பொருத்திக் கொள்வது மிகவும் சிரமமான விஷயம். நான் அணிந்திருக்கும் ஒரு குறிப்பிட்ட வடிவம் உன்னிடம் அமைந்திருக்கும். அதுவே பிரச்சினையை உருவாக்கிவிடும். உன்னிடம் நான் தொடங்காமல் இருப்பதே நல்லது. அப்போதுதான், வேறு யாராவது உன்னை வழிநடத்துவதற்கு நீ முற்றிலுமாய் ஏற்றுக்கொள்ளும் நிலையில் இருப்பாய்.

இந்த மனிதன், இந்தக் குறிப்பிட்ட வாழ்க்கையில் அடைவான் என்பதை நான் உறுதியாகத் தெரிந்து கொண்ட பிறகுதான், நான் அவனை வழிநடத்தத் தொடங்க முடியும். அந்த மனிதன் தனக்குள்ள சாத்தியக் கூறுகளைப் பற்றித் தெரிந்துகொள்ளாமல் இருக்கக்கூடும். கடந்தகால வாழ்க்கைகளில், அவன் எந்த மாதிரி வேலை செய்தான் என்பதை அவன் முற்றிலும் அறிந்திராதவனாக இருக்கக் கூடும்.

நீ பழங்காலத்தைச் சேர்ந்தவன். இங்கு நீ இருப்பது ஒன்றும் புதிதல்ல. இந்தப் பூமிக்குள் நீ ஆயிரக்கணக்கான முறை காலடி எடுத்து வைத்திருக்கிறாய். உன்னை

ஒப்பிடும்போது, பூமியை வேண்டுமானால் புதியது என்று சொல்லலாம். ஏனென்றால், நீ பல கிரகங்களில் வாழ்ந்தவன். நீ அங்கு எல்லாம் சாசுவதமாக இருந்தவன். நீ மில்லியன் கணக்கான விஷயங்களாக, வடிவங்களாக விளங்கியவன். நீ ஒரு புத்தம் புதிய சிலேட்டுப் பலகை அல்ல, அதில் ஏற்கெனவே பல விஷயங்கள், பல முறை எழுதப்பட்டுவிட்டன. முழுமை அடையாத பல விஷயங்கள் அங்கு உயிர்ப்புடன் இருக்கின்றன. இந்த வாழ்க்கையில் சாத்தியமாகக் கூடிய விஷயங்கள் எவை யேனும் இருக்கின்றனவா என்பதை நான் பார்க்க வேண்டி யிருக்கிறது - இல்லையென்றால், என்னால் வேலை செய்யத் தொடங்க முடியாது. அதனால், நீ திறந்த நிலை யில் இரு. இல்லையென்றால், நான் பிரச்சினையை உருவாக்கக் கூடும்.

அதனால், குரு ஒருவனை நிராகரிப்பது, அவன் மீது கொண்ட இரக்கத்தினால்தான். அவனை ஏற்றுக் கொள்வ தும் அவன் மீது கொண்ட இரக்கத்தினால்தான். வேறு எதுவும் சாத்தியமில்லை. ஏனென்றால், ஒரு குரு என்பவர், இரக்கத்தைத் தவிர வேறெதுவும் கொள்ளாதிருப்பவர்.

நான் இங்கு நீண்ட காலம் இருக்க முடியாது என்பது எனக்கு நன்றாகத் தெரியும். உண்மையைச் சொல்லப் போனால், என்னுடைய கப்பல் வந்துவிட்டது. அது இருபது வருடமாகக் காத்துக் கொண்டிருக்கிறது. நான் எந்தக் கணத்திலும், இந்தக் கரையை விட்டுப் போய்விடக் கூடும். எப்படியோ, நான் அதைத் தள்ளிப்போட்டுக் கொண்டே இருக்கிறேன். நான் இன்னும் சற்றுக் காலம் தான் இங்கு இருப்பேன், இன்னும் சிறிதளவு என்னால் உனக்கு உதவ முடியும்.

மனம் போன போக்கில் அலையும் மக்களை என்னால் ஏற்றுக் கொள்ள முடியாது என்பது உண்மைதான்.

இஷ்டப்படி திரியும் மக்களை நான் ஏற்றுக் கொள்வதாக நீ கருதினால்கூட, என் மனம் போனபோக்கில் அவர்களை நான் ஏற்றுக் கொள்வதில்லை. உனக்கு இது தெரியாமல் இருக்கலாம் - ஏனென்றால், நீ யார் என்பது உனக்குத் தெரியாது, நீ எப்படிப்பட்டவன், என்னென்ன சாத்தியங் கள் உன்னிடம் இருக்கின்றன என்பது உனக்குத் தெரியாது. நான் ஒரு குறிப்பிட்ட நபரை நிராகரிக்கும் போது, அந்த நிராகரிப்புக்குக் காரணம் என்னவென்றால், இந்த வாழ்க்கையில் அவனுக்கு எந்தவித சாத்தியங்களும் இல்லை, அவனால் எந்தவித அபாயத்தையும் நேர்கொள்ள முடியாது. அவள் தயார் நிலையில் இல்லை. அவன் பெற்றுக் கொள்வதற்குத் தயாராக இல்லாத விஷயங்களை அவன் கேட்டுக் கொண்டிருக்கிறான்.

ஆனால் ஆன்மிகம் என்பது, அந்த இரகசியம் என்பது, நீ தயாராக இருந்தாலோ, இல்லாவிட்டாலோ தரக்கூடிய விஷயம் அல்ல. உன்னுடைய தந்தையின் செல்வங்களை, நீ உரிமையுடன் பெற்றுக் கொள்ளலாம். ஆனால், ஒரு குருவிடமிருந்து ஆன்மிகத்தை உரிமையுடன் கேட்டுப் பெற முடியாது. அது ஒரு சாதாரணமான வாரிசுரிமைப் பிரச்சினையல்ல. அதனை அவ்வளவு எளிதாக மாற்றிக் கொள்ள முடியாது. நீ பரிபூரணமாக, அதற்குத் தயார் நிலையில் இருக்கவேண்டும். அப்படி இல்லையென்றால், அதை உனக்கு அளித்தாலும், அது உன்னை வந்தடையாது. ஏதோ ஒரு வகையில், உனக்கு அளிக்கப்பட்டதை நீ மறந்துவிடுவாய்.

ஆற்றல் இருந்தால் மட்டுமே, அந்த உணர்வு குருவுக்கு ஏற்பட்டால் மட்டுமே, அவர்கள் வேலை செய்யத் தொடங்குவார்கள் என்று சூஃபிக்கள் கூறுகிறார்கள். மனிதன் பலவிதங்களில் தயாராக இருக்கிறான். இங்கும் அங்கும் சில கோடுகள் போட்டால், ஓவியம் முழுமை

அடைந்துவிடுகிறது. உன்னுடைய நேரத்தையோ, அவனுடைய நேரத்தையோ அவன் தேவையின்றி வீணடிப்பதில்லை. சாதாரண விஷயங்களைச் சொல்லித் தருவதற்காகக் குரு அங்கு இருப்பதில்லை. அதற்கென்று பல ஆசிரியர்கள் இருக்கிறார்கள். அவர்களிடம் நீ செல்லலாம். குரு என்பவர், உயர்வான சில விஷயங்களை, அசாதாரணமான, பார்வைக்குப் புலப்படாத விஷயங்களைப் போதிப்பவர். நீ சுத்திகரிக்கப்பட வேண்டும். அப்போதுதான், தெரியாதன் இசை, உன்னை நோக்கிக் கீழிறங்கி வரும். உனக்குத் தெரிந்துள்ளது என்று ஏற்கெனவே நினைத்திருந்தால், குருவால் உனக்குப் போதிக்க முடியாது.

அறிந்தவர்கள் பலர் என்னிடம் வருகிறார்கள். பண்டிதர்கள், படித்தவர்கள்.... ஒரு முதியவர், என்னிடம் குறைந்தபட்சம் பத்து வருடமாவது தொடர்ந்து வந்து கொண்டிருந்தார். சில மாதம் இடைவெளியில், அவர் மீண்டும், மீண்டும் தொடர்ந்து வந்துகொண்டே இருந்தார். தன்னுடைய மேதாவிலாசத்தைப் பற்றி அவர் பேசிக் கொண்டே இருப்பார். வேதங்கள், உபநிஷதங்கள் இவற்றைப் பற்றியெல்லாம் சிலாகித்துக் கொண்டே இருப்பார். அவர் யோகாவைப் பற்றிப் பேசுவார், அவர் என்னென்ன செய்து கொண்டிருந்தார், எந்த மாதிரியான அனுபவங்கள் எல்லாம் அவருக்கு ஏற்பட்டன என்பதையெல்லாம் பற்றி என்னிடம் சுயபுராணச் சொற்பொழிவுகள் செய்து கொண்டே இருப்பார். இப்படி அவருக்கு எல்லாமே தெரிந்திருக்கும்போது, அவர் என்னிடம் வரவேண்டிய அவசியம் என்ன? ஆனால், அவர் பிடிவாதமாகத் தொடர்ந்து வந்துகொண்டே இருந்தார். அவர் கூறுவது அனைத்தும் வெறுமனே பாசாங்குதான், கற்பனைதான். தான் அடைந்து விட்டதாக அவர் நினைத்துக் கொண்டிருக்கிறார். அவர் எதையும் அடையவில்லை என்பதை

நான் புரிந்துகொண்டேன். அவர் அனைத்தையும் நூல்களில் படித்திருக்கிறார், அவ்வளவுதான். அவர் ஆன்மிக வட்டங்களில் சுற்றிக் கொண்டிருந்ததால், பலவித வதந்திகளை அவர் அறிந்து வைத்திருந்தார். குண்டலினியைப் பற்றி, சக்கரங்களைப் பற்றி, இதைப் பற்றி, அதைப்பற்றி, ஒவ்வொரு முறையும் என்னிடம் வரும் போதெல்லாம், எதையாவது என்னிடம் சொல்வதில் மிகுந்த விருப்பம் அவருக்கு இருந்தது. என்னிடமிருந்து ஏதோ ஒருவித உதவியை அவர் நாடுகிறார். ஆனால், அவராகவே அதைத் தடுத்துக்கொள்ளவும் செய்கிறார். அவர் என்னிடம் உதவி பெற விரும்பினால், அதற்கு முதலில், தனக்கு எல்லாம் தெரியும் என்கிற மனப்பான்மையை அவர் கைவிட வேண்டும். அறிவைப் பற்றி அவர் கொண்டிருக்கும் அனைத்து அபத்த எண்ணங்களையும் முதலில் அவர் நிறுத்த வேண்டும். ஆனால், தான் சொல்வது எல்லாம் நூல்களில் உள்ளவை அல்ல என்றும், அனைத்தும் தன்னுடைய சொந்த அனுபவங்கள் தான் என்றும் அவர் தொடர்ந்து பேசிக்கொண்டே இருக்கிறார்.

நான் அவரிடம் கூறுவதுண்டு: ''உங்களுடைய அனுபவங்கள் அழகானவை - இவற்றைச் செய்ய உதவுவதற்குத் தான் நான் இங்கு இருக்கிறேன். ஆனால், நீங்கள் அடைந்து விட்டதால், உங்களுக்கு எதுவும் தேவைப் படாது. எதற்கு என்னிடம் வந்து சிரமப்படுகிறீர்கள்?'' இப்படிக் கூறியவுடன் அவர் முகம் வாடிவிடுவதை நான் பார்த்திருக்கிறேன். தன்னுடைய பாசாங்குத் தன்மையையும் அவரால் கைவிட முடியவில்லை, 'எனக்கு எதுவும் தெரியாது' என்று சொல்லக்கூடிய தைரியமும் அவரிடம் இல்லை. இந்தச் சாதாரண விஷயம், அவருக்குச் சாத்தியமில்லாமல் இருக்கிறது. இதை அவர்

உணர்ந்தாலொழிய, எதுவுமே அவருக்கு நடக்கப் போவதில்லை.

தெரிந்து கொள்ளாமலேயே, தெரிந்துகொண்டு, விட்ட தாக நீ நினைத்தால், உன்னுடைய கதவுகள் மூடப்பட்டி ருக்கும். நீ அறியாமையை உணரவேண்டும். உன்னுடைய இருத்தலின் அடியாழத்திலிருந்து, அதை நீ ஆழமாக உணர வேண்டும். அந்த அறியாமையை அறிந்து கொள்வதன் மூலம் உன் கதவுகள் திறக்கப்படும். நீ முற்றிலும் தயார் நிலையில் குருவின் முன்னால் நிற்பாய். அதன்பிறகுதான் அவரால் வேலையைத் தொடங்க முடியும்.

சூஃபிக்கள் நுட்பமாகக் தேர்ந்தெடுப்பவர்கள். எல்லாக் குருமார்களும் அப்படித்தான். அவர்கள் அப்படிக் கட்டாய மாக இருந்துதான் ஆக வேண்டும். இல்லையென்றால், தவறான மக்கள் அவரைச் சூழ்ந்து விடுவார்கள்.

நான் நாசூக்கான முறைகளில், தவறான மனிதர்களிட மிருந்து விடுபடுவேன். நான் ஆரம்பகாலத்தில் ஜைனர்களால் சூழப்பட்டிருந்தேன். அதற்கு அடிப்படைக் காரணம், பிறப்பால் நான் ஒரு ஜைனன். அவர்கள் தான் முதன்முதலாக என்னிடம் வந்தவர்கள். ஆனால், அவர்கள் என் அருகே சூழ்ந்திருந்தது எனக்காக அல்ல. அவர்கள் என்னைச் சுற்றி இருந்தது ஒரு தவறான காரணத்துக்காக - அதாவது நான் ஒரு ஜைனன் என்பதற்காக. ஆனால் நான் ஒரு ஜைனன் அல்லன். நான் ஒரு கிறித்துவன் அல்லன், ஓர் இந்து அல்லன், ஒரு முகமதியன் அல்லன். அல்லது இவை எல்லாவற்றின் கலவையாக இருப்பவன் என்று சொல்லலாம். நான் எந்த மதத்தையும் குறிப்பிடுபவன் அல்லன்.

நாடு முழுவதிலும் இருந்து ஆயிரக்கணக்கானவர் என்னைச் சுற்றிச் சூழ்ந்திருந்தார்கள். அவர்கள் ஆன்ம சாதகர்கள் அல்லன். எந்த மாற்றங்களிலும், எந்த

வகையிலும் அவர்கள் ஆர்வம் காட்டியதில்லை. ஜைன மதம் தான் சரியானது என்ற அவர்களுடைய நம்பிக்கையைப் பலப்படுத்திக் கொள்வதற்காகத்தான் அவர்கள் என்னைப் பயன்படுத்த விரும்பினார்கள். அதாவது, மகாவீரர் எவற்றையெல்லாம் கூறினாரோ, அவையெல்லாம் உண்மை என்பதை வலுப்படுத்துவதற்காகவே அவர்கள் என்னிடம் இருந்தார்கள். என்னிடம் எந்த ஈடுபாடும் அவர்களுக்கு இருந்ததில்லை. மகாவீரர் உண்மை என்பது அவர்கள் ஏற்கெனவே அறிந்ததுதான். அதற்குப் பக்கபலமாக நான் இருக்க வேண்டும் என்பதுதான் அவர்கள் எண்ணம்.

நான் அவர்களிடமிருந்து விடுபட வேண்டும். சரி, அவர்களிடமிருந்து விடுபடுவது எப்படி? நான் காமத்தைப் பற்றிப் பேசத் தொடங்கினேன். உடனே அவர்கள் ஓடிவிட்டார்கள். ஏனென்றால், ஜைனர்களைப் பொறுத்தவரை, பிரம்மச்சரியம்தான், அவர்களுடைய அடிப்படைக் கொள்கை. நான் காமத்தைப் பற்றிப் பேசியபோது, காமத்தின் மூலம்தான் மேலான பிரக்ஞை உணர்வை அடைய முடியும் என்று நான் போதித்த போது, காமத்தின் மூலமே சமாதி என்பது சாத்தியம் என்று நான் அறிவுறுத்திய போது, அவர்கள் என்னை விட்டு மறைந்துவிட்டார்கள். அதற்கு மேல், எனக்கு வேறெதுவும் தேவைப்படவில்லை. அதையும் மீறி என்னிடம் தொடர்ந்து தங்கி இருந்தவர்கள்தான் ஆன்ம சாதகர்கள். ஆயிரத்தில் ஒருவர் மட்டுமே அப்படி இருந்தார்கள். அந்தக் கும்பல் மறுபடியும் என்னிடம் வரவில்லை.

அதன் பிறகு, என்னைச் சுற்றி இன்னொரு கூட்டம் சூழ்ந்திருந்தது. காந்தியவாதிகள் அவர்கள். மகாத்மாவைத் தேடிக் கொண்டிருந்தார்கள். காந்தி இறந்தபோது, அவர்களுக்கு ஒரு குரு இல்லாமல் போய்விட்டது. நான்

எப்போதும் எளிமையை விரும்புபவனாக இருந்தேன். நான் காதி அணிவது வழக்கம். அதை நான் மிகவும் நேசித்தேன். காரணம், அது குளிர்ச்சியானது, கைகளால் நெய்யப்பட்டது. ஆனால், அந்தப் பழக்கத்தை நான் கைவிட வேண்டியதாயிற்று. காரணம், அது ஒரு சம்பந்தத்தை ஏற்படுத்தி விடுவதாக அமைந்தது. நான் காதியை அணிந்ததால், நான் ஒரு காந்தியவாதி என்று அந்தக் காந்தியவாதிகள் தீர்மானித்துவிட்டனர். அதனால் எனக்குச் சிக்கல் உண்டாகிவிட்டது. இப்போது, நான் டெரிகாட்டன் துணிகளையே அணிந்து கொள்கிறேன். இது எனக்குக் கஷ்டமாகத்தான் இருக்கிறது - வேறு வழியில்லை. ஏனென்றால் இந்தச் சூழ்நிலையில் அது எனக்கு அவசியமாகப் பட்டது. அந்த அவசியத்தை அவர்கள் ஏற்படுத்திவிட்டனர். நான் காதியைக் கைவிட்ட கணமே, பலர் என்னை விட்டுச் சென்றுவிட்டார்கள். பிறகு நான் காந்தியை விமர்சிக்கத் தொடங்கினேன் - அதற்குப் பிறகு, என்னைச் சூழ்ந்திருந்த காந்தியவாதிகளின் முகங்களை என்னால் பார்க்க முடியவில்லை. அவர்கள் ஆன்ம சாதகர்கள் அல்லர். ஆயிரத்தில் ஒருவர் மட்டுமே என்னிடம் தொடர்ந்து இருந்தார்.

ஆன்ம சாதகன் உண்மையிலேயே தெரிந்து கொள்ள விரும்பும் உண்மையான ஆன்ம சாதகன், நான் காந்தியை ஆதரிக்கிறேனா அல்லது அவரை எதிர்க்கிறேனா என்பதைப் பற்றியெல்லாம் பொருட்படுத்தாத, நான் மகாவீரரை ஆதரிக்கிறேனா, அல்லது அவரை எதிர்க்கிறேனா என்பதைப் பற்றியெல்லாம் லட்சியம் செய்யாத, என்னிடம் மட்டுமே நேரிடையாக தொடர்பு கொண்டவன், எந்த வகையிலும் என்னை மதிப்பிடாதவன், என்னை உணர்வு ரீதியாக நம்புபவன் - நான் எதைச் செய்தாலும் லட்சியம் செய்ய மாட்டான்.

ஒரு குரு என்பவர் மிகவும் நுணுக்கமாகத் தேர்ந்தெடுப்பவர். இல்லையென்றால் வேலை செய்வது சாத்தியமில்லை. நீ கூட்டத்தில் எவ்வளவு வேண்டுமானாலும் பேசலாம். ஆனால், அவர்களை உன்னால் மாற்ற முடியாது. அவர்கள், இருத்தலில் கீழ்மட்ட நிலையில் இருப்பவர்கள். இந்த உலகத்தை முற்றிலும் வெறுத்து விட்ட ஒருவன், முற்றிலும் விரக்தி அடைந்தவன், அனைத்து நம்பிக்கைகளையும் இழந்துவிட்டவன், உலக விஷயங்கள் அனைத்தும் கனவுகள் தான் என்ற முடிவுக்கு வந்துவிட்டவன் - உண்மையிலேயே விரக்தியின் உச்சத்தை அடைந்துவிட்டவன், தற்கொலைக்குக்கூடத் தயாரான மனநிலையில் இருப்பவன் மட்டுமே, ஒரு குருவிடம் தயார் நிலையில் இருப்பான். ... ஏனென்றால், தற்கொலை எண்ணம் கொண்டவன், வாழ்ந்தது போதும் என்று நினைப்பவன், இந்த உலகில் வாழ்வது முற்றிலும் அர்த்தமில்லாதது என்று கருதுபவன் மட்டுமே மாறுதலுக்குத் தயாராக இருப்பான். அவன் குருவின் முன்னிலையில் இறப்பதற்குத் தயாராக இருப்பான். அந்த நிலைக்குப் பிறகு, ஒரு குருவினால் அவனை உயிர்த்தெழச் செய்ய முடியும்.

நீ குருவின் அருகில் இருக்கும்போது, அவர் சொல்லும் வார்த்தைகளைக் கேட்காதே. அவரை நீ கவனி, அவருடைய இருத்தலை, அந்த இருத்தலின் சிம்பொனியை, அந்த இருத்தலின் இனிய இசையைக் கவனி. அவற்றைக் கவனிப்பதற்கு முயற்சி செய், அவர் சொல்வதற்கு உன் செவியைக் கொடுக்காதே. ஏனென்றால், அவர் எப்படிப்பட்டவர் என்பதை வார்த்தைகளால் விவரிக்க முடியாது. மௌனத்தின் மூலமாகக்கூட, அவருடைய ஒரு பகுதி மட்டும்தான் வெளிப்படும். அவருடைய வார்த்தைகளால் ஒன்றுமே வெளிப்படாது.

அவருடைய மௌனத்தின் மூலமாகவாவது ஒரு பகுதி மட்டும் வெளிப்படும். அவருடைய வார்த்தைகளால் ஒன்றுமே வெளிப்படாது. அவருடைய இருத்தலை நீ கவனிக்க வேண்டும். அவர் என்ன செய்து கொண்டிருந்தாலும் - அவர் பேசும்போது, மௌனமாக இருக்கும் போது, நடக்கும்போது, அமரும்போது, எதையும் செய்யாமல் வெறுமனே இருக்கும் போது - நீ கவனிக்க வேண்டும். நீ ஜாக்கிரதையாக இருக்க வேண்டும், நீ அதைப் பெற்றுக் கொள்பவனாக இருக்க வேண்டும், அவரைச் சூழ்ந்திருக்கும் அந்த நளினமான இசையை, அந்த நளினமான அதிர்வலைகளை நீ கவனித்துக் கொண்டே இருக்க வேண்டும். இவை அனைத்தும் அங்கே இருந்துகொண்டே இருக்கும்.

ஒருவன் குருவின் அருகில் இருந்து, அவர் மூலமாகப் பலன் அடைய வேண்டுமானால், அவன் முற்றிலும் பெண்மையான மனோபாவத்தில்தான் இருக்க வேண்டும். ஆண்மை நிறைந்த மனோபாவம் உதவிகரமாக இருக்காது.

ஒரு நாள், ஒரு பெண் சந்நியாசினி என்னிடம், ஆண் சந்நியாசிகள், தங்கள் இருத்தலின் பெண்மைத் தன்மையையே அதிக அளவில் தெரிந்து வைத்திருப்பதற்கான காரணம் என்ன என்று கேட்டார். இந்தப் பெண்மைத் தன்மைக்கு அவர்கள் அதிக முக்கியத்துவம் கொடுப்பது எதற்காக என்பது அவருடைய சந்தேகம்.

அது சரியானதுதான். ஏனென்றால், ஒரு சீடனாக இருப்பதற்கு, பெண்மைத் தன்மைதான் அவசியம். அவன் பெற்றுக் கொள்பவனாகத்தான் இருக்க வேண்டும், முரட்டுத்தனமாக இருக்கக் கூடாது. நீ வெடுக்கெனப் பிடுங்க முடியாது, நீ அபகரிக்க முடியாது, நீ திருட முடியாது. நீ பெற்றுக் கொள்பவனாக இருக்க வேண்டும்.

ஒரு குரு என்பவர் உண்ணப்பட வேண்டியவர், மென்று தின்னப்பட வேண்டியவர், உறிஞ்சப்பட வேண்டியவர். அப்போதுதான் அவர் உன்னுடைய இரத்தமாக, உன்னுடைய எலும்பாக, உன்னுடைய மஜ்ஜையாக இருப்பார்.

இன்னோர் இரவு, ஒரு சந்நியாசி தனக்கு நேர்ந்த ஒரு விஷயத்தைப் பற்றி என்னிடம் கூறியபோது, என்னால் நம்பவே முடியவில்லை. அவர் கூறினார், ''நான் தியானத்தில் ஈடுபட்டிருக்கும்போது, ஒரு நாயைப் போலவும், நான் குரைப்பது போன்றும் எனக்கு ஓர் உணர்வு தோன்றியது. அது மட்டுமல்ல, சில சமயங்களில் உங்கள் கால் விரல்களைக் கடித்துத் தின்பது போன்ற உணர்வுகூட ஏற்படுகிறது.''

ஆமாம், உண்மைதான். குருவை உண்ண வேண்டும், மென்று தின்ன வேண்டும், உறிஞ்ச வேண்டும், ஜீரணிக்க வேண்டும். அதை நடைமுறையில் பெரிதாக எடுத்துக் கொண்டு செயல்பட வேண்டாம் என்று நான் அந்த சந்நியாஸியிடம் கூறினேன் - ஏனென்றால், ஒரு தடவை இது நடந்தது. ஒரு சந்நியாசி இதை அப்படியே செய்துவிட்டார். ஒரு நாயைப் போல அவர் என் மீது பாய்ந்து, என் கால் விரலைக் கடிக்கத் தொடங்கிவிட்டார். என் விரலிலிருந்து இரத்தம் வரும் அளவுக்கு அவர் கடித்துவிட்டார். அவர் தியானத்தில் பார்த்த காட்சியை நடைமுறையில் செயல்படுத்திவிட்டார்.

அவன் கண்ட காட்சி சரியானதுதான். அமெரிக்கா வைச் சேர்ந்த ஆன்ம சாதகர்களில் ஒருவர் இப்போது அவர் இறந்துவிட்டார் - அவர் ஓர் அற்புதமான நூலை எழுதியிருக்கிறார். அந்த நூலின் தலைப்பு என்னை மிகவும் கவர்ந்தது. அந்த மனிதரின் பெயர் ரூடி (Rudi). அவர் எழுதிய நூலின் பெயர் 'Spiritual Cannibalism.' புத்தகத்தின்

உள்ளடக்கம் சுமாராக இருந்தாலும், அந்தத் தலைப்பு அற்புதமானது: ஒருவன் குருவை உண்ணவேண்டும். அவன் நரமாமிசம் தின்னக்கூடியவனாக (Cannibal) இருக்க வேண்டும்.

ஆனால், அதை நீ இலக்கிய ரீதியாக எடுத்துக் கொள்ளக் கூடாது. அது ஓர் உள்ளார்ந்த பார்வை, அது ஓர் உள்ளார்ந்த நிகழ்ச்சி. கொஞ்சம் கொஞ்சமாக, நீ குருவினால் மாற்றப்படுகிறாய். ஒரு கட்டத்தில் நீ இருப்பதில்லை, குரு உன்னுள் இருப்பார். செயின்ட் பால் இப்படிக் கூறினார், ''நான் இருக்கவில்லை, கிறிஸ்து என்னுள் இருக்கிறார்.''

குரு என்பவர், உன்னைக் கொஞ்சம் கொஞ்சமாக இடப்பெயர்ச்சி செய்கிறார். நீ உள்ளே செல்லும் போது, உன்னை உன்னால் பார்க்க முடியாது, அங்குக் குருவைத் தான் நீ பார்ப்பாய். இது நிகழும்போது, அறிவு என்பதைத் தெரிந்து கொள்ள முடியாது - அது இடம் பெயர்ந் திருக்கும். குரு இடப்பெயர்ச்சி அடைந்துவிடுகிறார். அது ஒரு நுட்பமான நிகழ்ச்சி. எனவே, வெறும் ஆர்வம் மட்டுமே கொண்டிருக்கும் மக்கள், குழந்தைத்தனமாகத் தெரிந்துகொள்ள விரும்புபவர்கள், நிராகரிக்கப்பட வேண்டியவர்கள், அவர்கள் அனுமதிக்கப்படுவதில்லை. இப்படிப்பட்டவர்கள் மில்லியன் கணக்கில் இருக்கிறார் கள். இவர்களை எல்லாம் அனுமதித்துவிட்டால், உண்மை யான ஆன்ம சாதகர்கள் குருவின் அருகில் செல்ல முடியாமல் போய்விடும்.

நான் இதைக் கேள்விப்பட்டிருக்கிறேன். முல்லா நஸிருதீனின் தந்தை மரணப்படுக்கையில் இருந்தார். உயிர் பிரியும் தருவாயில், அவர் தன் மகனிடம் சில அறிவுரை கள் சொல்ல விரும்பினார். முல்லா பாதை மாறிப் போய்க்

கொண்டிருந்தார். அந்த நகரத்தின் டான் ஜான் (Don Juan) ஆக அவர் சுற்றித் திரிந்து கொண்டிருந்தார். ஒரு பெண் பித்தராக விளங்கினார். அந்த முதியவர் கூறினார், ''நஸிருதீன், ஒரு விஷயத்தை நினைவில் வைத்துக் கொள்: வெறும் மேல் தோலின் கவர்ச்சியில் மயங்கிவிடாதே, அந்தக் காமத்தில் பைத்தியம் பிடித்து அலையாதே - நான் இப்போது இப்படிச் சொல்வது, என் சொந்த வாழ்க்கையில் நான் இதை அனுபவித்துத் தெரிந்து கொண்டதால் தான். நானும் ஒரு பெண்ணின் பின்னால் சுற்றிக் கொண்டிருந்தேன். என்னுடைய வாழ்க்கை இப்போது முடியப் போகிறது. இந்த நேரத்தில் நான் கருதுவது என்னவென்றால், அழகு என்பது வேறொன்றுமில்லை, அது வெறுமனே ஒரு தோலின் மீது கொள்ளும் மோகம்தான், அது ஒரு தோற்றம் தான்.''

தந்தை சொன்னதை ஆழ்ந்து சிந்தித்துவிட்டு, நசிருதீன் கூறினார், ''தந்தையே, எனக்கு அது மட்டுமே போதும் - ஏனென்றால், நான் மனித மாமிசத்தை உண்பவன் அல்லன். நான் பெண்களைச் சாப்பிடப் போவதில்லை. வெறும் தோல் அழகு மட்டும் எனக்குப் போதுமானது. ஒரு பெண்ணின் உள்ளே இருப்பது யாருக்கு வேண்டும்?''

ஆனால், இதுபோன்று மேல் தோல் கவர்ச்சியாக, மேலோட்டமாக, ஒரு குருவின் தோல் மீது மட்டுமே, தோல் ரீதியாக மட்டுமே தொடர்பு கொண்டால், உன்னால் அவரிடம் தொடர்பு கொள்ள முடியாமலே போய்விடும். குருவைப் பொறுத்தவரை நீ ஒரு கேனிபல்லாகத்தான், மனித மாமிசம் உண்பவனாகத்தான் இருக்க வேண்டும். நீ அவரை முழுமையாக, ஒட்டு மொத்தமாக உண்ண வேண்டும். உன்னை நீ முழுமையாகக் கைவிட்டால்தான் அது சாத்தியப்படும். நீ வெறுமையை உருவாக்க வேண்டும். நீ வெற்றிடத்தை உருவாக்க வேண்டும்.

அப்போது, திடீரென்று அந்த வெற்றிடம் குருவை உள்ளிழுத்துக் கொள்ளும். அது ஓர் இருத்தலிலிருந்து இன்னோர் இருத்தலுக்கு இடம் பெயர்வது. அங்கு அறிவு இடப்பெயர்ச்சி ஆவதில்லை. ஆனால், வாழ்க்கையே இடப்பெயர்ச்சி ஆவது - ஓர் எரியாத விளக்கினை, எரிந்து கொண்டிருக்கும் விளக்கின் அருகே கொண்டு செல்லும்போது, சுடர் பாய்ந்து சென்று பற்றிக் கொள்வதைப் போன்றது அது.

குருவுக்கு எந்த இழப்பும் இல்லாமல், உனக்கு ஆதாயம் ஏற்படுகிறது. ஏனென்றால், எரிந்து கொண்டிருக்கும் விளக்குக்கு எந்த நஷ்டமும் ஏற்படுவதில்லை. அதே சமயத்தில் இன்னொரு விளக்கும் எரியத் தொடங்கும் - அது அனைத்தையும் பெற்றுக் கொள்கிறது. அதே சமயத்தில், முதல் விளக்குக்கு எந்த இழப்பும் ஏற்படுவதில்லை. எரிந்து கொண்டிருக்கும் ஒரு விளக்கிலிருந்து, ஆயிரக்கணக்கான விளக்குகளை எரிய வைக்க முடியும். அதே சமயத்தில் அந்த மூலவிளக்கு அப்படியேதான் இருக்கும். எந்த இழப்பும் இருப்பதில்லை. சுடர் மட்டும் தாவுகிறது, அவ்வளவுதான்.

குரு என்பவர், எரிந்து கொண்டிருக்கும் விளக்கைப் போன்றவர். அவரிடம் வா, அவருடைய அருகில் இரு.

மதிப்பீடு என்பது, உன்னைக் குருவிடம் நெருங்க அனுமதிக்காது. அதனால், சுடரினால் தாவ முடியாது. ஏனென்றால், இருண்டு விளக்குகளும் அருகருகே இருந்தால்தான், சுடரின் தாவல் சாத்தியப்படும். இரண்டுக்கும் இடையே தூரம் இருக்கக் கூடாது.

இப்போது, அந்த அழகான கதைக்கு வருவோம்.

மூன்று மனிதர்கள், ஒரே சமயத்தில், ஒரு சுஃபி ஞானியின் குருகுலத்துக்குச் சென்றார்கள்.

அவருடைய போதனைகளைக் கேட்பதற்காக, தங்களை அங்கு சேர்த்துக் கொள்ளுமாறு அவரிடம் அவர்கள் வேண்டினார்கள்.

குரு கடுமையாக நடந்துகொண்டதால், ஆத்திர மடைந்த ஒருவன், உடனடியாக அந்த குருகுலத்தை விட்டு வெளியேறினான்.

குருட்ஜிஃப்பைப் பற்றி இப்படிச் சொல்வார்கள். அவருடைய உட்புற வட்டத்திற்குள் நுழைவதற்காக, புதிய சீடர்கள் எப்போது வந்தாலும், அவர் மிகவும் கடுமையுடன் நடந்துகொள்ளத் தொடங்கிவிடுவாராம். திடீரென்று அவர் கிறுக்குத்தனமாக நடந்து கொள்வாராம். பழைய சீடர்களுக்கு, தங்களுடைய குருவின் தந்திர விளையாட்டு தெரிந்திருக்கும். ஆனால், புதிதாக வரும் சீடன், குருவின் இந்த கிறுக்குத் தனத்தையும் விநோதப் போக்கையும் பார்த்தவுடன், அங்கிருந்து உடனடியாக ஓடிவிடுவான்.

இந்தச் சம்பவம் ஒரு முறை நடைபெற்றது. குருட்ஜிஃப்பிடம் பேட்டி எடுப்பதற்காக, ஒரு பத்திரிகையாளர் அங்கு வந்திருந்தார். குருட்ஜிஃயின் போதனைகளில் அவர் மிகுந்த ஆர்வம் காட்டினார். குருட்ஜிஃப் சுற்று முற்றிலும் பார்த்துவிட்டு, தன்னுடைய பழைய சீடன் ஒருவனை அழைத்து, ''இன்று என்ன கிழமை?'' என்று கேட்டார்.

அந்தச் சீடன் கூறினான், ''இன்று சனிக்கிழமை.''

குருட்ஜிஃப் கூறினார், ''இது எப்படிச் சாத்தியம்? நேற்று வெள்ளிக்கிழமை. இன்று எப்படி சனிக்கிழமை ஆவதற்கு வாய்ப்பு இருக்கிறது? இது பைத்தியக்காரத் தனமாக இருக்கிறது - நேற்று வெள்ளிக்கிழமை, இன்று எப்படி சனிக்கிழமை ஆகிவிடும்?''

அந்தப் பத்திரிகையாளர் பட்டென்று எழுந்து நின்று கூறினார், ''நான் பைத்தியக்காரர்களைத் தேடி வரவில்லை. இங்கு என்ன நடந்து கொண்டிருக்கிறது?'' உடனே குருட்ஜிஃப் அந்த மனிதரைக் கோபத்துடன் பார்த்தார், அவரை விழுங்கிவிடுவது போல அந்தப் பார்வை இருந்தது. அந்தப் பத்திரிகையாளர் வெலவெலத்துப் போய்விட்டார். உடம்பெல்லாம் வியர்க்கத் தொடங்கி விட்டது. தான் ஆபத்தில் சிக்கிக் கொண்டுவிட்ட உணர்வு அந்த மனிதருக்கு ஏற்பட்டது. குருட்ஜிஃப் மிகுந்த பலசாலி. அந்த அந்த மனிதர் மீது அந்த வேகத்தில் பாய்ந்தார் என்றால், அவர் இறந்தே போய்விடக்கூடும். உடனடியாக அங்கிருந்து ஓட்டம் பிடித்த அந்தப் பத்திரிகையாளர் மறுபடியும் அந்தப் பக்கம்எட்டிப் பார்க்கவே இல்லை. அதைப் பார்த்த குருப்ஜிஃப் வயிறு குலுங்கச் சிரித்தார்.

சில சீடர்கள் அவரிடம் கேட்டார்கள், ''சரி, ஏன் இப்படி அவரிடம் நடந்து கொண்டீர்கள்? அவர் நம்மைப் பற்றிக் கட்டுரை எழுதியிருந்தால், நமக்கு உதவியாகத் தானே அது அமையும்? அவர் மிகவும் பிரபலமானவர். அவர் பலருடன் தொடர்பு கொண்டவராயிற்றே? ஏன் இப்படிச் செய்தீர்கள்?''

குருட்ஜிஃப் கூறினார்,'' ஆரம்ப நிலையிலேயே அவருடைய தொடர்பை அறுத்துவிடுவதுதான் நல்லது. ஏனென்றால், ஒருமுறை அவரை அனுமதித்து விட்டால், அந்த மனிதர் தொடர்ந்து வந்துகொண்டே இருப்பார். அவர் புரிந்துகொள்ளக் கூடியவர் அல்லர். மேலெழுந்த வாரியான அறிவைக் கொண்டவர் அல்லர். அவர் தோற்றத்தைப் பார்த்து எடைபோடக் கூடியவர். அவரால் எப்படி ஆழ்ந்த விஷயங்களைப் புரிந்துகொள்ள முடியும்?

குரு கடுமையாக நடந்து கொண்டதால், ஆத்திர மடைந்த ஒருவன், உடனடியாக அந்த குருகுலத்தை விட்டு வெளியேறினான்.

குரு சொல்லிக் கொடுத்தபடியே, அங்கிருந்த சீடன் ஒருவன், குரு ஓர் ஏமாற்றுப் பேர்வழி என்று இரண்டாவது மனிதனிடம் கூறினான்.

குரு சொல்லிக் கொடுத்தபடியே, இரண்டாவது மனிதனிடம் குரு கூறினான். ''இந்த மனிதனிடம் ஏமாந்து விடாதே. இவன் ஓர் ஏமாற்று பேர்வழி'' உடனே இரண்டாமவன் ஓடிவிட்டான்.

மனிதன், உண்மையில் ஒரு மாதிரியானவன். யாராவது ஒருவன், குரு ஓர் ஏமாற்றுப் பேர்வழி என்று கூறினாலே போதும். இந்த மனிதன் ஏமாற்றுபவனா இல்லையா என்பதை நீ கண்கூடாகப் பார்த்துத் தெரிந்து கொள்வ தில்லை. அதைப்பற்றி எந்த ஆராய்ச்சியும் நீ செய்வ தில்லை. இந்த மனிதன் சோதிப்பதற்காக இந்த நாடகத்தை நடத்துகின்றானா, அல்லது அந்தக் கூற்றில் ஏதேனும் ஓர் எண்ணம் இருக்கிறதா என்பதைப் பற்றியெல்லாம் நீ சிந்திப்பதே இல்லை.

குருவிடம் நம்பிக்கை கொள்வது கடினமானது. ஆனால், ஒரு மனிதனிடம் நம்பிக்கை கொள்வது எளிதானது. ஒருவனுடைய குணாதியத்தைப் பற்றிய நற்சாட்சிப் பத்திரத்தை நீ கேட்பதில்லை. நீ வெறுமனே நம்பி விடுகிறாய், அவ்வளவுதான். யாராவது ஒருவர் எப்போதாவது, எதையாவது தவறு என்று கூறினால், அதை நம்புவதற்கு எப்போதும் தயாராக இருப்பாய். அதே சமயத்தில், யாராவது ஒருவர் ஏதேனும் ஒரு விஷயத்தை நல்லது என்று கூறினால், அதை நம்புவதற்கு நீ தயங்குகிறாய். கெட்ட விஷயங்களை எப்போதும் நீ

நம்புகிறாய். பிசாசை நீ நம்புகிறாய். ஆனால், கடவுளை நீ சந்தேகப்படுகிறாய்.

ஆங்கிலத்தில் இந்தக் கூற்று சொல்லப்படுவதுண்டு. 'உண்மையாக இருப்பது மிகவும் நல்லது.' இது மனதைப் படம்பிடித்துக் காட்டுகிறது. 'உண்மையாக இருப்பது மிகவும் கெடுதல்' என்று நீ சொல்வதில்லை. இதுபோன்ற கூற்றுகள் சொல்லப்படுவதும் இல்லை. மிகவும் கெடுதல் என்பது மிகவும் கெடுதல் அல்ல. அது எப்போதும் உண்மையாகத்தான் இருக்கும். ஆனால், மிகவும் நல்லது என்பது நம்ப முடியாதது. மனித நேயத்தின் மீது நீ மிகுந்த ஆழமாக அவநம்பிக்கை கொண்டுள்ளாய். அதனால்தான் யாரையாவது பற்றி, எதையாவது பற்றி, தவறானது என்று கூறினால், உடனே அதை நீ எப்போதும் நம்பிவிடுகிறாய்.

"இந்த மனிதன் புத்தத் தன்மையை அடைந்து விட்டான்" என்ற யாராவது ஒருவர் உன்னிடம் கூறினால், நீ சிரிக்கிறாய். இது சாத்தியமில்லை, இதெல்லாம் கட்டுக்கதை, இப்படியெல்லாம் நடந்ததே இல்லை, நடக்கப்போவதும் இல்லை என்று கூறுகிறோம்.

இது எப்படி நடக்க முடியும்? யாரோ ஒருவர் புத்தர் ஆகும்போது, இதுவரை நீ ஏன் அப்படி ஆகவில்லை? சாத்தியமே இல்லை. புத்தத் தன்மை என்பது எவருக்கும் எப்போதும் சாத்தியமாகாது என்று கூறும்போது, உனக்கேகூட அது சாத்தியமாகக் கூடும். நீட்ஸே ஏதோ ஓர் இடத்தில் இப்படிக் குறிப்பிடுகிறார். நான் கடவுளை நம்ப மாட்டேன். ஏனென்றால், அவர் ஏற்கனவே கடவுளாக இருக்கும் பட்சத்தில், எனக்கென்னென்ன வாய்ப்புகள் இருக்க முடியும்? கடவுள் இருக்கிறார் என்பதை நான் நம்ப மாட்டேன். ஒருவேளை, அவர் இருந்தால் நான் அவரிடம் சென்று இருப்பேன்.

நீ எப்போதும் மக்களின் எதிர்மறைவான அம்சங்களையே பார்க்கிறாய். நேரான விஷயங்களை நீ நம்புவதில்லை. நீ உன் சந்தேகத்தை வெளியே காட்டிக் கொள்ளாவிட்டாலும்கூட, உன்னிடம் அது இருக்கத்தான் செய்கிறது. என்ன ஒரு முட்டாள்தனம்! யாரோ ஒருவர், ஒரு மனிதனை ஏமாற்றுப் பேர்வழி என்று கூறினால், உடனடியாக அதை நீ நம்பிவிடுகிறாய். நீ அதனுள் சென்று பார்ப்பதில்லை, நீ சரியாக விசாரிப்பதில்லை, பிறகு விசாரிக்கிறேன், அதன்பிறகு முடிவெடுக்கிறேன்'' என்று நீ ஒருபோதும் சொல்வதில்லை. ஆனால், புத்தரே நேரிடையாக உன்னிடம் வந்து, ''நான் மிகச் சரியான பரமசுகத்தை அடைந்துவிட்டேன்'' என்று கூறினால் கூட, நீ சந்தேகக் கண் கொண்டுதான் அவரைப் பார்ப்பாய். இது எப்படிச் சாத்தியம்? நம்பிக்கை கொள்வதற்கு இது மிகவும் நல்லதாக இருக்கிறதே.

நீ பிசாசை நம்புகிறாய். கடவுள் இறந்திருக்கக் கூடும். ஆனால், பிசாசு இறந்திருக்காது என்று கருதுகிறாய். சில தீவிரமான நாத்திகர்களை நான் சந்தித்திருக்கிறேன். அவர்களுக்குக் கடவுள் மீது எள்ளளவும் நம்பிக்கை கிடையாது, ஆனால் பிசாசை நம்பாமல் இருக்கும் ஒருவனைக் கூட நான் பார்த்ததில்லை. அனைவரும் பிசாசை நம்புகிறார்கள், நாத்திகர்கள் உட்பட.

நாத்திகர்கள் பிசாசிற்கு எதிராக, எந்த வாக்குவாதங்களையும் செய்வதில்லை. ஆனால் கடவுளுக்கு எதிராக, ஆயிரக்கணக்கான வாதங்களை அவர்கள் செய்கிறார்கள். ஆனால், பிசாசிற்கு எதிராக, எந்தப் பட்டிமன்றமும் நடப்பதில்லை. அனைவரும் பிசாசின் சீடர்கள் போலத் தோன்றுகிறது. நம்பத்தகுந்த ஒன்றாகப் பிசாசு விளங்குகிறது.

நீ ஒரு குருவின் அருகில் இருந்தால், அவரை மதிப்பிடுவது மிகவும் சிரமம். "இந்தக் குரு ஓர் ஏமாற்றுப் பேர்வழி" என்ற கூறுமாறு, தன் சீடரிடம் குரு உத்தரவு பிறப்பித்திருந்தார். குருவின் அறிவுறுத்தலின்படி, நடந்தது தான் இது. அவர் ஒரு சூழ்நிலையை உருனாக்கினார்.

நீ பிசாசை எளிதில் நம்புகிறாயா? அப்பியானால் ஆன்மிக வளர்ச்சிக்கு நீ தகுதியானவன் அல்லன். தவறானதை, எதிர்மறையானதை நம்புவதை நீ விரும்ப வில்லையா? அப்படியானால், சரியானதை நீ ஓர் அடி எடுத்திருப்பதாக அர்த்தம். நீ ஒரு சாதாரண மனிதன் சொல்வதை இந்த அளவுக்கு நம்பும்போது, ஒரு குருவை உன்னால் எப்படி நம்ப முடியும்?

என்னைப் பார்க்க விரும்பும் ஆயிரக்கணக்கான மக்கள், சிலரால் தடுக்கப்படுகிறார்கள். ஒரு சாதாரண டாக்ஸி டிரைவர், பான் வாலா, ரயில்வே ஸ்டேஷன் போர்ட்டர் போன்ற சிலர், எங்கே செல்கிறீர்கள்? அவன் ஓர் ஏமாற்றுக்காரன்" என்று கூறி, என்னைப் பார்க்க வரும் பலரை வழியிலேயே தடுத்து விடுகிறார்கள். அவர்கள் எல்லாம், நான் சொல்லிக் கொடுத்தபடியே கூறும் சீடர்களாக இருக்கக்கூடும். உனக்கு இதெல்லாம் தெரியாது.

இரண்டாவது மனிதன் ஓடிவிட்டான்.

மூன்றாமவன் குருகுலத்தில் தங்கிக் கொள்ள அனுமதிக்கப்பட்டான். ஆனால், நீண்டகாலமாக, அவனுக்கு எந்தவிதமான போதனைகளும் சொல்லித் தரப்படவில்லை. பொறுமையை இழந்த அவனும் குருகுலத்தை விட்டு வெளியேறி விட்டான்.

மூன்றாமவன் தங்கிக் கொள்ள அனுமதிக்கப்பட்டான். ஆனால், நீண்ட காலமாக எந்தவிதப் போதனைகளும்

சொல்லித் தரப்படவில்லை. அதனால், பொறுமையை இழந்து அந்த வட்டத்தை விட்டு அவன் வெளியேறி விட்டான். உனக்கு எப்படிச் சொல்லித்தருவது என்பதைக் குரு நன்றாக அறிவார். சொல்லித் தருவது குறித்து, நீ எந்தவித அறிவுரையையும் குருவுக்குச் சொல்லித்தர வேண்டியதில்லை. அவருக்கு நன்றாகத் தெரியும். ஒருவன் நம்பிக்கையோடு காத்திருக்க வேண்டும். சரியான தருணம் வந்தவுடன் அவரே சொல்லத் தொடங்குவார்.

முதல் மனிதன் முற்றிலுமாக மூன்றாந்தரச் சாத்தியக் கூறுகள் கொண்டவன். அவனுக்கு எந்தவித வாய்ப்புகளும் இல்லை. தன்னுடைய கடுமையான நடத்தையின் மூலம், குரு அவனை உடனடியாக அப்புறப்படுத்தினார். இரண்டாமவன் ஓரளவுக்குச் சாத்தியக் கூறுகள் கொண்டவன். குரு அவனுக்கு அளித்த வாய்ப்பை, அவன் தவற விட்டு விட்டான். இந்த மூவரில், மூன்றாமவன் அதிக ஆற்றல் நிறைந்தவன். குரு அவனைத் தங்க அனுமதித்தார். ஆனால், அவனுக்கு எதையும் சொல்லித் தரவில்லை. அவர் சொல்ல வேண்டியதில்லை. ஏனென்றால் குரு என்பவர் ஒரு தொடர்ச்சியான செய்தியாக விளங்குபவர். அவர் மற்றவர்களிடம் பேசிக் கொண்டிருக்கும் போதுகூட உன்னிடம் பேசுவதாகத்தான் அர்த்தம்.

இதுதான் நான் தெரிந்து கொண்ட விஷயம். பல தடவைகள், நான் வேறு யாரிடமாவது பேசிக் கொண் டிருக்கும்போது, நான் உன்னிடம்தான் பேசிக் கொண் டிருக்கிறேன். ஏனென்றால், அதுதான் மிகச் சிறந்த வழி என்று என்னுடைய கருத்து. நான் உன்னிடம் நேரிடை யாகப்போது, நீ அதைத் தவறிவிடுவாய். ஏனென்றால், உன்னுடைய ஈகோ அப்போது அதிக முக்கியத்துவம் பெற்றுவிடுகிறது. உன்மீது நான் தனிப்பட்ட சலனம் செலுத்தும்போது, உன்னுடைய ஈகோ மேற்புறத்துக்கு

வந்துவிடும். அது உன்னை அனுமதிக்காது... நீ அருகில் அமர்ந்திருக்கிறாய், நான் வேறு யாரிடமோ பேசிக் கொண்டிருக்கிறேன், அப்போது நீ முறையாகக் கவனித் துக் கொண்டிருக்கிறாய். அப்போது ஈகோ அங்கு இருப்பதில்லை.

நான் வேறு யாரிடமாவது, கோபத்தை எப்படிக் கைவிடுவது என்று சொல்லும்போது, நீ கவனித்துக் கொண்டிருக்கிறாய். உன்னைப் பற்றி நான் பேசாதபோது நீ சற்று விலக்கப்பட்டிருக்கும்போது, நீ இன்னும் கவன மாகக் கேட்பாய். உன்னை நான் நேரிடையாக ஈடுபடுத்தி னால், அது உன்னுடைய பிரச்சினையாக இருந்தால், நீ அதைப் பற்றிய கவலையுடனேயே கேட்டுக் கொண்டிருப் பாய். அதுவே உனக்கு ஒரு தடையாக அமைந்துவிடும். நான் வேறு யாரிடமாவது, அவனுடைய பிரச்சினையைப் பற்றிப் பேசும்போது, நான் அவனைப் பற்றி பேசுவதாக இருக்காது. நான் உண்மையில், வேறு யாரையோ பற்றிப் பேசிக்கொண்டிருப்பேன். நான் உன்னிடம் பேசிக் கொண்டிருக்கும்போது, நான் இன்னொருவனைப் பற்றிப் பேசிக் கொண்டிருப்பேன்.

இது ஒரு குரு முடிவெடுக்க வேண்டிய விஷயம். எதைச் செய்வது, எப்படிச் செய்வது? நான் தனிப்பட்ட முறையில் ஒருவனிடம் பேசுவதைத் தவிர்ப்பது இதனால் தான். ஏனென்றால், அப்படிப் பேசுவதன் மூலம், ஒரு விஷயம் அவனைப் போய்ச் சேர்வதற்கு நீண்டகாலம் தேவைப்படுவதாக நான் கருதுகிறேன். நீ என்னிடம் தனியாக இருக்கும்போது, உனக்குப் பதற்றம் அதிகமாக இருக்கிறது. அது உன்னுடைய தனிப்பட்ட பிரச்சினையாக இருப்பதால், உன்னால் விலகி நிற்கவும் முடியாது, ஒரு பார்வையாளனாக இருக்க முடியாது. நீ ஏற்கனவே பிரச்சினைகளின் பாரத்தைச் சுமந்து கொண்டிருப்பதால்,

நான் என்ன கூறினாலும் சரி, நான் சொல்வது அனைத்தும் சாத்தியப்படக் கூடியதல்ல என்பதை நீ அறிவாய். ஏனென் றால், நீ எல்லாவற்றையும் முயற்சித்துப் பார்த்து, எந்தப் பலனும் இல்லை என்பதை அறிந்தவனாக நீ இருக் கிறாய்.

தனிப்பட்ட முறையில் ஒருவனிடம் பேசுவதை, நான் முற்றிலுமாகத் தவிர்த்து வருகிறேன். இப்போது அது மிகவும் பலன் அளிக்கக் கூடியதாக இருக்கிறது. இப்போது, பத்து, பன்னிரெண்டு பேர் மத்தியில் தான் பேசுவதைத்தான் நான் வழக்கமாகக் கடைப்பிடிக்கிறேன். நான் ‘ அ’விடம் பேசும்போது, ‘ஆ’வைப் பற்றிப் பேசிக் கொண்டிருக்கக்கூடும். நான் ‘இ’யிடம் பேசும்போது, ‘அ’வைப் பற்றிக் குறிப்பால் உணர்த்திக் கொண்டிருப் பேன். இப்போது எனக்கு எளிதாகிவிட்டது. நான் வேறு யாரையாவது நிந்திக்கும்போது, அந்த நிந்தனை உனக்காகச் சொல்லப்பட்டிருக்கக்கூடும். அதை நீ எளிதாக எடுத்துக் கொள்வாய். ஏனென்றால், அது உன்னைக் குறிப்பிட்டுச் சொல்வதாகத் தோன்றாது. அதே சமயத்தில் அது பலன் அளிக்கக் கூடியதாகவும் இருக்கும். நி விழிப்பில்லாமல் இருக்கும்போது, அது கண்டு பிடித்துவிடும். அது உன்னுள் ஆழமாக ஊடுருவும். எந்தவிதப் பிரயத்தனமுமின்றி, அது உன்னுடைய பிரக்ஞையற்ற தன்மையின் நளினமான அடுக்குகளின் உள்ளே செல்லும். ஏனென்றால், இதுவேறு யாரோ ஒருவரின் பிரச்சினை என்ற எண்ணத்தில் நீ தளர்வான நிலையில் அமர்ந்திருக்கிறாய்.

இது எங்கும் எப்போதும் நடக்கக் கூடியதுதான்.

வேறு யாராவது பிரச்சினைகளில் சிக்கியிருந்தால், நீ அறிவுபூர்வமான, நல்ல ஆலோசகராக விளங்குவாய் அனைவருமே சிறப்பான ஆலோசனைகளை அள்ளி வழங்குவார்கள். மற்றவர் பிரச்சினையில் இருக்கும்போது,

நல்ல ஆலோசனைகளைக் கூறாமல் இருக்கக்கூடிய எவரையும் நான் சந்தித்ததில்லை. மற்றவர் துன்பத்தில் இருக்கும்போது, நீ சொல்லும் அபார ஆலோசனைகளைக் கேட்டால், லாவோட் -சூ போன்ற மாபெரும் ஞானிகளே கூடப் பொறாமைப்படக் கூடும். ஆனால், உனக்கென்று பிரச்சினை ஏற்படும்போது, சட்டென நீ குழந்தைத்தனமாக ஆகிவிடுகிறாய், உன் பதற்றம் அதிகரித்து விடுகிறது, உன்னுடைய சமநிலையை நீ இழந்து விடுகிறாய்.

இது ஏன் ஏற்படுகிறது? ஏனென்றால், பிரச்சினை மிகமிக அருகில் இருக்கிறது. உனக்கு இடையூறு ஏற்பட்டு விடுகிறது. நீ ஓர் அற்புதத்துக்காக ஏங்குகிறாய். நீ பிறருக்குச் சொன்ன புத்திமதியை உனக்கு நீயே சொல்லிக் கொள்ள முடியாது. நீ இருக்கும் அதே சூழ்நிலையில் பிறர் அவதிப்படும்போது, அவர்களிடமிருந்து அந்நியப்பட்டு நிற்கும் உணர்வு. பிறருக்குப் புத்திமதி சொல்ல உனக்கு உதவுகிறது.

மூன்றாமவன் அனுமதிக்கப்பட்டான். ஆனால் எந்தவித அறிவுரையும் அவனிடம் நேரடியாகச் சொல்லப் படவில்லை. ஒரு கட்டத்தில் அவனுக்கு ஆர்வம் போய் விட்டது. குரு தன் மீது ஆர்வம் காட்டவில்லை என்று அவன் கருதிவிட்டான். ஆனால், அவன் மீது குருவுக்கு ஆர்வம் இருந்தது. இல்லையென்றால், மற்ற இரண்டு பேரையும் போல, அவனையும் அவர் அனுப்பி யிருப்பார். அவருக்கு ஆர்வம் இருந்தது. ஆனால், அந்த மனிதன் இன்னும் சற்று காலம் பொறுமையைக் கடைப்பிடிக்க வேண்டும் என்று அவர் காத்துக் கொண் டிருந்தார். அதன் பிறகு அவர் வழிகாட்டுதலைத் தொடங்கியிருப்பார். ஆனால்,. அந்த மனிதன் முட்டாள் தனமாக நடந்து கொண்டான். அறிவுரை தன்னிடம் நேரடியாகச் சொல்லப்பட்டால்தான் அது அறிவுரையாக

இருக்க முடியும் என்று அவன் நினைத்துக் கொண்டிருந்தான்.

தந்திரம் தான் குருமார்கள் கையாளும் வழிமுறை. எப்படி அறிவுறுத்தப்பட வேண்டும் என்பதை அவர்கள் நன்றாக அறிவார்கள். சில சமயங்களில், அவர் எந்தச் செய்தியும் சொல்லாதபோது அதுதான் செய்தி. காத்திரு, இன்னும் சற்றுக் காலம் காத்திரு. நீ தயாராகவில்லை, நீ இன்னும் கனியவில்லை.ஆனால், அந்த மனிதன் அதற்குள் அவசரப்பட்டு, அந்த வட்டத்தை விட்டு வெளியேறி விட்டான்.

அது ஆர்வமாக இருக்கக்கூடும், ஆனால் அது தாகமாக இல்லை. ஆர்வம் போய்விடக்கூடியது, ஆனால் தாகம் அப்படியில்லை, சாசுவதமானது. நீ அறிவுபூர்வமான ஆர்வத்தோடு வந்திருந்தாலும் சரி, அல்லது ஒரு சிறு அளவு ஆன்மிக ஆர்வத்தோடு வந்திருந்தாலும் சரி, அது வெறுமனே ஆர்வமாக இருக்குமேயானால், உடனடியாகவோ அல்லது பின்னரோ நீ என்னைவிட்டுப் போய்த்தான் ஆக வேண்டும். ஏனென்றால், ஆர்வம் நீண்டகாலத்துக்குத் தாக்குப் பிடிக்காது. தன் சொந்த ஆர்வத்தின் மீதே ஒருவனுக்கு வெறுப்பு ஏற்பட்டுவிடுவது இயல்பு. அதுவே, அவனால் தாங்கிக் கொள்ள முடியாததாக இருக்கிறது.

ஆனால், அது தாகமாக, ஒரு பசியாக இருக்குமேயானால், நீ எந்த அளவுக்குக் காத்திருக்கிறாயோ, அந்த அளவுக்கு உன்னுடைய பசி அதிகரித்துக் கொண்டே இருக்கும். நீ காத்திருக்க, காத்திருக்க, தாகத்தின் மூர்க்கம் அதிகரித்துக் கொண்டே இருக்கும். ஆரம்பத்தில், அது சற்றுக் குழப்பமாகத்தான் இருக்கும். அந்தத் தாகம் முழுமை அடையும் வரை,குரு காத்துக் கொண்டிருப்பார். ஏனென்றால், அப்போதுதான் ஒரு பிணைப்பு சாத்திய

மாகும். அதன்பிறகு இருக்கும்போது, அதற்காக ஒருவன் எதையும் பணயம் வைக்கத் தயாராக இருக்கும்போது, ஒரு டம்ளர் தண்ணீருக்காக, வாழ்க்கையை அர்ப்பணிக்கும் போது, அந்த அளவுக்குத் தாகம் அதிகமாக இருக்கும் போது, தன்னுடைய ஜீவனை விட்டுவிடக்கூடத் தயார்நிலையில் இருக்கும்போதுதான் நேரிடையான அறிவரை சாத்தியமாகும். அதற்கு முன்பு சாத்தியமில்லை. இல்லையென்றால், குரு வேறு யாரையாவது பார்த்தபடி வேறு யாரிடமாவதுதான் பேசிக்கொண்டிருப்பார். தாகம் போதுமான அளவில் இல்லாமல், வெறுமனே ஆர்வமாக இருக்கும்வரை அது அப்படித்தான் இருக்கும்.

உன்னைக் காத்திருப்பதற்குக் கட்டாயப்படுத்தினால், தாகம் அதிகரித்துக் கொண்டே இருக்கும். ஒரு கணம் வரும்போது, உன்னுடைய மொத்த இருத்தலும், அதன் ஒவ்வொரு செல்லும் தாகமாக இருக்கும். அது தொண்டையில் மட்டுமல்ல மொத்த உடம்பும் தாகத்தால் எரிந்து கொண்டிருக்கும். அப்போதுதான், குருவின் இதயத்திலிருந்து குளிர்ந்த தென்றல் உன்னுள் ஊடுருவும். அந்த ஆழ்ந்த தாகத்திலும் பசியிலும். உன்னுடைய உணர்வுபூர்வமான நம்பிக்கை சோதிக்கப்படும். நீ உண்மையிலேயே நம்பகத்தன்மை பெற்றிருக்கிறாயா? என்பது அறிந்து கொள்ளப்படும்.

பயாஸித், குருவிடம் வசித்த காலத்தில் இது நடந்தது. வழக்கப்படி, பன்னிரண்டு வருடம் பயாஸித் காத்திருக்க வேண்டியிருந்தது. அந்தப் பன்னிரண்டு வருடங்களும், பயாஸித்திடம் குரு ஒன்றும் சொல்லவில்லை. ஒருநாள் குரு கூறினார்,'' நீ ஹாலுக்குள் போ'' தினமும் அந்த அறை வழியாகத்தான் குருவிடம் அவர் வந்து போய்க்கொண்டிருந்தார். ''அந்த ஹாலில் ஒரு புத்தகம் இருக்கிறது அதை எடுத்துக் கொண்டு வா.''

பயாஸித் கூறினார், "அந்தப் புத்தகத்தை நான் இதுவரை பார்த்ததில்லையே. உண்மையில், நான் அந்த ஹாலுக்குள் பார்வையைச் செலுத்தியதில்லை. ஏனென்றால் என் கவனம் முழுவதும் உங்கள் மீது மட்டுமே உள்ளது, அந்தப் புத்தகத்தின் மீதோ, அல்லது அந்த ஹாலின் மீதோ என் கவனம் செல்லவே இல்லை. ஆனாலும், நான் செல்கிறேன் நீங்கள் கூறினால், நான் செல்லத் தயாராக இருக்கிறேன்."

குரு கூறினார், "அதற்கு அவசியமில்லை. உன்னுடைய ஆர்வம் வேறு எதிலாவது இருக்கிறதா என்பதைத் தெரிந்து கொள்வதற்காகத்தான் நான் இப்படிக் கூறினேன்." அதுதான் முழுமையான ஆர்வம் என்பது. அந்தப் பன்னிரண்டு வருடமும், ஆயிரக்கணக்கான முறைகள், அவர் அந்த ஹால் வழியாகக் குருவைக் காண வருவதும் போவதுமாக இருந்தபோதும், அவர் எதையும் பார்க்காமல் இருந்துள்ளார். இதிலெல்லாம் அவருக்கு ஆர்வம் இருந்ததில்லை. அவருடைய மொத்தக் கவனமும் குருவின் மீது மட்டுமே இருந்தது. குரு கூறினார், "அந்தப் புத்தகத்திற்கு அவசியமில்லை. அப்படி ஒரு புத்தகம் அங்கு இல்லை. சுற்றும் முற்றும் நீ பார்க்கிறாயா, அல்லது உன் கவனம் ஒரே விஷயத்தில், முழுமையாகக் குளிர்ந்துள்ளதா என்பதைச் சோதிப்பதற்காகத் தான் நான் இப்படிக் கூறினேன்."

அந்தக் குறிப்பிட்ட இரவுப் பொழுதிலேயே மாற்றம் நிகழ்ந்தது. குரு கூறினார், "நீ போக வேண்டாம், இன்றிரவு நீ இங்கேயே தூங்கு!"

பயாஸித் குருவின் அருகில் படுத்துக் கொண்டார். ஆனால், அவரால் தூங்க முடியவில்லை. அது ஒரு கடுமையான கணங்களாகத் தோன்றியது. அவருக்கு எந்தக்

கனவும் வரவில்லை. எந்தச் சிந்தனையும் இல்லை. அந்த அளவுக்குக் கடுமையான கணங்களாக அது இருந்தது. மிகுந்த எதிர்பார்ப்பு இருந்தது. கடுமையான தாகத்திலும், பசியிலும், அவருடைய மனதின் இயக்கம் முற்றிலுமாக நின்றுவிட்டது. அப்போது சுடர் தாவியது.

மறுநாள் காலை, பயாஸித் பழைய மனிதனாக இருக்கவில்லை. பழைய மனிதன் இறந்து விட்டான். புதிய மனிதன் பிறந்தான். எந்தவித அறிவுரையும் அவருக்கு எப்போதும் வழங்கப்பட்டிருக்கவில்லை. அவர் வெறுமனே பன்னிரண்டு வருடம் காத்திருந்தார், அதுதான் குரு தந்த செய்தி. அந்த வழிமுறையைத்தான் குரு அவரிடம் கையாண்டார். ஒரே ஒருநாள் முன்னதாக, அவர் அங்கிருந்து சென்றிருந்தாலும், பன்னிரண்டு வருடம் அவர் மேற்கொண்ட முயற்சி அனைத்தும் வீணாகியிருக்கும்.

பயாஸித் குருவை விட்டுப் போயிருக்கலாம். ஏனென்றால், பன்னிரண்டு வருடம் என்பது ஒரு நீண்ட காலம் என்பதால், ஒருவனுக்கு ஆர்வம் போயிருக்கக் கூடும். எத்தனை காலத்துக்குத் தான் ஒருவன் காத்திருக்க முடியும்? மனம் நச்சரித்துக் கொண்டே இருக்கும், "இங்கே என்ன செய்து கொண்டிருக்கிறாய்" இந்த மனிதனை விட்டு உடனடியாகப் போய்விடு, ஏனென்றால், எதுவும் நடக்கப் போவதில்லை - ஏற்கெனவே பன்னிரண்டு வருடத்தை வீணாக்கிவிட்டாய்!" பன்னிரண்டு பிறவிகள் என்பது கூட ஒன்றுமில்லை. ஏனென்றால், அந்த மாற்றம் நிகழும்போது, அதற்காகப் பன்னிரண்டு ஆயிரம் பிறவிகள் கூடக் காத்திருப்பதில் தவறில்லை என்பதை நீ உணர்வாய். அந்த நீண்ட காலக் காத்திருத்தல் கூட விலை மதிப்பானது அல்ல, அதுவும் மலிவானதுதான்.

மூன்றாமவன் குருகுலத்தில் தங்கிக்கொள்ள அனுமதிக்கப்பட்டான். ஆனால், நீண்ட காலமாக அவனுக்கு எந்தவிதப் போதனைகளும் சொல்லித் தரப்படவில்லை. பொறுமையை இழந்த அவனும் குருகுலத்தைவிட்டு வெளியேறினான்.

அவர்கள் மூவரும் சென்றபிறகு, குரு தன் சீடர்களிடம் இந்த அறிவுரையைக் கூறினார்; ''அடிப்படை விஷயங்களை, நீ பார்க்கும் பார்வையைக் கொண்டு தீர்மானிக்ககூடாது என்பதற்கு, முதலாமவன் உதாரணமாக விளங்குகிறான்.

.....ஏனென்றால், பார்வையைக் கொண்டு, நீ தோற்றத்தைத் தான் பார்க்க முடியுமே தவிர, உண்மையை அல்ல. முதலாமவன் பார்வையைக் கொண்டு மதிப்பிட்டான். நடத்தை என்பது ஒரு தோற்றம்தான், மனிதன் என்பவன் அடியாழத்தில் மறைந்திருக்கிறான். நடத்தை என்பது, கடலின் மேற்புறத்தில் தோன்றும் சிற்றலைகள் போன்றது. கடல் என்பது அடியாழத்தில் மறைந்துள்ளது. நீ ஆழமாகச் செல்ல வேண்டும். கண்கள் ஆழமாகச் செல்லாது. அவை இருப்பது வெறும் தோற்றத்தைப் பார்க்க மட்டும்தான்.

சூஃபிக்கள் இதை அடிப்படைக் கொள்கையாக வைத்திருக்கின்றனர். அடிப்படை விஷயங்களைப் பார்வையைக் கொண்டு மதிப்பிடாதே. முதலாமவன் இந்தக் கொள்கைக்கு உதாரணமாக இருக்கிறான். அவன் பார்வையைக் கொண்டு மதிப்பிட்டதால், தவற விட்டுவிட்டான். உன் கண்களைக் கொண்டு நீ எப்படி ஆழத்தைப் பார்க்க முடியும்? நான் என்ன செய்கிறேன் என்பதை நீ பார்க்க முடியும். என்னை எப்படி உன் கண்களால் பார்க்க முடியும்? நான் என்ன கூறுகிறேன் என்று உன் காதுகளால்

கேட்க முடியும். உன் காதுகளைக் கொண்டு என்னை எப்படிக் கேட்க முடியும்? என் உடம்பை நீ தொடலாம் - என்னை எப்படி உன்னால் தொடமுடியும்? எல்லாப் புலன் உறுப்புகளும் மேலோட்டமானவைதான். உன் பார்வை யைக் கொண்டு, உள் புலன் உறுப்புகளைக் கொண்டு எப்போதும் மதிப்பிடாதே. ஏனென்றால், எல்லாவற்றுக் கும் ஒரு உள்புறம் உண்டு. அனைத்திற்கும், ஒரு பாறைக்குக் கூட உள்புறம் உண்டு. அதை உன் பார்வையைக் கொண்ட மதிப்பிடாதே.

நீ ஒரு குருவிடம் வரும்போது, உணர்ந்த மனிதனிடம் வரும்போது, அவர் இருந்ததைப் போலவே ஆழமாக இருக்கிறார் - அதனால்தான் அவர் ஞானம் அடைந்திருக் கிறார். பார்வையைக் கொண்டு மதிப்பிடாதே, இல்லையென்றால் நீ தவறவிட்டு விடுவாய். புத்தரிடம் நீ பலமுறை சென்றிருப்பாய், ஆனால் அவரைத் தவறவிட்டிருப்பாய், அதைப் பற்றி நீ தெரிந்திருக்கக்கூட மாட்டாய். நீ தவறவிட்டது உறுதி. ஏனென்றால், ஞானம் அடைந்ததற்குப் பிறகு, புத்தர் இந்தப் பூமியில் நாற்பது வருடம் நடந்திருக்கிறார். ஆயிரக்கணக்கான புத்தர்கள் அவர் முன்னால் சென்றிருக்கிறார்கள், நூற்றுக்கணக் கானவர் அவரைப் பின்தொடர்ந்து சென்றிருக்கிறார்கள். இயேசு நடந்து சென்றபோது, நீ இஸ்ரேலில் ஏதேனும் ஓர் இடத்தில் இருந்திருப்பாய். மகாவீரர் இங்கு இருக்கும் போது, நீ பீகாரில் எங்காவது இருந்திருப்பாய். இப்படித் தான் கிருஷ்ணர், இன்னும் இது போன்ற ஆயிரக்கணக் கான மற்றவர்கள்...

இதற்குச் சாத்தியமே இல்லை. அதாவது, ஒரு புத்தரின் அருகாமையைக் கடந்து நீ வந்திருக்கிறாய் என்பது, சற்றும் நம்பக்கூடிய விஷயமாக உனக்குத் தோன்றாது. மில்லியன்

கணக்கான பிறவிகள், இது பல தடவை நடந்திருக்கிறது. நீ புத்தரைக் கடந்திருக்கிறாய், நீ புத்தரைத் தொட்டிருக்கிறாய், நீ புத்தரைக் கவனித்திருக்கிறாய், ஆனால் எல்லாவற்றையும் தவறவிட்டிருக்கிறாய். நீ பார்வையைக் கொண்டு மதிப்பிடுவாயேயானால், இது தான் நடக்கப் போகிறது. உன் புலன் உறுப்புகளைக் கொண்டு மதிப்பிட்டால், உன் மனதைக் கொண்டு மதிப்பிட்டால், நீ என்னையும் தவறவிட்டுவிடக் கூடும். உன்னிடம் பேசிக் கொண்டிருக்கும் ஆழத்தை, உன்னால் ஊடுருவ முடியாமல் போய்விட்டால், இது நடக்கக் கூடும்.

நீ கேட்பதைக் கொண்டு, எந்த விஷயத்துக்கும் ஆழ்ந்த முக்கியத்துவம் கொடுக்கக் கூடாது என்பதற்கு இரண்டாமவன் உதாரணமாக விளங்குகிறான்.

குரு ஓர் ஏமாற்றுப் பேர்வழி என்று ஒரு சீடன் கூறியதைக் கேட்டதும், அவன் உடனடியாக அதை நம்பிவிட்டான் - அதே குருவின் அறிவுரைப்படிதான், அந்தச் சீடன் அப்படிக் கூறினான்.

மக்கள் ஆயிரத்தொரு விஷயங்களைக் கூறுவார்கள். உன் காதுகளை அளவுக்கு அதிகமாக நம்பாதே. காதுகளால் ஆழத்தை ஊடுருவ முடியாது. ஒருவன் குருவின் அருகில் இருந்து, அவரை உணர வேண்டும். அதாவது, இதயபூர்வமாக உணர வேண்டும். ஆயிரத்தொரு விஷயங்கள் சொல்லப்படும் - அதையெல்லாம் காதில் போட்டுக் கொள்ளாதே. நல்லதும் சொல்லப்படும், கெட்டதும் சொல்லப்படும் - எதையும் கேட்டுக் கொள்ளாதே. ஏனென்றால், நீ காதுகளைக் கொண்டு எப்படி மதிப்பிட முடியும்? காதுகள் வழியாகக் கேட்பதற்கு, அது ஒரு சாதாரண இசை அல்ல. அது ஒரு சாசுவதமான இசை. நீ அதைக் கேட்கலாம், ஆனால் உன் காதுகள் மூலமாக

அல்ல. நீ அதைக் கேட்கலாம், ஆனால், காதுகளுக்குப் போதுமான சக்தி இல்லை.

மனிதன் எவ்வளவு முட்டாள்தனமாக இருக்கிறான்! அடிப்படை விஷயங்களை, தோற்றத்தைக் கொண்டே மதிப்பீடு செய்து விடுகிறான். அல்லது யாரோ எதையோ கூறுவதைக் கொண்டு உடனடியாக மதிப்பிட்டு விடுகிறான்.

'ஒருவன் பேசுவதை வைத்தோ, பேசாமல் இருப்பதை வைத்தோ, எந்தத் தீர்மானத்துக்கும் வரக்கூடாது' என்பதற்கு மூன்றாமவன் உதாரணமாக விளங்குகிறான்.

... ஏனென்றால், உண்மையைப் போதிக்க முடியாது. சொல்லப்படுபவை அனைத்தும் உண்மையாக இருக்க முடியாது. சொல்லப்படாமல் இருப்பதுதான் உண்மை. அதனால், பேசுவதை வைத்தோ, பேசாமல் இருப்பதை வைத்தோ, மதிப்பிடாதே?

மூன்றாமவன், வார்த்தைகள் மூலம் குரு சொல்லும் அறிவுரையை எதிர்பார்த்துக் காத்துக்கொண்டிருந்தான். எதைச் செய்ய வேண்டும், எதைச் செய்யக் கூடாது என்பதை அறிந்து கொள்வதில் ஆர்வத்துடன் இருந்தான். அதனால்தான், அவன் தவறவிட்டுவிட்டான். அவன், குருவின் இருத்தலைக் கவனித்திருக்க வேண்டும். குருவிடம் ஏற்படும் அற்புதங்களை, குருவிடம் இனம் தெரியாத ஏதோ ஒன்று பதைபதைப்பதை, குருவிடம் இறங்கியிருக்கும் கடவுளை அவன் கவனித்திருக்க வேண்டும். அவன் அந்த நிஜத்தைத் தரிசித்திருக்க வேண்டும், வார்த்தைகளை அல்ல.

ஆயிரக்கணக்கான வழிகளில், குரு தொடர்ந்து செய்திகளை வாரி வழங்கிக் கொண்டிருக்கிறார் - சில

சமயங்களில் மௌனத்தின் மூலமாக, சில சமயங்களில் பிறரிடம் பேசிக் கொண்டிருப்பதன் மூலமாக... ஆனால், தனிப்பட்ட முறையில், தன்னிடம் கவனம் செலுத்தப்பட வேண்டும் என்று விரும்புகிறான். நீ கவனத்தை உன் மீது செலுத்த வேண்டும் என்று விரும்பாமல் இருந்தா லொழிய, அவர் உன்மீது தனிப்பட்ட கவனம் செலுத்த மாட்டார். ஏனென்றால், அவர் உன் மீது கவனம் செலுத்தி னால், அதை நீ கேட்டுப் பெற்றால், அது உன்னுடைய ஈகோவை மேலும் பலப்படுத்திவிடும். பிறகு குருவால் எந்த உதவியும் செய்ய முடியாமல் போய்விடும். அவரே உன்னுடைய முட்டுக்கட்டையாக ஆகிவிடுவார். உன் னுடைய எண்ணத்தை, விருப்பத்தை, நீ முழுமையாகக் கைவிட்டால்தான், குரு உன்மீது கவனம் செலுத்துவார்.

அனைவரும், தன் மீது கவனம் செலுத்தப்படுவதையே விரும்புவார்கள். காரணம், கவனம் தான் ஈகோவுக்கு உணவாகிறது. அதனால், மக்கள் உன்னிடம் கவனம் செலுத்தும் போதெல்லாம், நீ முக்கியத்துவம் கொண்டவ னாக உணர்கிறாய். அதிக எண்ணிக்கையில் மக்கள் உன் மீது கவனம் செலுத்தினால், நீ மிகவும் முக்கியத்துவம் வாய்ந்தவனாக உணர்கிறாய். எவருமே உன் மீது கவனம் செலுத்தவில்லை என்றால், நீ இறந்து விட்டதாக உணர்கிறாய். மக்கள் உன்னை மறந்துவிட்டதாக, நீ தகுதியற்றவனாக, ஒன்றுக்கும் உதவாதவனாக, உன்னை நீயே நொந்து கொள்கிறாய்.

நீ குருவிடம் வரும்போது, அந்த ஆசை உனக்கு இருப்பது சகஜம்தான். அது இருக்கத்தான் வேண்டும். உன்னிடம் அவர் கவனம் செலுத்த வேண்டியது நியாயம் தான் - கவனம் மட்டுமல்ல, சிறப்புக் கவனத்துக்கு நீ ஆசைப்படுவது சகஜம்தான். ஆனால், அவரால் அதைச் செய்ய முடியாது. ஏனென்றால், உனக்கு விஷத்தைத்

தருவதற்கு அவர் விரும்புவதில்லை. அவர் காத்திருப்பார். கவனத்துக்காக நீ கொண்டிருக்கும் பசியை நீ கைவிட வேண்டும். என்றைக்கு நீ அதைக் கைவிடுகிறாயோ, அப்போது குருவின் கவனம் உன் மீது திரும்பும்.

என்றைக்கு நீ கைவிடுகிறாயோ, அவர் உன் மீது முழுக்கவனத்தையும் திருப்புவார். ஏனென்றால், அந்தக் கவனம் செலுத்தலில்தான், உன் ஈகோ கேட்டுப் பெற முடியாதபோதுதான், அவரால் உனக்கு உதவ முடியும். கவனம் செலுத்துவது அப்போது பாலமாக அமைந்து விடுகிறது. ஈகோ இருக்கும்போது, கவனம் என்பது, அதற்கு உணவாக அமைந்துவிடுகிறது. ஈகோ இல்லாத போது, கவனம் உன்னுடைய இருத்தலுக்கு உணவாக அமைகிறது.

"இதைப் பற்றி, அந்த மூன்று பேரிடமும் எடுத்துச் சொல்லி விளக்கியிருக்கலாமே" என்று ஒரு சீடன் குருவிடம் கேட்டபோது, குரு சட்டென்று இப்படிப் பதில் கூறினார்: நான் இங்கு இருப்பது, உயர்வான அறிவைப் போதிப்பதற்காக! தாயின் பாதங்களில் தாங்கள் தெரிந்துகொண்ட விஷயங்களைப் பெரிதாக நினைத்துப் பாசாங்கு செய்பவர்களிடம் போதிப்பதற்காக அல்ல!

குரு உனக்கு அறிவுறுத்துவது, வாழ்க்கை மற்றும் இருத்தலின் உச்சகட்ட கோணத்திலிருந்துதான். உனக்கு ஏற்கெனவே தெரியும் என்கிற எண்ணத்தில் நீ இருக்கும் போது, இது சாத்தியமாகாது. இந்த எண்ணம் உனக்கு இருக்கும்போது, நீ மூடப்பட்டிருக்கிறாய். முதலாமவன், கண்டிப்பான நடத்தை என்றால் என்ன என்பதைப் பற்றி முன்னரே தெரிந்து வைத்திருக்கிறான். அதனால், அவன் குருவின் கடுமையான நடத்தையைப் பார்த்ததும் உடனடியாகத் தீர்மானத்துக்கு வந்துவிட்டான்.

குருட்ஜிஃப்பைச் சந்தித்த, அந்தப் பத்திரிகையாள ருக்கு, கிறுக்குத்தனமான செயல்பற்றி ஏற்கெனவே தெரிந் திருக்கிறது. ''நேற்று வெள்ளிக்கிழமை என்னும்போது, இன்று மட்டும் அது எப்படி சனிக்கிழமை ஆகிவிடும்'' என்று அவர் சொல்லும்போது, அவர் முட்டாளாகத்தான் இருக்கவேண்டும் என்று அந்த மனிதர் முடிவெடுத்து விட்டார். அவர் அங்கு குருட்ஜிஃப்பைப் பார்க்காமல், உடனடியான முடிவுக்கு வந்துவிட்டார். குருட்ஜிஃப் என்னும் அந்த ஞானி, எத்தகைய ஓர் அபரிமிதமான சக்தியைக் கொண்டிருப்பார்? ஒரு சாதாரண தந்திரத்தின் மூலம், அந்தப் பத்திரிகையாளரை அவர் ஒரு கணத்தில் முட்டாளாக்கிவிட்டார்.

அவ்வளவு எளிதாக அவரை எப்படி முட்டாளாக்க முடிந்தது? ஏனென்றால், அந்தப் பத்திரிகையாளர், ஒரு முட்டாள் எப்படி நடந்துகொள்வான் என்பதை ஏற் கெனவே தெரிந்து வைத்திருந்ததுதான் அதற்குக் காரணம். முதல் மனிதன், இந்த மனிதன் சரியல்ல என்பதை உடனடியாகத் தெரிந்து கொண்டான். எது சரி, எது தவறு என்பதைத் தெரிந்து கொள்ளாமலே, எது நல்லது எது கெட்டது என்பதைத் தெரிந்து கொள்ளாமலே, அவன் தீர்மானத்துக்கு வந்துவிட்டான். ஒரு சீடன் என்பவன் தீர்மானம் கொள்ளக்கூடாது. இல்லையென்றால், அந்தத் தீர்மானமே அவனுக்கு முட்டுக்கட்டை ஆகிவிடும். பிறகு, குருவை நெருங்குவதற்கு எந்த வழியும் இருக்காது. உன்னுடைய தீர்மானங்களால், நீ சுற்றுச் சுவர்களால் சூழப்படுகிறாய், சிறைக் கைதியாகி விடுகிறாய். உனக்கு அறிவு இருக்கும்போது, கூடவே தீர்மானமும் குடிகொள்கிறது. எல்லாத் தீர்மானங்களையும் கைவிடு, முதல் மனிதனாக இருக்காதே!

இரண்டாவது மனிதன், யாரோ சொல்லியதை வெறுமனே நம்பிவிட்டான். சொன்னவன் பெயர் கூட அவனுக்குத் தெரியாது. அவனுடைய கடந்த காலத்தைப் பற்றித் தெரிந்து கொள்ளாமல், அவன் கூறியதைப் பற்றி எந்த ஆராய்ச்சியும் செய்யாமல், அவன் நம்பி விட்டான். இந்த முறையில் நீ நம்பினால், நீ ஒரு புத்தரை நெருங்கவே முடியாது. ஏனென்றால், நீ புத்தரைச் சந்திக்கப் போகும் வழியில், நீ ஆயிரக்கணக்கான மக்களைச் சந்திக்கக் கூடும், அவர்கள் ஆயிரக்கணக்கான விஷயங்களைச் சொல்லக் கூடும். நீ அவற்றை எல்லாம் நம்பிவிடுவாய். அதன் பிறகு, உன் வீட்டிற்கு நீ திரும்பிச் சென்றுவிடுவாய்.

புத்தர் உன் முன்னால் நின்று கொண்டிருக்கவில்லை. அவரை நெருங்குவதற்கு முன்பாக, நீ ஆயிரக்கணக்கான மக்களைக் கடந்து சென்றுதான் ஆக வேண்டும். அவர்கள் உன் கவனத்தைத் திருப்பக்கூடும். யார் வேண்டுமானாலும் உன் கவனத்தைத் திருப்பிவிடலாம். அந்த அளவுக்கு உறுதி அற்றவனாக நீ இருக்கிறாய், என்பதை நீ நினைப்பதே இல்லை. உன்னுடைய முடிவை யார் வேண்டுமானாலும் திசை திருப்பிவிடலாம். சாலையில் நீ போய்க் கொண்டிருக்கும்போது, யாராவது உன்னிடம், "நீ எங்கே செல்கிறாய்? உனக்குப் பைத்தியம் பிடித்துவிட்டதா?" என்று கேட்டுவிட்டால் போது, சட்டென்று நீ நின்றுவிடுகிறாய். யாராவது ஒருவர் உன்னிடம் ஒரு புதிய எண்ணத்தைப் புகுத்துவார். உடனே, அந்த மனிதன் கூறியதை நீ பின்பற்றத் தொடங்கிவிடுவாய். அவன் யார் என்பதைப் பற்றி எல்லாம், நீ ஒருவரிடமும் விசாரிப்பதில்லை. உன்னை நீயே மேதாவியாக நினைத்துக் கொள்கிறாய். நீ எளிதாக ஏமாற்றப்படக் கூடியவன். உன்னுடைய இருத்தலுக்கு எந்த பலமும் இருப்பதில்லை. நீ யாரோ

கூறியதைக் கேட்டு வழிதவறிச் செல்பவன். நீ அந்த இரண்டாவது மனிதனாகவும் இருக்காதே!

மூன்றாவது மனிதன் காத்துக் கொண்டிருந்தான். ஆனால், தன் மீது தனிப்பட்ட கவனத்தை, சிறப்புக் கவனத்தைக் குரு செலுத்த வேண்டும் என்று விரும்பினான். அந்தக் காரணத்தால், அவன் தவறவிட்டுவிட்டான். நீ அந்த மூன்றாவது மனிதனாகவும் இருக்காதே!

குரு இப்படிச் சொன்னது முற்றிலும் சரியானதே:

நான் இங்கு இருப்பது, உயர்வான அறிவைப் போதிப்பதற்காக! தாயின் பாதங்களில் தாங்கள் தெரிந்து கொண்ட விஷயங்களைப் பெரிதாக நினைத்துப் பாசாங்கு செய்பவர்களிடம் போதிப்பதற்காக அல்ல!

இன்றைக்கு இது போதும்.

4

ஷிப்லி இல்லாத போது...

ஷிப்லி என்னும் சூஃபி ஞானி, ஜுனைட் என்னும் மற்றொரு மகாஞானியைப் பார்ப்பதற்காகச் சென்றிருந்தார். ஜுனைட்டின் மனைவி, அவரைப் பார்த்ததும், மரியாதை நிமித்தமாக, தன் பர்தாவை, முகத்தில் மறைந்துக் கொள்ள எத்தனித்தாள்

ஜுனைட் தன் மனைவியிடம் கூறினார்: நீ அப்படியே இரு இங்கு வந்திருப்பது ஷிப்லி அல்ல. அதைக் கேட்டவுடனே ஷிப்லி அழத் தொடங்கி னார். ஜுனைட் மீண்டும் தன் மனைவியிடம் கூறினார்: நீ பர்தாவைப் அணிந்து கொள். காரணம், வந்திருப்பது ஷிப்லிதான்.

மனிதன் ஏன் தவறவிட்டுக்கொண்டே இருக்கிறான்? எப்போதும் இருப்பதை, எங்கும் இருப்பதை, எப்போதும் இருந்ததை, இருப்பதை, இருக்கப் போவதை, உள்ளேயும் வெளியேயும் இருப்பதை, ஏன் மனிதன் தவறவிட்டுக் கொண்டே இருக்கிறான்? அது உணர்ந்து கொள்வதற்கு மிக மிக எளிதான விஷயம். ஆனால், ஏதோ ஒன்று அதற் குத் தடையாக இருக்கிறது. அதை உன்னால் ஏன் பார்க்க முடியவில்லை? உன் கண்கள் ஏன் மூடப்பட்டிருக்

கின்றன? உன்னால் பார்க்க முடியாததற்குக் காரணம், உன்னை நீயே மிகப் பெரிய முட்டாளாக்கிக் கொள்வது தான். 'நான்' என்பது உன்னுள் மிக அதிகமாக நிரம்பியிருக் கிறது.

சில தினங்களுக்கு முன் ஒரு மனிதன் என்னைப் பார்க்க வந்தான். அவன் கூறினான், ''நான், ஓர் எளிமையான மனிதன். நான், உங்கள் பாதங்களில் ஒட்டிக் கொண்டிருக் கும் தூசு போன்றவன், நான் கிட்டதட்ட இருபது வருடமாக, உயர்வான பிரக்ஞைத் தன்மையை அடைவதற்கு முயற்சித்துக் கொண்டிருக்கிறேன், ஆனால், நான் தோல் வியே அடைந்து விடுகிறேன். என்னால் ஏன் அடைய முடியவில்லை? இப்படி அவன் சொல்லிக் கொண்டே போனான். அவன் பேசிய ஒவ்வொரு வாக்கியத்தின் தொடக்கத்திலும் 'நான்' இருந்தது. இலக்கணம் அனுமதித் திருந்தால், ஒவ்வொரு வாக்கியத்தின் முடிவிலும் 'நான்' என்பது இருந்திருக்கும். ஒருவேளை அனைத்தும் அனுமதித்திருந்தால், ஒவ்வொரு வாக்கியமும் 'நான்' என்ற ஒரு வார்த்தையையே கொண்டிருந்திருக்கும். 'நான் etc நான் etc, நான் etc,'' இப்படியே அவன் பேசிக் கொண்டிருந்தான்.

நீ அதிகமாக நிறைக்கப்பட்டிருக்கிறாய். கடவுள் உன்னுள் நுழைவதற்கு, எந்த அறையும், எந்த இடமும் இல்லை. நீ ஒரு பெருங்கூட்டமாக இருக்கிறாய். ஆயிரக் கணக்கான 'நான்'கள் உள்ளே இயங்கிக் கொண்டிருக் கின்றன - அவை, எந்த விஷயமும் உள்ளே நுழைவதற்கு இடம் கொடுக்காது. அதனால்தான், எப்போதும் இருப்பதை, நீ தவற விட்டுக் கொண்டே இருக்கிறாய்.

ஆன்மிகத்தின் கணக்கு இதுதான். நீ இருக்கும்போது, நீ தெய்விகத்தைத் தவறவிட்டுவிடுவாய். நீ இல்லாத

போது, தெய்விகத்தைத் தவிர, வேறெதுவும் இருப்பதில்லை. நீ இருந்தால், கடவுள் இல்லாமல் போய் விடுவார். நீ இல்லாதபோது, கடவுள் இருப்பார்.

அதனால், ஆன்மிக சாதகனின் மொத்த முயற்சியும், நீ இல்லாமல் இருப்பது எப்படி, இல்லாத நிலையை எப்படிப் பெறவேண்டும் என்பதில்தான் உள்ளது. இல்லாமல் இருப்பது ஒரு தியானம். நான் என்பது இல்லாமல் நீ இருக்கக்கூடிய அந்த இடம், ஈகோ இல்லாத அந்த இடம், குவிக்கப்படாத, எந்த மையமும் இல்லாத அந்த இடம்... மையமில்லாமல் இருக்கும் இடம், வெறுமையான வீடு, ஒரு கோயில், பக்தர்கள் கூட உள்ளே இல்லாத போது - திடீரென்று கடவுள் அங்கு இருக்கிறார். கடவுள் அங்கு எப்போதும் இருக்கிறார், ஒரு கணம்கூட அவர் இல்லாமல் போவதில்லை. ஆனால், உன்னுடைய இருப்பு தான் முட்டுக்கட்டையாக நிற்கிறது.

சுய-பிரக்ஞை என்பது தடை. சுய-பிரக்ஞையின்மை என்பது வாசல். நினைவு வைத்துக் கொள், சுய-பிரக்ஞையின்மை என்றால் சுயமற்ற - பிரக்ஞை என்பது பொருள். சுய - பிரக்ஞையின்மை என்பது பிரக்ஞையின் உச்சகட்ட வடிவம். அது சுயமற்ற - பிரக்ஞைத்தன்மை. பிரக்ஞை உணர்வு இருக்கும்போது, அதில் எவருமே இருப்பதில்லை. சுயம் மறைந்துவிடுகிறது, உருகிவிடுகிறது, அது உறிஞ்சப்பட்டுவிடுகிறது. நீ இருந்தாலும் சரி, அல்லது நீ இதுவரை இல்லாமல் இருந்தாலும் சரி.

நீ இல்லாத போது, முதல் தடவையாக நீ இருக்கிறாய் என்று சொல்லலாம். ஏனென்றால் இப்போது நீ தெய்விகம். இப்போது நீ தனியாக இருப்பதில்லை. இப்போது நீ அவயகத்தின் பாகமாக இருக்கிறாய் - ஓர் இயந்திரப் பாகமாகக் கூட நீ இருப்பதில்லை. ஏனென்றால், இயந்திரப் பாகத்தை, நீ எப்படித்தான் இணைத்தாலும்,

அது தொடர்ந்து தனியாகவேதான் இருக்கும். அது மொத்தத்துடன் சேர்ந்து செயல்படுகிறது. என்றாலும், அது இன்னமும் ஒரு பாகம்தான். ஓர் அவயக ஐக்கியம் - நீ ஓர் இயந்திரப் பாகமாகக் கூட இருப்பதில்லை. நீ முழுமை ஆகிவிடுகிறாய், அந்த முழுமையே, நீயாகிவிடும்.

நான் கேள்விப்பட்ட நிகழ்ச்சி இது: மாபெரும் சூஃபி ஞானியான ஹஸன், ஒரு கனவு கண்டார். பல வருடமாகக் அவர் தேடிக்கொண்டே, தேடிக்கொண்டே இருந்தார். ஓர் இரவில், திடீரென்று அவர் கண்ட கனவில், கடவுளே அவர் முன்பாக நிற்பதைக் கெண்டார். அவருடைய கையில் ஒரு வெங்காயம் இருந்தது. ஹஸனுக்குப் பெருத்த ஆச்சரியம்: எதற்காக இந்த வெங்காயம்? கடவுள் அவரிடம் கூறினார்,'' இப்போது நீ தேர்ந்தெடு. இப்போது நீ தேர்ந்தேடுக்கும் தகுதியைப் பெற்றுள்ளாய் உனக்கு இந்த வெங்காயத்திலிருந்து ஒரு கீற்று வேண்டுமா? அல்லது முழு வெங்காயமும் அப்படியே வேண்டுமா? இந்த இரண்டில் நீ எதை வேண்டுமானாலும் கேட்கலாம் - நீ தேர்ந்தெடு.''

ஹஸன் கனவில் தியானிக்கத் தொடங்கினார். அவரால் தேர்ந்தெடுக்க முடியவில்லை. அவரிடம் ஈகோ இருந்திருக்குமேயானால், வெங்காயத்தின் ஒரு பகுதியை அவர் கேட்டிருப்பார். ஏனென்றால், ஈகோ எப்போதும் ஒரு பகுதியைத்தான் விரும்பும். அது முழுமையை எப் போதும் தேர்ந்தெடுக்காது. ஏனென்றால், முழுமை என்றால் அது பயப்படும். காரணம், அது மறைந்து விடக் கூடும். அல்லது, அவர் முழுமையைத் தேர்ந்தெடுத்திருக் கலாம். ஏனென்றால், ஈகோ பேராசை கொண்டது. முழுமையிலும் அது மறைந்துவிடக்கூடும் என்பது அதற்குத் தெரியாது. அது முழுமையைத் தேர்ந்தெடுக் கலாம்.

ஹஸன் கனவில் தன் கண்களைத் திறந்து கடவுளிடம் கூறினார், ''அது மிகவும் கடினம். என்னால் தேர்ந்தெடுக்க முடியவில்லை. ஏனென்றால் நான் பகுதியைத் தேர்ந் தெடுத்தால், எப்போதும் மோதல் இருந்து கொண்டே இருக்கும். நான் பகுதியைத் தேர்ந்தெடுத்தால், எப்போதும் மரணபயம் இருக்கும். அந்தப் பாகம் இறந்துவிட நேரிடும். அது சாசுவதமாக உயிர்வாழ முடியாது. முழுமை மட்டுமே உயிர் வாழக்கூடயது. நான் ஒரு பாகத்தைத் தேர்ந்தெடுத்தால், போராட்டத்தையும், மோதலையும், இசையின்மையையும் தேர்ந்தெடுத்ததாகிவிடும். வரை முறையை, கட்டுப்பாட்டைத் தேர்ந்தெடுப்பது போலாகி விடும். காரணம், நான் எல்லையைத் தேர்ந்தெடுக்கிறேன். இல்லை, என்னால் பாகத்தைத் தேர்ந்தெடுக்க முடியாது.''

கடவுள் சிரித்துவிட்டுக் கூறினார், ''அப்படியென்றால், நீ முழுமையை என் தேர்ந்தெடுக்ககூடாது?''

ஹஸன் கூறினார், '' என்னால் முழுமையையும் தேர்ந்தெடுக்க முடியாது. காரணம், பாகங்கள் இல்லாத முழுமை, நீண்டகாலம் உயிர் வாழ முடியாது.''

கடவுள் ஹஸனை ஆசீர்வதித்துவிட்டுக் கூறினார், ''உன்னுடைய முடிவு சரியானதுதான் உன்னுடைய விளக்கம் நன்றாக இருந்தது.''

நீ ஒரு பாகத்தை மட்டும் தேர்ந்தெடுத்தால், அங்கு எப்போதும் மோதலும், உயிர்வாழ்வதற்கான போராட்ட மும் இருந்து கொண்டே இருக்கும். ஏனென்றால், பாகம் என்பது மரணத்தின் எல்லையில் இருப்பது. உண்மையில் சொல்லப் போனால், அது ஏற்கனவே இறந்து விட்டது. பாகத்திற்குப் பதிலாக, நீ முழுமையைத் தேர்ந்தெடுத்தால், நீ மறுபடியும் இறந்த ஒரு விஷயத்தைத் தேர்ந்தெடுக்கிறாய் என்றுதான் அர்த்தம். பாகங்கள் இல்லாது முழுமை

உயிர்வாழ முடியாது. முழுமையும் பாகத்தைப் போன்றது தான். அதனுள் உயிர் வாழ்வதற்குத் தேவையான உள் ளார்ந்த இறுக்கம் இருப்பதில்லை. அதில் பதைபதைப்பு இல்லை. அது நடக்காது, நடனம் ஆடாது. அது இறந்துபோன பாறையைப் போன்றது. அதிலிருந்து எந்த இசையும் எழும்பாது. காரணம் இசைக்கு இறுக்கம் தேவை. ஒரு பதைபதைப்பு அவசியம்.

பாகத்திலும் சரி, முழுமையிலும் சரி, அங்கே தொடர்ச்சியான இறுக்கம் இருக்கிறது. அந்த இறுக்கம் தான் வாழ்க்கை. பாகத்துக்கும் முழுமைக்கும் இடையில், இரு கரைகளுக்கும் இடையில், வாழ்க்கை என்னும் ஆறு ஓடிக் கொண்டிருக்கிறது. பாகத்துக்கும் முழுமைக்கும் இடையில், கடவுள் இருக்கிறார், மிகவும் நுட்பமாக, மிகுந்த சிக்கல் நிறைந்த இறுக்கமாக இருக்கிறார்.

இரட்டைத் தன்மைக்கு இடையில், ஒற்றைத் தன்மை இருக்கிறது. இரட்டைத் தன்மை என்பது ஆற்றின் இரண்டு கரைகளைப் போன்றது.

ஒற்றைத்தன்மை என்பது, கரைகளுக்கு இடையே ஓடும் ஆற்றினைப் போன்றது. அது இரண்டில் ஒன்றைச் சார்ந்தது அல்ல. அது இரண்டையும் சார்ந்தது.

பாகம் எப்போதும் தனியாகவே செல்லக்கூடியது. அது பிறகு மீண்டும் முழுமையோடு இணைந்து கொள்கிறது. பாகம் என்பது முழுமையை விட்டுச் சென்றாலும், அது எப்போதும் முழுமையுடன் வேரூன்றித்தான் இருக்கும் அதாவது ஒரு செடி பூமியிலிருந்து வானத்தை நோக்கிக் கிளம்பினாலும், அது எப்போதும் பூமியில் வேரூன்றி இருப்பதைப் போன்றது அது. அது பறவையைப் போல முயற்சித்தாலும், நிலத்தில் வேரூன்றித்தான் இருக்கும். அது வானத்தைத் தொட அப்போதுதான் ஒரு மரம்

தோன்றும். அது பூமிக்கும் வானத்துக்கும் இடையே ஏற்படும் ஒரு நுட்பமான இறுக்கம்.

பாகம் என்பது, முழுமையைத் தொடர்ச்சியாகத் திருமணம் செய்துகொள்ளும். அதே சமயத்தில் தொடர்ச்சி யாக விவாகரத்தும் செய்து கொள்ளும். விலகிச் செல்வ தும் பின்னர் அருகில் வருவதும்தான் அதன் அழகே. நீ முதலில் நேசிப்பது, பிறகு மோதிக் கொள்வது இவை இரண்டும் ஒரே சமயத்தில் மாறி மாறி நடந்துகொண்டே இருக்கும். ஒற்றைத் தன்மை என்பது இரட்டைத் தன்மைக்கு எதிரானது அல்ல. உண்மையில் சொல்லப் போனால் ஒற்றைத் தன்மை என்பது இரட்டைத் தன்மை யின் இடையில் உள்ளது. அதனால்தான், அது உயிர் வாழ்ந்து கொண்டிருக்கிறது.

கடவுள் என்பது, இறந்த எண்ணம் அல்ல. கடவுள் வெறுமனே ஒற்றையாக இருந்தால், முழுமையாக இருந்தால்ல, அது இறந்த எண்ணமாக இருக்கலாம். அதனால்தான், ஹெகலியன் தத்துவம் என்பது ஓர் இறந்த எண்ணம் - அது தத்துவவாதிகளின் கடவுள்.

டென்மார்க் நாட்டைச் சேர்ந்த மாபெரும் தத்துவ ஞானியின், Soren Kierkeqaard ஓர் அற்புதமான விஷயத்தைச் சொல்லியுள்ளார். ''என் கடவுளே, நான் உங்களிடம் பிரார்த்தனை செய்கிறேன், ஆனால், நீங்கள் தத்துவவாதிகளின் கடவுள் அல்ல, தத்துவவாதிகளின் கடவுளிடம் நான் பிரார்த்தனை செய்ய மாட்டேன். நான் ஆபிரகாம், ஜேக்கப், ஜீஸஸ் ஆகியோரின் கடவுளிடம் நான் பிரார்த்தனை செய்ய மாட்டேன். தத்துவவாதிகளின் கடவுள் இறந்து விட்டார். ஆபிரகாம், ஜேக்கப், ஜீஸஸ் ஆகியோரின் கடவுள் முற்றிலும் வேறானவர்.''

நேசிப்பவரின் கடவுள், கவிஞர்களின் கடவுள், பக்தர்களின் கடவுள் வேறானவர். நேசிப்பவரின் கடவுள் ஜீவனுடன் இருக்கிறார். இதில் மாற்றுக் கருத்துகள் பல இருந்தாலும், இன்னமும் இசைவு இருந்து கொண்டுதான் இருக்கிறது.

கடவுள் இசையுடன் இருப்பவர், மாறுபாடுகளில் கடவுள் தளர்வாக இருப்பவர், இறுக்கத்தில் கடவுள் பலருள் ஒன்று. கடவுள் வடிவம் இல்லாதவர் வடிவத்தில், பெயர் இல்லாதவர், எல்லாப் பெயர்களிலும்.

இந்துக்களிடம் ஒரு மிக அழகான வேத சாஸ்திரம் உள்ளது. அதன் பெயர் 'விஷ்ணு சக்ஸ்ர நாமம்', அதாவது, கடவுளின் ஆயிரம் பெயர்கள், இந்துக்கள், கடவுளுக்குப் பெயர் இல்லை என்று தொடர்ந்து கூறி வருகிறார்கள். ஆனால், அவர்களே ஒரு நூல் எழுது கிறார்கள், அதில் கடவுளின் பெயர்கள் மட்டுமே இருக்கின்றன, வேறெதுவும் இல்லை. ஏறக்குறைய கடவுளின் எல்லாப் பெயர்களையும் தொகுத்திருக் கிறார்கள். கடவுளுக்குப் பெயர் இல்லை, ஆனால், எல்லாப் பெயர்களும் அவருக்குச் சொந்தமானவைதான். ஏனென்றால், அவை வேறு யாருக்குச் சொந்தமாக இருக்க முடியும்? உன்னுடைய பெயர்கூடக் கடவுளின் பெயர்தான். வேறு எந்த வழியும் இல்லை. காரணம், அது யாருக்குச் சொந்தமாக இருக்க முடியும்?

இருப்பவர் கடவுள் மட்டுமே. அதனால், பாவியும் கடவுள்தான், சந்நியாசியும் கடவுள்தான். உண்மையில், பாவிக்கும் சந்நியாசிக்கும் இடையில், நினைவு வைத்துக் கொள், பாவிக்கும் சந்நியாசிக்கும் 'இடையில்' இசைவு இருக்கிறது. பாவிகள் இல்லாவிட்டால், கடவுள் பல வீனப்பட்டுவிடுவார். அந்தப் பலவீனம் எல்லையற்றதாக

இருக்கும். சந்நியாசிகள் இல்லாமல், கடவுள் செழிப்பாக இருக்க மாட்டார். பாவிகள் மட்டுமே இருந்தால், மொத்த இசைவும் பறிபோய்விடும். சந்நியாசிகள் மட்டுமே இருந்தால், அதைவிட அலுப்பு தட்டும் விஷயம் வேறெதுவும் இருக்க முடியாது. ஒரே மாதிரியாக இருந்தால் சுவாரசியம் இருக்காது. அங்கே இசை இருக்காது.

இடையிடையே இறுக்கக் குறிப்புகள் இருப்பதால்தான், மொத்த இசையும் சுவாரசியமாக இருக்கிறது. மாறுபடும், அதே சமயத்தில் மாறுபடாமல் இருக்கும். விலகிச் செல்லும், அதே சமயத்தில் மீண்டும் சேர்ந்து கொள்ளும். இதை நீ புரிந்துகொண்டால், ஹசனின் கனவு உனக்கு அற்புதமாகப் புலப்படும். கடவுள் கூறினார், ''ஹஸன், உன்னுடைய முடிவு அருமை. நீ ஏதேனும் ஒன்றைத் தேர்ந்தெடுத்திருந்தால், சந்தர்ப்பத்தை நீ நழுவ விட்டிருப்பாய். நாள் இப்போது உனக்கு இரண்டையும் தருகிறேன். முழுமையின் ஒரு பாகம், பாகத்தில் உள்ள முழுமை இரண்டையும் தருகிறேன்.''

முழுமை ஒரு பாகத்தில் இருக்கிறது. பாகம் முழுமையில் இருக்கிறது. உண்மையில், பாகமும் முழுமையும் இரண்டு வெவ்வேறான விஷயங்கள் அல்ல. உன்னால், பிரிக்கக்கூடிய எல்லைக் கோட்டைப் போட முடியாது. பாகம் முழுமைக்குள் உருகிவிடுகிறது. முழுமை பாகத்திற்குள் உருகிவிடுகிறது.

ஆனால், நீ தேர்ந்தெடுக்கும் பாகத்தில் மிகவும் அதிகமாக அங்கம் வகிக்கிறாய். நீ ஒரு சுயமாக மாறிவிடுகிறாய். பிறகு, நீ சுயம் - இன்மையை முற்றிலுமாக மறந்துவிடுகிறாய். நீ இருப்பில் மிக அதிகமாக அங்கம் வகிக்கிறாய். நீ இல்லாமல் இருப்பதில்லை. இதனால், நீ இசையை இழந்துவிடுகிறாய். நீ சீட்டினைத் தூக்கிப்

போட்டு விடுகிறாய். அந்தக் குறியீடுகள் இசைவின்மை யாக ஆகிவிடக் கூடும். புதிய ஏற்பாடுகள் மட்டுமே தேவைப்படுகிறது.

உன்னிடம் அனைத்தும் உள்ளன. உன்னிடம் இல்லாதது எதுவுமில்லை. என்னுடைய ஆயிரக்கணக்கான பிறவிகளில், எதுவுமே இல்லாதவனை நான் சந்தித்ததே இல்லை. அது ஒரு சிறிய நிர்வாகக் குறைபாடாக இருக்கக் கூடும். ஆனால், எதுவுமே இல்லாதவனாக நீ இருப்ப தில்லை. விஷயங்கள் சரியான இடத்தில் இல்லாமல் போகலாம். ஆனால், எதுவுமே இல்லாதவனாக நீ இருப்ப தில்லை. நீ ஒருவேளை, A இருக்க வேண்டிய இடத்தில் B ஐ வைத்திருக்கலாம், C ஐ D இருக்க வேண்டிய இடத்தில் வைத்திருக்கலாம். ஆனால், அனைத்து ஆங்கில எழுத்துகளும் உன்னிடம் இருக்கின்றன. ஒருவேளை, அது வரிசைப்படி இல்லாமல் இருக்கலாம், தவறான வரிசையாக இருக்கலாம். ஆனால், எதுவுமே இல்லாமல் நீ ஒருபோதும் இருப்பதில்லை.

அதற்கான துப்பு உன்னிடம்தான் இருக்கிறது. அந்தத் துப்பு இதுதான்: நீ எந்த அளவுக்கு இருக்கிறாயோ, அந்த அளவுக்கு நீ இல்லாமல் போகவேண்டும். ஆழமான மாறுபாடுகளுடன் நீ இருக்கவேண்டும். இதுவரை அதைப்பற்றி நீ நினைத்திருக்க மாட்டாய். நீ முரண்பாடு இல்லாமல் உறுதியாக இருப்பதற்கே முயற்சி செய்கிறாய். உறுதிப்பாட்டை நீ முயற்சிக்கிறாயே தவிர, மாறுபாட்டை அல்ல. அப்படியானால், நீ இரண்டில், பாகத்தைத் தேர்ந் தெடு - அப்படி நீ தேர்ந்தெடுத்தால், பலரும் அப்படித்தான் தேர்ந்தெடுப்பார்கள் - அதன் பிறகு அங்கே தொடர்ச்சி யான மோதல் இருந்துகொண்டே இருக்கும். ஏனென் றால், பாகம், முழுமைக்கு எதிராகத்தான் இருப்பதாக நினைத்துக் கொண்டிருக்கும். நீ அதைத் தேர்ந்தெடுத்தால்,

நீ அந்தப் பாகத்துடன் உன்னை அடையாளப்படுத்திக் கொண்டால்... அதனால்தான் 'நான்' என்று சொல்லும் போது, ஈகோ என்று அதைக் குறிப்பிடுகிறேன். அது அந்தப் பாகத்துடன் தன்னை அடையாளப்படுத்திக் கொள்கிறது.

நீ பரவலாக இருப்பவன், பிரபஞ்சத்தைப் போன்று பரவலானவன். அப்படிப்பட்ட நீ, ஒரு சிறிய துவாரத்திற் குள் நுழைய முயற்சிக்கிறாய். ஒரு சுண்டெலியாக இருந்தால், அந்தத் துவாரம் சரியானது. ஆனால் உன்னைப் பொறுத்தவரை - அது மிகவும் குறுகலானது. துன்பங்கள் அதைப் பின் தொடர்கின்றன. நீ கட்டுப்பாட்டுக்குள் இருப்பதாக உணர்கிறாய். உன்னைச் சுற்றிலும் சுவர்கள் இருப்பதாக, சிறையில் இருப்பதைப் போல உணர்கிறாய். உனக்குக் கோபம் உண்டாகிறது, எரிச்சல் ஏற்படுகிறது. நீ சண்டை போட ஆரம்பிக்கிறாய், நீ அழிவை நோக்கிச் செல்வதாகக் கருதிக் கொள்வாய். ஏனென்றால், வாழ்க்கை என்பது தொடர்ந்து குறுகலாகத் தோன்றுகிறது.

ஒரு குழந்தை பிறக்கும்போதே, அந்தக் குறுக்கம் தொடங்கிவிடுகிறது. மிகக் குறுகலான பாதை வழியாகத் தான், தாயின் கருப்பையிலிருந்து ஒரு குழந்தை வெளியே வருகிறது. வாழ்க்கையின் முதல் கணத்திலேயே, குறுக்கம் தொடங்கிவிடுகிறது. அதன் பிறகு, உன் மொத்த வாழ்க்கையும், மரணம் உன்னை விடுவித்து, இன்னொரு துவாரத்தின் வழியாக அனுப்பும்வரை, இந்தக் குறுகலான பாதை தொடர்ந்துகொண்டேதான் இருக்கிறது. விரிவாக்கத்தை நீ உணர்வதே இல்லை. நீ மேலும் மேலும் வளர்ச்சி அடையும்போது, அந்தத் துவாரம் மேலும் குறுகி, ஒரு டன்னல்போல், ஒரு குகைப்பாதை போலத் தோன்றுகிறது. நீ எப்போதாவது ஒரு டன்னல் முன்பாக நின்றுகொண்டு, அதன் உள்ளே பார்த்திருக்கிறாயா? அடுத்த முனை மிகமிகச் சிறிதாகத் தோன்றும்.

ஒருமுறை, ஒரு கிராமவாசியுடன், நான் மாட்டு வண்டியில் சென்று கொண்டிருந்தேன். ஓர் ஆற்றைக் கடப்பதற்காக, நாங்கள் ஒரு டன்னல் வழியாகப்போக வேண்டியிருந்தது. அந்தக் கிராமவாசி முற்றிலுமாக, அதன் வழியாகச் செல்வதற்கு மறுத்துவிட்டார். அவர் கூறினார், ''இந்த முனைக்குள் நாம் நுழைவது பெரிய பிரச்சினை இல்லை. ஆனால் அடுத்த முனையைப் பார்த்தீர்களா? அதன் வழியாக நாம் எப்படி வெளியே போக முடியும்?'' அவர் அதுவரை ஒரு டன்னலைக் கடந்து சென்றதில்லை என்பது எனக்குப் புரிந்துவிட்டது. நான் எவ்வளவோ அவரிடம் சொல்லிப் பார்த்தேன். அவர் கூறினார், ''நீங்கள் என்ன சொன்னாலும் சரி, இங்கிருக்கும் வழி, நாம் நுழைவதற்குப் போதுமானதுதான். ஆனால், இந்தக் குகை குறுகிக் கொண்டே போகிறதே. அடுத்த முனையில் என்ன நடக்கும் என்பதை நீங்கள் யோசிக்க முடியவில்லையா? என்னுடைய மாடுகளை நீங்கள் சாகடிக்கப் பார்க்கிறீர்கள். மீண்டும் திரும்பி இந்த வழியாக நாம் வெளியே வரவும் முடியாது. நாம் உள்ளே சென்றால் மாட்டிக் கொள்வோம்.''

மரணம் என்பது, அந்த அடுத்த முனையைப் போலத் தான் தோன்றுகிறது. தாயின் கருவறைப் பாதை தான் ஆரம்பம். அதன் பிறகு வாழ்க்கை குறுகிக்கொண்டே போவது போலத்தான் தோன்றும். அதன் பிறகு யாரோ ஒருவர் வெறுமனே மறைந்துவிடுவார். இதன் அர்த்தம் என்னவென்றால், மொத்த நிகழ்வும் மிகக் குறுகலாகி விடும் என்பதுதான். நீ மனிதனை மறுபடியும் கண்டுபிடிக்க முடியாது.

மொத்த நிகழ்வும் ஏன் இப்படிக் குறுகிக் கொண்டே போகிறது? ஏனென்றால், நீ அடையாளப்படுத்திக்

கொள்கிறாய். அப்படி நீ பாகத்தில் உன்னை அடையாளப் படுத்திக் கொள்ளத் தொடங்கினால், அதன் பிறகு, அது இயற்கை நிகழ்வாகி விடுகிறது. அதாவது, சிறிய சிறிய பாகங்களில் நீ உன்னை அடையாளப்படுத்திக் கொள்ளத் தொடங்குகிறாய். அடுத்த முனையில், ஒரு சிறிய விஷயம் மட்டும், இந்த உலகத்திலேயே மிகவும் குறுகலான விஷய மான ஈகோ, போய்விடுகிறது. மிக அதிகமாக இருப்பது, 'நான்' என்பதில் மிக அதிகமாக இருப்பது, 'நான்' என்பது மிகமிக அதிகமாகும்போது, அதுதான் பாகத்தோடு நீ கொண்டிருக்கும் அடையாளமாக விளங்குகிறது.

ஹஸன் எடுத்த முடிவு அற்புதமானது. அவர் கூறினார், ''என்னால் பாகத்தைத் தேர்ந்தெடுக்க முடியாது, ஏனென் றால், அந்த முட்டாள்தனத்தைத் தான் நான் இதுவரை செய்து கொண்டிருந்தேன். இப்போது, என்னால் பாகத் தைத் தேர்ந்தெடுக்க முடியாது.'' அவர் மிகுந்த ஞான மடைந்த மனிதராக இருந்திருக்க வேண்டும். ஏனென்றால், பொதுவாக என்ன நடக்கும் என்றால், நீ பாகத்தோடு உன்னை மிக அதிகமாக அடையாளப்படுத்திக் கொண் டிருந்திருப்பாய். அப்போது, முழுமையைத் தேர்ந்தெடுப் பதில்தான் நீ அதிக விருப்பம் காட்டியிருப்பாய். இது ஒரு சாதாரண லாஜிக்தான். ஒருவன் கடைசி எல்லையை நோக்கித்தான் போய்க் கொண்டிருப்பான்.

அதைக் கூடப் பலரும் செய்துவிட்டார்கள். பிறகு, அவர்கள் தங்கள் ஈகோவை அழிக்க முயற்சிக்கிறார்கள். நீ மடங்களில் உள்ள துறவிகளிடம் சென்றால், இந்தியா வின் பாரம்பரிய சந்நியாசிகளிடம் சென்றால், அவர்கள் உன் ஈகோவை அழிப்பதிலேயே கவனம் செலுத்து வார்கள், உன் பாகத்தை அழிப்பதிலேயே அக்கறை செலுத்துவார்கள். ஆகால் பாகம் அழிக்கப்பட்டால்,

முழுமைக்காக பாதை அழிந்துவிடும் என்பதை அவர் அறிவதில்லை.

அது ஒரு சிக்கலான விஷயம். வாழ்க்கை என்பது மிகமிக நுட்பமானது, மர்மங்கள் நிறைந்தது.

நீ ஒரு பாகத்துடன் அடையாளப்படுத்திக் கொள்ளக் கூடாது என்பது உண்மைதான். ஆனால், அதை நீ அழித்து விடக் கூடாது. காரணம், அடிப்படையே அழிந்துவிடும்.

அதனால்தான், துறவிகள் ஒரே மாதிரியான வாழ்க்கை யையே வாழ்ந்து கொண்டிருக்கிறார்கள். இதுதான் துறவிகளைப் பற்றிய என்னுடைய வரையறை: துறவி என்பவர் எந்த மாறுபாடுகள் இல்லாமல், ஒரே மாதிரியான வாழ்க்கையை வாழ்பவர்கள் - அவர்கள் வாழ்ந்து மடாலயங்கள் அல்ல, மாறுபாடற்ற ஓர் இடம். மாறு பாடின்மைதான் மடாலயம். ஒரே ஒரு குறியீட்டில் மட்டுமே வாழ்பவர்கள் அவர்கள். அவர்களிடம் வேறு எந்தக் குறியீடுகளும் காண முடியாது. துறவியால், இசையை உருவாக்க முடியாது. ஏனென்றால் அவர்கள் மோதலுக்குப் பயப்படுபவர்கள். அவர்கள் பாகத்தை அழிக்க முயற்சித்துக் கொண்டிருப்பவர்கள். நீ பாகத்தை அழித்தால், அந்த அழிவின் காரணமாக, முழுமையை நோக்கி நகரக்கூடிய சாத்தியக் கூறுகளை நீ இழந்துவிடுகிறாய்.

ஆனால், அதிர்ஷ்டவசமாக, எவராலும் பாகத்தை அழிக்க முடியாமல் போய்விடுகிறது. நீ அதை அழித்து விட்டதாக நினைத்துக் கொண்டிருக்கலாம். ஆனால், அது உன்னுள் எப்போதும் மறைந்து இருந்துகொண்டே இருக்கும். அதிகபட்சம், அதை நீ அடக்கி வைக்கலாம், அவ்வளவுதான். அதனை உன்னால் ஒருபோதும் அழிக்கவே முடியாது.

இந்த உலகத்தில், அழிவு என்பதற்குச் எந்தச் சாத்தியமும் இல்லை. நீ எதையும் உருவாக்கவும் முடியாது, அல்லது எதையும் அழிக்கவும் முடியாது. காரணம், அழிவு என்றால், ஏதோவொன்று இருக்கிறது என்று அர்த்தம். இப்போது, அது எதுவுமில்லாமல் இருக்கிறது. ஏதோ ஒன்று, எதுவுமே இல்லாததாக ஆகிவிட முடியாது. ஒரு விஷயத்தை, ஒன்றுமில்லாமல் ஆக்க, அதைக் குறைப்பதற்கு எந்த வழியும் இல்லை. காரணம், உருவாக்குவது என்பது, ஒன்றுமில்லாததில் இருந்து ஒரு விஷயத்தை சிருஷ்டிப்பதுதான். வேறு எந்த வழியுமில்லை. ஏதோ ஒன்று, வேறு ஏதோ ஒன்றாக மாறும். ஆனால், அழிவோ ஆக்கமோ எப்போதும் இருப்பதில்லை.

நீ பாகத்தை அழிக்க முடியாது, ஏனென்றால், பாகம் என்பது, உண்மையில் உன்னைச் சார்ந்தது அல்ல - அதை அழிப்பதற்கு நீ யார்? பாகம் முழுமைக்குச் சொந்தமானது என்னும்போது, உன்னால் எப்படி எதை அழிக்க முடியும்? அதை உருவாக்கியது நீ அல்ல. உன்னால் ஈகோவை உருவாக்க முடியுமா? ஈகோவை உருவாக்குவதற்கு, உன்னால் முடியாதபோது, அதை அழிப்பது மட்டும் உன்னால் எப்படி முடியும்? முட்டாள்தனமாக நடந்து கொள்ளாதே!

நீ உன்னால் செய்ய முடிந்த ஒரே விஷயம் என்னவென்றால், ஒரு கெஸால்ட்டை உருவாக்க முடியும், அல்லது ஒரு கெஸால்ட்டை அழிக்க முடியும். 'கெஸால்ட்' என்னும் இந்த ஜெர்மானிய வார்த்தை, அற்புதமானது. இந்த வார்த்தையின் மூலம்தான், வாழ்க்கையில் மொத்த மனப்பாங்கும் எழுகிறது - கெஸால்ட் தத்துவம். அது அர்த்தமுள்ளது, அபரிமிதமான அர்த்தம் உடையது. இந்த வார்த்தையை, ஆங்கிலத்திலோ அல்லது வேறு எந்த

மொழியிலோ, மொழிபெயர்ப்பு செய்வதற்கு வழியே இல்லை. கெஸால்ட் என்பதன் அர்த்தம்: உருவத்திற்கும் தரைக்கும் உள்ள உறவுமுறை.

கெஸால்ட் மாறுபடக் கூடியது. உதாரணத்திற்கு, நான் உன்னுடன் பேசிக் கொண்டிருக்கிறேன். அதே சமயத்தில், உன்னைச் சுற்றிலும் பல்வேறு விஷயங்கள் நடந்து கொண்டு இருக்கின்றன - ஆகாய விமானம் பறந்து கொண்டிருக்கிறது, பறவைகள் தொடர்ச்சியாகப் பாடிக் கொண்டிருக்கின்றன, குருவிகள் கீச்சிட்டுக் கொண்டிருக்கின்றன, மரங்கள் காற்றில் அசைந்து கொண்டிருக்கின்றன, போக்குவரத்து வாகனங்களின் இரைச்சல் கேட்டுக் கொண்டிருக்கின்றன. உன் பின்புறக் களத்தில் அனைத்தும் நடந்து கொண்டிருக்கின்றன. அதே சமயத்தில், நீ என் பேச்சைக் கேட்டுக் கொண்டிருக்கிறாய், என் மீது கவனம் செலுத்திக் கொண்டிருக்கிறாய் - என்னுடைய வார்த்தைகள் மீதும், என் மீதும் உன் கவனம் குவிந்திருக்கிறது. இதுதான் உருவம் என்பது.

ஆனால், நான் பேச்சை நிறுத்தும்போது, சட்டென கெஸால்ட் மறைந்துவிடுகிறது. நீ பறவைகளின் பாடலை, உன்னைச் சுற்றி எழும்பும் ஒலிகளைக் கவனிக்கத் தொடங்குகிறாய். கெஸால்ட் மறைந்துவிடுகிறது. கெஸால்ட் என்றால்: ஏதோ ஒரு விஷயத்தில் நீ கவனம் செலுத்தும்போது, அது முக்கியத்துவம் பெறுகிறது. மற்ற விஷயங்கள் அனைத்தும் பின்புறச் சூழலாக இருக்கின்றன. ஆனால், எவையும் மறைவதில்லை. நான் பேசிக் கொண்டிருக்கும்போது கூட, பறவைகளின் கீச்சிடும் சத்தம், ஒலித்துக்கொண்டேதான் இருக்கிறது. நீ என் பேச்சைக் கேட்டுக் கொண்டிருக்கும்போது, அவை அனைத்தும் நடந்து கொண்டுதான் இருக்கின்றன. அவை சற்றுப் பின்வாங்கிக் கொள்கின்றன, அவ்வளவுதான். உன்

எல்லையை விட்டுச் சற்று அப்பால் நிற்கின்றன, அவ்வளவுதான். நீ என் மீது உன் கவனத்தை மையப் படுத்தியிருக்கிறாய். இது கெஸால்ட் ஆக மாறுகிறது.

கெஸால்ட்கள் மாறிக்கொண்டே இருக்கும். ஒரு குழந்தை என்றால், அதற்கென்று தனிப்பட்ட முறையில் ஒரு கெஸால்ட் இருக்கும். ஒரு மலரையும், நூறு ரூபாய்த்தாள் ஒன்றினையும் அதனிடம் கொடுத்தால், அது மலரைத்தான் எடுத்துக்கொள்ளும். ஆற்றோரமாக இருந்த மரம் ஒன்றின் கீழ் நீண்ட காலமாகப் பிச்சை எடுத்துக் கொண்டிருக்கும் ஒரு பிச்சைக்காரனை நான் பார்த்திருக் கிறேன். அந்த நகரத்தில் மட்டுமல்லாமல், சுற்றுப்பட்ட நகரங்களிலும் அவனைப்பற்றி வேடிக்கையாகப் பேசிக் கொள்வார்கள். எப்படியென்றால், மக்கள் அவனிடம் ஓர் அணா நாணயத்தையும், நூறுரூபாய்த் தாளையும் கொடுத்தால், அவன் எப்போதும் ஓர் அணா நாணயத்தை மட்டும் எடுத்துக் கொள்வான். இது பல வருஷங்களாகத் தொடர்ந்து நடைபெற்றுக் கொண்டிருந்தது.

ஒருநாள் நான் அந்த முதியவரிடம் கேட்டேன், ''நூறு ரூபாய்த் தாளுக்கும், ஓர் அணா பைசாவுக்கும் உங்களுக்கு நன்றாக வித்தியாசம் தெரியும். நீங்கள் அந்த அளவுக்குப் பைத்தியக்காரனாக இருக்கவில்லை, பிறகு, மக்கள் உங்களிடம் நூறுரூபாய்த் தாளைக் கொடுத்தால், ஏன் வாங்கிக்கொள்ள மறுக்கிறீர்கள்?

அவர் கூறினார்,''அப்படி நான் நூறுரூபாய்த் தாளைப் பெற்றுக்கொண்டால், மொத்தத்தையும் நான் இழக்க நேரிட்டு விடும். அவர்கள் வழக்கமாகத் தரும். ஓர் அணா பைசாவும் எனக்குத் தொடர்ந்து கிடைக்காமல் போய் விடும். என்னுடைய பைத்தியக்காரத்தனத்தை மக்கள் ரசிக்கிறார்கள். ஆனால், உண்மையில் நான் பைத்தியக்

காரன் இல்லை. நூறுரூபாயைத் தேர்ந்தெடுக்கும்படி, என்னிடம் கூறாதீர்கள். ஒருமுறை அப்படி நான், நூறு ரூபாயைத் தேர்தெடுத்து விட்டால், அவ்வளவுதான் என் பிழைப்பு போய்விடும். அவர்கள் என் பைத்தியக்காரர் தோற்றத்தை ரசிக்கும் வரைதான், என் பிழைப்பு நடக்கும். கடந்த இருபது வருடமாக நான் இப்படித்தான் வாழ்ந்து கொண்டிருக்கிறேன். அவர்கள் தரக்கூடிய பணத்திலிருந்து மிகக் குறைந்த பைசா எதுவோ, அதை மட்டுமே நான் எடுத்துக் கொள்வேன். இதைப் பார்த்து அவர்கள் சிரித்து மகிழ்வார்கள், ஆனால், நான் பைத்தியக்காரன் அல்லன்.''

ஒரு குழந்தை மலரைத்தான் தேர்ந்தெடுக்கும். ஆனால், அது முட்டாள் அல்ல. அதன் கெஸால்ட் வேறுவிதமாக இருக்கிறது. நூறு ரூபாயின் மதிப்பு குழந்தைக்குத் தெரியாது. ஒரு நூறு ரூபாய்த் தாளின் மதிப்பு என்ன என்பதைத் தெரிந்து கொள்வதற்கு, அது இன்னும் ஒரு மார்க்கெட்டில் கால் எடுத்து வைக்கவில்லை. ஆனால், ஒரு வெற்றுத்தாளையும், நூறுரூபாய்த்தாளையும் ஒரு குழந்தையிடம் நீட்டினால் அது நூறுரூபாய் தாளினையே தேர்ந்தெடுக்கும். அது நூறுரூபாய் என்பதற்காக அல்ல அது வண்ணங்கள் பூசப்பட்டு, படங்களுடன் காட்சியளிப்பதால்தான். அதற்கென்று ஒரு கெஸால்ட் இருக்கிறது.

ஓர் இளைஞனுக்கு ஒரு விதமான கெஸால்ட் இருக்கும், ஒரு முதியவருக்கு வேறுவிதமான கெஸால்ட் இருக்கும், இதுதான் தலைமுறை இடைவெளிக்குக் காரணம். ஒவ்வொருவருக்கும் ஒவ்வொரு விதமான கெஸால்ட் இருக்கும். அந்த கெஸால்ட்கள் மாறிக் கொண்டே இருக்கும். வருடக்கணக்கில் மட்டுமல்லாமல், ஒவ்வொரு கணத்திலும் அது மாற்றம் அடைந்து கொண்டே இருக்கும். இன்று காலை நேசத்துடன்

இருந்த நீ, இப்போது கோபத்துடன் இருக்கிறாய், உன்னுடைய கெஸால்ட் மாறுகிறது. நீ நேசத்துடன் இருக்கும்போது, பின்புறச் சூழலில் உன் கோபம் மறைந்து, நேசம் மையத்திற்கு வருகிறது. இப்போது, நீ கோபமாக இருக்கும்போது, நேசம் பின்புறச் சூழலுக்குச் சென்று, கோபம் மையத்திற்கு வந்துவிடுகிறது.

ஆனால், நினைவு வைத்துக்கொள், எதுவும் மறைவதில்லை. அனைத்தும் எப்போதும் இருந்துகொண்டே தான் இருக்கும், கெஸால்ட்கள் மட்டும் மாறிக்கொண்டே இருக்கும். சில விஷயங்கள் மேலெழும்பும், சில விஷயங்கள் கீழிறங்கும். சில விஷயங்கள் மேற்புறத்துக்கு வரும், சில விஷயங்கள் அடிமட்டத்துக்குச் செல்லும். ஆனால், எதுவும் மறைவதில்லை. எவற்றாலும் மறைய முடியாது. அனைத்து விஷயங்களும் சாசுவதமானவைதான். அனைத்தும் அப்படியேதான் இருக்கும். இதைத்தான் இந்துக்கள் ''நாம ரூபம்'' என்று அழைக்கிறார்கள். நாமரூபம் என்னும் இந்தி வார்த்தை, ஓரளவுக்கு கெஸாட்டின் உணர்வை ஏற்படுத்தலாம். பெயரும் வடிவமும் மாறலாமே தவிர, உண்மை என்பது அப்படியேதான் இருக்கும் என்று இந்துக்கள் கூறுகிறார்கள்.

அதனால், ஈகோவை கொல்ல முயற்சிக்காதே அது உன்னால் முடியாது. நீ அப்படி ஈகோவைக் கொல்ல முயற்சிக்காதே, நீ மிகமிக எளிமையான மனிதனாக மாறிவிடுவாய். நினைவு வைத்துக்கொள், 'மிகமிக' என்பது முக்கியமான ஒன்று. நீ இயல்பான மனிதனாக இருக்க முடியாது, ஆனால் மிகமிக எளிமையான மனிதனாகத் தான் இருக்கமுடியும். அதில்தான் உன்னுடைய ஈகோ மறைந்து இருக்கும். பிறகு, நீ தான் இந்த உலகத்திலேயே மிகவும் எளிமையான மனிதன் என்று உன்னை நீயே சொல்லிக் கொள்ளலாம்.

நான் ஒரு சிறிய கதையை படித்தேன். மூன்று வெவ்வேறு கிறிஸ்துவ மடாலயங்களைச் சேர்ந்த துறவிகள் மூன்றுபேர், ஒரு முச்சந்தியில் சந்தித்துக் கொண்டார்கள். அவர்கள் ஒவ்வொருவரும், வழக்கம்போல ஜம்பமாகப் பேசிக் கொள்ளத் தொடங்கினர். ஒருவர் கூறினார், ''எங்கள் மடாலயம்தான் மாபெரும் துறவிகளை உருவாக்கியுள்ளது என்பதை நீங்கள் ஒப்புக்கொள்ளத்தான் வேண்டும். இதைப் பார்க்கும்போது உங்கள் மடாலயங்கள் எல்லாம் ஒன்றுமே இல்லாதவை. எங்கள் வரலாற்றைப் புரட்டிப் பார்த்தீர்களானால், நாங்கள் எத்தனை மகான்களை உருவாக்கியிருக்கிறோம் என்பது உங்களுக்குத் தெரியும்!''

இரண்டாவது துறவி கூறினார், ''நீங்கள் சொல்வதை நான் ஒப்புக்கொள்கிறேன். ஆனால், எங்களுடைய மடாலத்திலிருந்துதான் மகத்தான தத்துவ ஞானிகள் வந்திருக்கிறார்கள் என்பதை நீங்கள் ஒப்புக் கொள்ள வேண்டும்.

இரண்டு பேரும், மூன்றாவது துறவியைப் பார்த்துக் கூறினார்கள், '' உங்களைப் பார்த்தால் பரிதாபமாக இருக்கிறது. ஏனென்றால், உங்கள் மடாலயத்தைப் பற்றிச் சொல்வதற்கு ஒன்றுமில்லையே!''

மூன்றாமவர் கூறினார், ''எங்கள் மடாலயம் மாபெரும் துறவிகளை உருவாக்கவில்லை என்பது உண்மைதான். மிகப்பெரிய சிந்தனாவாதிகளையோ, தத்துவ ஞானிகளையோ நாங்கள் உருவாக்கவில்லை என்பதும் உண்மைதான். ஆனால், பணிவு என்பதைப் பொறுத்தவரை நாங்கள் தான் உயர்ந்தவர்கள்.'' பணிவில் நாங்கள் உயர்ந்தவர்கள்! நீங்கள்தான் உயர்ந்தவர்கள் என்று சொல்லும், இது எப்படிப்பட்ட பணிவாக இருக்க முடியும்?

கெஸால்ட் இங்கு மாறியுள்ளது. ஈகோ அடிமட்டத்திற்குச் சென்றிருக்கிறது. ஆனால், அங்கிருந்தபடி அது

வேலை செய்து கொண்டிருக்கிறது. இப்போது நீ எளிமையாக இருக்கிறாய், ஆனால் உயரத்தில் இருக்கிறாய். எளிமையான மனிதன் என்பவன் பின்தங்கி இருக்க வேண்டியவன், அவன் எப்படி உயரத்தில் இருக்க முடியும்? ஆனால், ஓர் எளிமையான மனிதன் எப்போதும் தான் உயரத்தில் இருப்பதாகத்தான் கூறிக் கொள்கிறான். ஈகோ இறப்பதில்லை, அது இறக்க முடியாது. அது பிரக்ஞையின் ஆழமான அடுக்குகளுக்குச் சென்றுள்ளது, அவ்வளவுதான். அங்கிருந்தபடி அது செயல் புரிகிறது. அங்கிருந்தபடி அடக்கி ஆள்கிறது. ஈகோ எளிமையைக் கட்டுப்படுத்துகிறது.

தாங்கள் எளிமையானவர்கள் என்று சொல்லிக் கொள்பவர்களின் அப்படி ஓர் எண்ணம் கொண்டவர்களின் கண்களைப் பாருங்கள். அவற்றில் எந்தவிதமான எளிமையும் இருக்காது. ஆனால், அவற்றில் நளினமான ஒரு கர்வம் காணப்படும். பக்திமயமான ஆணவக்காரர்கள் அவர்கள் புனிதமான ஆணவக்காரர்கள் அவர்கள். ஈகோ என்பது புனிதம் அடையும்போது, அது மேலும் அதிக விஷத் தன்மையைப் பெற்றுவிடுகிறது. விஷமே கெடுதலானது, அது புனிதமாகும் போது மேலும் ஆபத்து நிறைந்ததாகி விடுகிறது.

நீ ஈகோவைக் கொல்ல முடியாது. நீ அதைக் கொல்ல முயற்சிக்கும்போது இரண்டு விஷயங்கள் நடக்கும். ஒன்று, உன்னுடைய வாழ்க்கை ஒரே மாதிரியாக ஆகி விடும். எதிர்மறைவான இறுக்கத்தை நீ இழந்துவிடுவாய். அது இசையை இழந்துவிடும். அதனால், தான் துறவிகள் ஒரே மாதிரியான வாழ்க்கையை வாழ்கிறார்கள்.

அமெரிக்காவைச் சேர்ந்த ஒரு பெரிய நடிகரிடம், பேட்டி எடுத்துக் கொண்டிருந்தபோது அவரிடம், நிருபர்

கேட்டார், ''உங்கள் வாழ்க்கையில் நடந்த மிகப்பெரிய ஏமாற்றம் என்ன என்பதைக் கூறமுடியுமா?'' ஒரு நடிகரின் வாழ்க்கையில் பல தோல்விகள் ஏற்பட்டிருக்கும் என்பது, அந்தப் பேட்டி எடுத்தவரின் எண்ணமாக இருந்திருக்கக் கூடும். மக்கள் அவருடைய நடிப்பை ஏற்றுக்கொள்ளாத போது, கைத்தட்டி வரவேற்காத போது, அவருடைய செய்கைகள் தோல்வி அடையும்போது அந்த நடிகர் பல ஏமாற்றங்களைச் சந்தித்திருக்கக் கூடும் என்று அந்த நிருபர் நினைத்திருந்தார்.

அந்த நடிகர் கூறினார், ''என் வாழ்க்கையில் நடந்த மாபெரும் ஏமாற்றத்தைத் தானே கேட்கிறீர்கள்? ஆமாம், எனக்கு ஏற்பட்டிருக்கிறது... நான் குழந்தையாக இருக்கும்போது, தெருவில் சென்று கொண்டிருந்தேன். வழியில் ஒரு பெரிய கூடாரத்தைப் பார்த்தேன். நான் அங்கு சர்க்கஸ் நடப்பதாக நினைத்தேன். ஆனால், என்னிடம் உள்ளே போவதற்குப் பணமில்லை. அதனால், பிரதான வாசல் வழியாகப் போகாமல், வேறு ஏதேனும் வழியில் உள்ளே செல்ல விரும்பினேன். அதன்படியே, யாருக்கும் தெரியாமல், திருட்டுத்தனமாக உள்ளே நுழைந்துவிட்டேன். ஆனால், உள்ளே சர்க்கஸ் நடக்கவில்லை. அங்கே, ஒரு பாதிரியார் உபதேசம் செய்து கொண்டிருந்தார் அதுதான், என் வாழ்க்கையில் நடந்த மிகப்பெரிய ஏமாற்றம்.''

பாதிரியார்கள், துறவிகள் எல்லாருமே ஒரே மாதிரியானவர்களாகத்தான் இருக்கிறார்கள். எந்தவித மாறுபாடுகளும் இல்லாத வாழ்க்கையை அவர்கள் வாழ்ந்து கொண்டிருக்கிறார்கள். ஏனென்றால், அவர்கள் ஒரு காலில் நடப்பதற்கு முயற்சித்துக் கொண்டிருப்பவர்கள். அல்லது ஒரு பக்க இயற்கையைக் கொண்டு பறப்பதற்கு முயற்சிக்கிறார்கள். கடவுளைக் கூட, பின்னடைய

முயற்சிக்கிறார்கள். கடவுள்கூட இரண்டு விஷயங்கள் இல்லாமல் இருப்பதில்லை. ஆனால் அவர்கள் அதற்கு முயற்சிக்கிறார்கள். ஆனால், ஒரு காலை மட்டும் ஊன்றிய படி நொண்டி நடக்கலாம். இதுதான், அவர்களுடைய உபதேசங்களிலும் கூறப்படுகிறது. அல்லது அவர்கள் ஒரு பக்க இயற்கையைக் கொண்டு பறப்பதற்கு முயற்சிக் கலாம். அந்த அசிங்கமான முயற்சியினால் அவர்கள் கீழே விழுந்து விடுவார்கள். அவர்கள் தங்கள் வீணையில், தொடர்ந்து ஒரே ஸ்ருதியையே மீட்டிக் கொண்டிருப் பார்கள்...

இது நான் கேள்விப்பட்ட கதை: முல்லா நசிருதீனின் மனைவி, ஓர் இரவுப் பொழுதில், கடுமையான எரிச்ச லுக்கு ஆளானாள். அவள் முல்லாவிடம் கூறினாள், ''போதும், போதும் நிறுத்துங்கள்! உங்கள் வீணையில், மணிக்கணக்கில் தொடர்ந்து, எதற்காக ஒரே ஸ்ருதியை மீட்டிக் கொண்டிருக்கிறீர்கள்? நான் எத்தனையோ பேர் வீணை வாசிப்பதைப் பார்த்திருக்கிறேன். யாரும் உங்களைப் போல வாசித்ததில்லை. அவர்கள் ஸ்ருதியை அடிக்கடி மாற்றுவார்கள், அவர்களுடைய விரல்கள் நகர்ந்துகொண்டே இருக்கும். நீங்கள் ஒரே இடத்திலேயே, வாசித்துக் கொண்டிருப்பது எரிச்சலாக இருக்கிறது!''

நசிருதீன் கூறினார், ''நிறுத்து, உனக்கு ஒன்றும் தெரியாது. நான் இருபது வருடமாக வாசித்துக் கொண் டிருப்பவன். மற்றவர்கள் விரல்களை இங்கேயும் அங்கேயும் நகர்த்திக் கொண்டிருக்கிறார்கள் என்றால், அதற்குக் காரணம், அவர்கள் சரியான இடத்தை இன்னும் தெரிந்துக் கொள்ளவில்லை என்பதுதான். நான் கண்டுபிடித்துவிட்டேன். நான் ஏன் மாற்றிக் கொண்டிருக்க வேண்டும்? அதனால்தான் நான் ஒரே ஸ்ருதியையே மீட்டிக் கொண்டிருக்கிறேன்!''

இதுதான், பாதிரிகள், மதகுருக்கள், ஆன்மிகவாதிகள் ஆகியோரின் ஸ்ருதி. அவர்கள் மிகவும் கவலையாக, மிகவும் கடுமையாக இருப்பவர்கள். இருள்மயமான, பவித்ரமான பக்தியுடன், ஒருவித சவக்களையுடன் அவர்கள் காணப்படுகிறார்கள். அவர்களிடமிருந்து எந்த இசையும் எழுவதில்லை. அவர்கள் எங்கும் மதங்களைக் கொன்று கொண்டிருக்கிறார்கள். அவர்கள் எல்லாக் கோயில்களையும், சர்ச்களையும் கைப்பற்றி விட்டார்கள்.

கோயில் என்பது, கொண்டாட்டத்திற்கு உரிய இடம். அது நன்றி செலுத்துவதற்கான இடம். கோயில் என்பது, எப்படி நேசிப்பது, எப்படி வாழ்வது என்பதைக் கற்றுத் தரும் இடம். எப்படி வழிபட வேண்டும், எப்படிப் பரம சுகத்தை அடைய வேண்டும் என்பதைச் சொல்லித்தரக் கூடிய இடம். ஆனால் இந்தப் பவித்திரமான இடங்களை எல்லாம், அவர்கள் கடுமையானதாக, சவக்களை நிறைந்ததாக மாற்றிவிட்டார்கள். மேலும் கோயில்களில் எல்லாம், இறந்துபோன கடவுள்தான் வழிபடப்படுகிறது.

மரங்களின் அருகே, மேகங்களுக்கு இடையே, பறவைகளின் கீச்சிடும் ஒலியில் கடவுள் உயிருடன் இருக்கிறார். கடவுள் என்பது வாழ்க்கை, அந்த வாழ்க்கை இரட்டைத் தன்மையில் தான் இருக்கிறது. அது, இரண்டு விஷயங்களுக்கு இடையே உள்ள ஓர் ஆழ்ந்த இசைவு. அது பல விஷயங்களுக்கு இடையே, பல தோற்றங்களாக இருப்பது.

ஈகோவைக் கொல்வதற்கு முயற்சிக்காதே. அதை அடக்கி வைக்கவும் செய்யாதே. அப்படிச் செய்தால், இங்கே உயிர்ப்புடன் இருப்பதை நீ தவறவிட்டுவிடுவாய். மொத்த வாய்ப்பையும் நீ இழந்துவிடக் கூடும்.

சரி, அப்படியென்றால் என்னதான் செய்ய வேண்டும்? கெஸால்ட்டை மாற்றுங்கள், அவ்வளவுதான். ஒரு

பாகத்துடன் உன்னை அடையாளப்படுத்திக் கொள்ளாதே. காரணம், நீயும் கூட முழுமைதான். அந்த முழுமையுடன் உன்னை அடையாளப்படுத்திக் கொள்ளாதே - காரணம், நீயும்கூட ஒரு பாகமாக இருக்கிறாய்.

சுருக்கமாகச் சொல்வதென்றால்: நீ அனைத்தோடும் உன்னை அடையாளப்படுத்திக் கொள்ளாதே. நீ இரண்டு மாகவும், இரண்டும் அற்றவனாகவும் இருப்பவன். அத்து மீறல் என்பது அதுதான். நீ திடீரென்று இல்லாதபோது, அனைத்தும் இருக்கிறது. எந்த இழப்பும் ஏற்படுவதில்லை. ஆனால், அடையாளத்தை நீ இழக்கும்போது, 'நான்' என்னும் உணர்வு போய்விடுகிறது. நீ அப்படியே இரு, எப்போதும் போல அப்படியே இரு. அப்போது, நீ எல்லையற்ற செழிப்புடன் இருக்கிறாய். அடையாள மில்லாவிட்டால், 'நான்' என்பது மறைந்துவிடுகிறது. ஆனால், அந்த நான் ஒன்று பாகத்துடன் அடையாளப் படுத்திக் கொள்கிறது - அதாவது உலகியல் மனிதன் கொண்டிருக்கும் 'நான்' - அல்லது முழுமையுடன் அடையாளப்படுத்திக் கொள்கிறது - அதாவது ஆன்மிக மனிதன் கொண்டிருக்கும் 'நான்.'

நீ அடையாளப்படுத்திக் கொள்ளாத போதுதான், உண்மையான, போலித்தனம் இல்லாத மதம் பிறக்கிறது. நீ பாகத்துடன் ஐக்கியப்படுவதோடு, முழுமையுடனும் ஐக்கியப்படு. நீ இரண்டின் கலவை: முழுமையின் பாகம் மற்றும் பாகத்தின் முழுமை. மாறுபாடு உள்ள இசையை நீ பெற வேண்டும். தொடர்ச்சியான திருமணமும், தொடர்ச்சியான விவாகரத்தும் இருக்கவேண்டும். ஒன்றாக இணைந்து கொள்வதும், விலகிச் செல்வதும் தொடர்ச்சி யாக இருக்க வேண்டும். அதன் பிறகு, ஓர் அழகான ஓட்டம் இருக்கும், ஓர் இயக்கம் இருக்கும் அதன் பிறகு ஒரு வசீகரம் உண்டாகும்.

இப்போது, நாம் அந்தச் சிறிய உபகதைக்கு வருவோம்.

ஷிப்லி என்னும் சூஃபி ஞானி, ஜுனைட் என்னும் மற்றொரு மகாஞானியைப் பார்ப்பதற்காகச் சென்றிருந்தார்.

ஷிப்லி ஞானம் அடைவதற்கு முன், ஜுனைட்டை ஏற்கெனவே சந்தித்திருக்கிறார். ஜுனைட், ஒரு மிகச் சரியான குருவாக ஆகிவிட்டவர், ஆனால் ஷிப்லி இன்னும் பாதையில் இருப்பவர். இருத்தலில் மிகச் சரியான பிரகாசத்தை அடைய நடைபோட்டுக் கொண்டிருப்பவர். அவர் ஆரம்ப நிலையில் இருப்பவர் அல்லர், என்பது உண்மை. அவர் ஏற்கெனவே நிபுணத்துவம் பெற்றிருப்பவர் - அவர் பாதையில் மிகுந்த முன்னேற்றம் அடைந்திருந்தாலும்கூட, இன்னும் பயணத்தின் இறுதிக் கட்டத்திற்கு அவர் வரவில்லை.

ஷிப்லி என்னும் சூஃபி ஞானி, ஜுனைட் என்னும் மற்றொரு மகாஞானியைப் பார்ப்பதற்காகச் சென்றிருந்தார். ஜுனைட்டின் மனைவி அவரைப் பார்த்ததும், மரியாதை நிமித்தமாக, தன் பர்தாவை முகத்தில் மறைத்துக்கொள்ள எத்தனித்தாள்.

முகமதியர்களின் மரபுப்படி, பர்தாவைக் கொண்டு, தன் முகத்தை மூடிக்கொள்வதற்கு, ஜுனைட்டின் மனைவி எத்தனித்தாள்.

ஜுனைட் கூறினார்: நீ அப்படியே இரு - இங்கு வந்திருப்பது ஷிப்லி அல்ல.

நீ முகத்தை மறைத்துக் கொள்வதற்கு அவசிய மில்லை. ஏனென்றால் ஒருவரும் வரவில்லை. நான் ஒருவரும் வரவில்லை என்று கூறுவதில் இரண்டு

அர்த்தங்கள் உள்ளன. ஒன்று, ஒருவரும் வரவில்லை, அவர், ஒருவரும் அல்லர். இரண்டாவது, ஒருவரும் வரவில்லை - ஷிப்லி வந்திருக்கிறார், ஆனால், ஷிப்லியைப் போன்ற எவரும் அவரிடம் இல்லை.

நீ அப்படியே இரு - வந்திருப்பது ஷிப்லி அல்ல!

ஒன்றும் நடக்கவில்லை. ஜுனைட் மனைவியும் இருக்கும்போது, ஒருவரும் உள்ளே வரவில்லை. தென்றல் காற்று உன் அறைக்குள் வந்து செல்லும்போது, நீ என்ன செய்வாய்? நீ திரைக்குப் பின்னால் ஒளிந்து கொள்ளமாட்டாய். சூரியக்கதிர் அறைக்குள் ஊடுருவினால், நீ மறைந்து கொள்வதில்லை. ''ஒளிந்து கொள்வதற்கு அவசியமில்லை'' என்றார் ஜுனைட்.'' வந்திருப்பது ஷிப்லி என்றாலும், அவர் முழுமையாக இல்லை.

ஷிப்லி உள்ளே நுழைந்த கணத்தில், அவர் தன்னைத் தானே அடையாளப்படுத்திக் கொள்ளவில்லை. எந்தக் கெஸால்ட்டும் இல்லாமல், அடையாளமின்மை கொண்ட ஓர் இருத்தல். ஒரு தென்றல் காற்று, அறைக்குள் எந்த விதத் தடையுமின்றி வந்து செல்வது போல. என்ன நடக்கிறது? என்ற உணர்வுகூட இல்லை. ஒரு குடிகாரன் போதையில் மிதந்து வருவதைப் போலத்தான். ஏனென்றால், வந்திருப்பது எவருமில்லை. இன்னும் சரியாகச் சொல்ல வேண்டுமென்றால், ஷிப்லி, ஜுனைட்டின் அறைக்குள் மிதந்துகொண்டே வந்தார். மனைவி திரைக்குப் பின்னால் ஒளிந்துகொள்ள எத்தனித்தாள்.

ஜுனைட் கூறினார்; நீ அப்படியே இரு - இங்கு வந்திருப்பது ஷிப்லி அல்ல. அதைக் கேட்டவுடன் ஷிப்லி அழத் தொடங்கினார்.

அடையாளம் உடனே நுழைந்துவிட்டது. ஒரு கெஸால்ட் உருவாகிவிட்டது. அவர் முன்பு காணப்பட்டது போல் இப்போது இல்லை. 'வந்திருப்பது ஷிப்லி அல்ல' என்று கூறியவுடனே, ஷிப்லியின் ஈகோ திரும்ப வந்து விட்டது. ஜுனைட் போன்ற மகாஞானியின் வாயிலிருந்து வந்த பாராட்டு. ஜுனைட் உன் மீது செலுத்தும் பார்வையே, உன்னைப் பரவசப்படுத்தக் கூடியது, அப்படி இருக்கும்போது, அவ்வளவு பெரிய மகான், ''அப்படியே இரு - வந்திருப்பது ஷிப்லி அல்ல'' என்று பாராட்டுப் பத்திரம் வழங்கும்போது எப்படியிருக்கும்?

பாதையில் இருப்பவர்கள், பெறக்கூடிய உச்சகட்ட பாராட்டு இது. மனிதன் இல்லாமல் இருப்பது என்பது, ஓர் உச்சகட்ட சாதனை. அதற்கு மேல் ஒன்றும் இல்லை, ஏனென்றால், நீ இல்லாதபோது, கடவுள் வந்துவிடுகிறார். ஜுனைட் உண்மையாகக் கூறினார், ''கவலைப்படாதே, வந்திருப்பது ஷிப்லி அல்ல, கடவுள் வந்திருக்கிறார்.'' ஷிப்லி இல்லை என்று சொல்வதும், கடவுள் இருக்கிறார் என்று சொல்வதும் ஒன்றுதான். கடவுளிடமிருந்து உன்னால் எப்படி மறைய முடியும்? அவரிடமிருந்து மறைந்துகொள்ள என்ன அவசியம் இருக்கிறது? ஏனென்றால், கடவுள் என்பது வேறொன்றுமில்லை, உன்னுடைய பரிசுத்தமான இருத்தல்தான்.

உடனடியாக கெஸால்ட் வந்துவிட்டது.

அந்தக் கணத்தில், ஷிப்லி அழத் தொடங்கிவிட்டார்.

தெய்விக அருள். அவரை நிறைத்துக் கொண்டதால், ஒருவித பிரமிப்பு ஷிப்லிக்கு ஏற்பட்டுவிட்டது. ஓர் ஒளி அவரைச் சுற்றிச் சூழ்ந்துகொண்டது - அது அவருடைய ஒளி அல்ல, அது பிரபஞ்ச இருத்தலின் மையத்திலிருந்து

வந்த ஒளி. அவரை ஓர் இனம் தெரியாத பரமசுகம் நிறைத்துக் கொண்டது. அவர் தெய்விக நறுமணம் கொண்ட ஒரு மலராக மாறிவிட்டார். சட்டென, ஒரே ஒரு கணத்தில், ஒரு விநாடியின் பாகத்தில், கெஸால்ட் உருவாகிவிட்டது.

கெஸால்ட் உருவாவதற்கு எந்த நேரமும் எடுத்துக் கொள்ளப்படுவதில்லை. ஒரே ஒரு பார்வை போதும், கெஸால்ட் உருவாகிவிடுகிறது. அது தொடர்ச்சியாக, ஆக்கப்பட்டும் அழிக்கப்பட்டும் வருகிறது. இந்த ஒரு விஷயத்தை மட்டும்தான், நீ உருவாக்கவும் அழிக்கவும் முடியும். நீ வேறு எதுவும் செய்ய முடியாது. அது கடலில் தோன்றும் அலைகளைப் போல, ஆர்ப்பரித்து எழும், எழுந்த வேகத்திலேயே கீழே விழுந்துவிடும்.

சிகரத்தில் இருந்த ஷிப்லி, இல்லாமை என்கிற சிகரத்தில் இருந்த ஷிப்லி, ''ஷிப்லி இல்லை'' என்று ஜுனைட் கூறியதைக் கேட்ட அந்தக் கணப்பொழுதில், ''வந்திருப்பது ஷிப்லி அல்ல, யாரும் இங்கு வரவில்லை, வந்திருப்பது கடவுள், பார், ஏன் ஒளிய முற்படுகிறாய்?'' என்று ஜுனைட் கூறியதும், ஷிப்லியின் உள்ளே ஈகோ நுழைந்துவிட்டது. அவர் மறுபடியும் வந்துவிட்டார். ஒரு கெஸால்ட் உருவாகிவிட்டது: ''அப்படியென்றால் நான் சாதித்து விட்டேனா? அப்படியென்றால், நான் நுழைந்து விட்டேனா? அதனால் தான், ஜுனைட் எனக்குப் பாராட்டு தெரிவித்து, அங்கீகரித்து விட்டாரா?'' இப்போது எல்லாமே போய்விட்டது. ஷிப்லி அனைத்தையும் இழந்துவிட்டார்.

ஜுனாய்ட் தந்திரமாக விளையாடினார். உண்மையில், இங்கு மனைவியை அவர் பொருட்படுத்தவில்லை. ஷிப்லி மீதுதான் இந்தச் சோதனை செய்யப்பட்டது. அவருக்குள் என்ன நேர்கிறது என்பதுதான் இங்கு ஜுனைட்டால் சோதிக்கப்பட்டது.

சிகரத்தில் இருந்த ஷிப்லி, அதளபாதாளத்தில் விழுந்து விட்டார். ஒரு விநாடிக்கு முன்பு தெய்விகமாக இருந்தவர், இப்போது உலகத்தின் புழு, பூச்சியாக மாறி விட்டார். ஒரு சாதாரண சடங்காக மாறி, நீதியிலிருந்து வழுவி விட்டார். ஒரு கணத்திற்கு முன்புவரை, ஏடன் தோட்டத்தில் இருந்தவர், அடுத்த கணத்தில், வெளியே தூக்கி வீசப்பட்டு விட்டார். சிகரம் நீண்ட தொலைவுக்குத் தள்ளிப்போய்விட்டது. இப்போது அதைப்பற்றிக் கனவில் நினைப்பது கூடக் கடினம்தான்.

இருண்ட பள்ளத்தாக்கு... சட்டென ஒரு வீழ்ச்சி. இந்த வீழ்ச்சியைப் பற்றித் தான் மதங்கள் பேசுகின்றன. இது கடந்த காலத்தில் நடைபெற்ற நிகழ்ச்சி அல்ல. இது ஒவ்வொரு தனிமனிதனுக்கும் பல தடவை ஏற்படக் கூடியது. இது ஏதோ ஓர் ஆதாமுக்கும், ஏவாளுக்கும் நடைபெற்ற ஒன்றாகக் கருதக் கூடாது. அது ஒவ்வோர் ஆதாமுக்கும், ஒவ்வோர் ஏவாளுக்கும் நடைபெறக் கூடியது. நீதிக்கதையில் உள்ள பாம்பு என்பது, ஈகோவைத் தவிர வேறொன்றுமில்லை. அது எழும், உன்னைத் தூண்டும். பாம்பு என்னும் குறியீடு எதற்காகத் தேர்ந்தெடுக் கப்பட்டுள்ளது? ஏனென்றால், இந்த உலகத்திலேயே தந்திரம் நிறைந்ததாக, புத்திசாலித்தனம் மிக்கதாக விளங்கு வது பாம்புதான். ஈகோவும் தந்திரமும் புத்திசாலித்தனமும் கொண்டதுதான். தடுக்கப் பழத்தை உண்ணும் ஆவலை, ஏதாமுக்குத் தூண்டியது பாம்புதான். இது ஏதோ, கடந்த காலத்தில் நடந்த சம்பவம் என்று கருதிவிடக் கூடாது. ஏதோ ஒரு நாள், ஏடன் தோட்டத்தின் கதவுகள் மூடப் பட்டிருந்தபோது நடந்ததாகக் நினைக்கக் கூடாது. இது ஒவ்வொரு மனிதனுக்கும் எப்போதும் நடக்கக் கூடியதுதான். நீ எப்போதெல்லாம் சிகரத்தில் இருக்கிறாயோ, நீ மீண்டும் தோட்டத்தில் இருக்கும்போது - சட்டென, உன்னுடைய ஈகோ அதிகரிக்கும்போது, நீ அதளபாதாளத்தில் விழுந்துவிடுகிறாய்.

அந்தக் கணத்தில், ஷிப்லிக்கு நடந்ததும் இதுதான். அவர் வேறோர் உலகத்தில் மிதந்து கொண்டிருந்தார். மொத்தத்தில், அவருடைய இருத்தலின் குணம் முற்றிலும் வித்தியாசமாக இருந்தது. அது மாறுபட்ட கோணத்தில் விளங்கியது. அவர் இந்த உலகத்தின் பாகமாக இருக்க வில்லை. அவர் மேகக்கூட்டங்களைப் போல உயரத்தில் பறந்து கொண்டிருந்தார். திடீரெனக் கீழே விழுந்து விட்டார். ஒரு மேகம் தூசாக மாறிப்போனது. சட்டென நடைபெற்ற ஒரு வீழ்ச்சி. ஈகோ உயர்ந்துவிட்டது.

ஜுனைட் செய்த செயல் அற்புதமானது. அவர் ஷிப்லியிடம் ஒரு வார்த்தை கூடப் பேசவில்லை. அவர் தன் மனைவியுடன் தான் பேசினார் - ஆனால், ஓர் அற்புதமான சூழ்நிலையை உருவாக்கினார். இப்படி வேலை செய்வதுதான். சூஃபிக்களின் வேலை. அவர்கள் சூழ்நிலைகளை வலிய உருவாக்குவதில் வல்லவர்கள்.

அந்தக் கணத்தில், ஷிப்லி அழத் தொடங்கி விட்டார்.

ஜுனைட் பாராட்டியதைக் கேட்டதும், ஷிப்லிக்கு அழுகை வந்துவிட்டது. ஏடன் தோட்டத்தை விட்டு ஆதாம் வெளியேற்றப்பட்டதும், அவன் அழுதிருப்பான், மிக அதிகமாக அழுதிருப்பான். அவனால் வேறு 'என்ன செய்ய முடியும்?' அவனுடைய மனம் முழுவதும் கலக்கம் அடைந்திருக்கும், கண்களிலிருந்து கண்ணீர் பெருக் கெடுத்திருக்கும்.

இதுதான் நிகழ்ந்துகொண்டிருக்கும். மாபெரும் துன்பம் - ஒருவன் பேரானந்தத்திலிருந்து வெளியே வந்து, துன்பங்களின் கோரப்பிடியில் சிக்கிக் கொள்ளும்போது, உண்டாகக்கூடிய மாபெரும் பிரச்சினை. இப்போது வரை

அப்பாவியாக இருந்தவன் அவன். திடீரென்று, அவன் அப்பாவித்தனத்தை இழந்துவிடுகிறான். குழந்தை, திடீரென்று பெரியவன் ஆகிவிடுகிறது. ஒரே ஒரு கணத்தில், அப்பாவித்தனம் என்ற மலர் இறந்துவிடுகிறது.

ஷிப்லி அழத் தொடங்கினார்

அவர் எதற்காக அழுதார்? தன்னுடைய வீழ்ச்சியை எண்ணி, அவருக்கு அழுகை வந்துவிட்டது. ஜுனைட்டின் செயல்பாடு, அவருக்குப் புரிந்துவிட்டது. ஒரே ஒரு வார்த்தை கூடச் சொல்லலாம், அவர் ஆழமாக ஊடுருவி விட்டார். ஈகோவைத் தூண்டிவிட்டுவிட்டார். ஷிப்லி அழத் தொடங்கினார். மீண்டும் அவர் இருந்தார், கடவுள் மறைந்துவிட்டார். இப்போது அவர் ஒரு குழந்தை இல்லை. இப்போது அவருக்குப் பரவச உணர்வு இல்லை. சமாதி மறைந்துவிட்டது.

ஜுனைட் தன் மனைவியிடம் கூறினார்: நீ பர்தாவை அணிந்துகொள், காரணம் வந்திருப்பது ஷிப்லிதான்.

நீ வெளியே வரவேண்டாம். இப்போது இங்கு வந்திருப்பது ஒரு சாதாரண மனிதன், வெறுமனே ஒரு சாதாரண மனிதன்தான். காமம், பேராசை, காதல் ஆகிய வற்றால் நிறைந்திருப்பவன், கோபம், பொறாமை, ஆணவம் இவற்றைக் கொண்டிருப்பவன். ஒரு சாதாரண சடங்காகத்தான் அவன் வந்திருக்கிறான். நீ மறைந்து கொள், வெளியே வராதே!

நீ இரண்டுமாக இருப்பவன். அதனால்தான் இது நடை பெறுகிறது. நீ சிகரமும் பள்ளத்தாக்குமாக இருப்பவன். அதனால்தான் இப்படி நடைபெறுகிறது. நீ வெளியேற்றப் பட்ட ஆதாமாக இருப்பவன், அவனை வெளியேற்றிய தந்தையுமாக இருப்பவன். நீ இரண்டின் கலவை.

அதனால்தான் இது நடைபெறுகிறது. இல்லையென்றால், சிகரத்திலிருந்து பள்ளத்தாக்குக்கு, ஒரே ஒரு கணத்தில், சட்டென உன்னால் எப்படி மாற முடியும்? நீ இரண்டுமாக இல்லாதிருந்தால், இது எப்படிச் சாத்தியமாகும்?

இரண்டு இறுதி எல்லைகளும் உன்னைச் சார்ந்தவை தான்: பிசாசும் கடவுளும் உன்னுடையவைதான். நீ அழும்போது, பிசாசுடன் உன்னை அடையாளப்படுத்திக் கொள்கிறாய். ஏனென்றால், பிசாசுடன் இருக்கும்போது, உன்னால் பரமசுகத்தை அடைய முடியாது. நீ பாகத்தோடு இருக்கும்போது, நீ அழுகிறாய். நீ முழுமையோடு உன்னை அடையாளப்படுத்திக் கொள்ளும்போது, மகிழ்ச்சியோடு இருக்கிறாய். ஆனால், அந்த அடையாளம் கூட, நீண்ட காலத்துக்குத் தாக்குப் பிடிக்காது - ஜுனைட் போன்றவர்கள், அதைத் திரும்பக் கொண்டுவந்து விடுவார்கள். கலை விற்பன்னர்கள் உன்னைப் பின்னுக்கு வீசியெறிந்துவிடுவார்கள். வேண்டாம், உன்னை நீ அடையாளப்படுத்திக் கொள்ள வேண்டும்.

ஷிப்லி எங்கே தவறவிட்டார்? அவருடைய துரதிர்ஷ்டத்தின் மையம் எது? விடுதலை, சுதந்திரம், ஞானம் ஆகிய எண்ணங்களோடு, அவர் தன்னை அடையாளப்படுத்திக் கொண்டார். ஈகோ என்று ஒன்று இருப்பதையே அவர் முற்றிலுமாக மறந்துவிட்டார். ஈகோ அங்கு இருப்பது தெரியாமல், அவர் பின்புறச் சூழலுக்கு நகர்ந்துவிட்டார். நீ மறுபடியும் பலியாகி விடுகிறாய். ஒரு சிறிய கோப உணர்ச்சிகூட, கெஸால்ட்டை மாற்றிவிடும். உருவம் என்பது பின்புறச் சூழலாகவும், பின்புறச் சூழல் உருவமாகவும் மாறிவிடும். ஒரு சிறிய மாறுதல், வெறுமனே ஒரு சிறிய மாறுதல்தான். ஜுனாய் என்னும் இந்த மனிதர், ஒரு மாபெரும் கெஸால்ட் தத்துவ நிபுணராக இருந்திருக்க வேண்டும்.

இதை நான் தினமும் செய்துகொண்டிருக்கிறேன். ஒரு சாதாரண உபகரணத்தைப் பயன்படுத்துகிறேன். நீ துன்பங்களிலிருந்து விடுபடுகிறாய். நீ உயரத்தில் பறக்கிறாய், ஆகாயத்தினூடே செல்கிறாய், புவிஈர்ப்பு விசை இல்லை, நீ எடையற்றவனாக ஆகிறாய்; நீ பூமியில் நடப்பதில்லை. அடுத்த வாக்கியத்தை நான் சொல்லும்போது, நீ கீழே விழுந்துவிடுகிறாய் - அதிவேகமாகக் கீழே விழுந்துவிடுகிறாய், அதற்கென்று எந்த நேரமும் எடுத்துக்கொள்வதில்லை, நீ நரகத்திற்குப் போய்விடுகிறாய்.

நீ சொர்க்கத்திற்கும் நரகத்திற்கும் இடையே, தொடர்ச்சியாக போய்வந்து கொண்டிருக்கிறாய். நீ எங்கெல்லாம் அடையாளப்படுகிறாயோ, அங்கெல்லாம் பிரச்சினை உண்டாகிறது. நீ துன்பங்களை அனுபவித்தவன். அடிமட்டங்கள் பலவற்றை அனுபவித்தவன். ஆனால், நீ அடையாளப்படும்போது, ''நான் துன்பப்படுகிறேன்'' என்று கூறுகிறாய். நீ இருண்ட பள்ளத்தாக்கில் இருக்கத் தொடங்குகிறாய்.

பிறகு; ஒரு நாள் திடீரென்று, ஒரு பெண் உன்னைப் பார்த்துப் புன்னகைக்கும்போது, நீ மேலே சென்றுவிடுகிறாய், சொர்க்கத்தின் கதவுகள் திறக்கப்படுகின்றன. மீண்டும் நீ அடையாளப்பட்டு விடுகிறாய். நீ காதலிக்கத் தொடங்குகிறாய். பூமியில் நடக்காமல், பறக்கத் தொடங்கிவிடுகிறாய் - புவிஈர்ப்பு விசை இருப்பதில்லை. ஒரு கணத்திற்கு முன்பு இருந்த, இருண்ட பள்ளத்தாக்கை நீ மறந்துவிடுகிறாய். அது பின்புறச் சூழலுக்குத் தள்ளப்பட்டு விடுகிறது, உன்னுடைய கெஸால்ட் மாறிவிடுகிறது. இப்போது, அந்தப் பெண் உன்னைப் பார்த்துப் புன்னகைப்பதில்லை. அவள் உன்னைப் பார்த்ததும் முகத்தைத் திருப்பிக் கொள்கிறார். அவள் வேறு யாரையோ பார்க்கத் தொடங்குகிறாள். இப்போது, உன்னுடைய தோட்டத்தின் கதவுகள் மூடப்பட்டுவிடுகின்றன, நீ வெளியே தூக்கி

எறியப்படுகிறாய். நீ அழத் தொடங்குகிறாய். இருண்ட பள்ளத்தாக்கின் மீது, மீண்டும் உன்னை அடையாளப் படுத்திக் கொள்கிறாய்.

வலி உண்டாகிறது, மகிழ்ச்சி உண்டாகிறது - ஆனால், நீ விஷயங்களைத் தவறவிட்டுக் கொண்டே இருக்கிறாய். நீ அடையாளப்பட்டுவிடக் கூடாது, அதை அத்து மீற வேண்டும்.

பள்ளத்தாக்கு என்றாலும் சரி, ஆனால் நீ பள்ளத்தாக்கு அல்ல. சிகரம் என்றாலும் சரி, ஆனால் நீ சிகரம் அல்ல. சிகரம் என்பது உன்னைச் சுற்றி இருக்கும் சூழ்நிலை. நீ அதில் இருக்கிறாய், ஆனால், நீ அதுவாக இல்லை. இந்த உலகம் என்றால் சரி, நீ உலகத்தில் உலவ வேண்டும் - ஆனால், நீ உலகமாக இருக்க முடியாது. நீ இமயமலைக் குச் செல்லலாம் - அதில் எந்தத் தவறும் இல்லை - நீ வேண்டுமானால் இமயமலையில் இருக்கலாம், ஆனால், இமயமலை உன்னில் இருக்க முடியாது. எல்லாவற்றை யும் மீறி இரு. வலியும் மகிழ்ச்சியும், துன்பமும், சுகமும், பகலும் இரவும், கோடையும் குளிரும் நீ எதனோடும் அடையாளப்படாமல் இரு. அடையாளமின்மை, அடை யாளமின்றி இருப்பது, இதுதான் அத்துமீறலுக்கான பாதை. பிறகு, நீ எப்போதும் தள்ளியே இரு. உள்ளேயும் வெளியேயும், அதன் பிறகு, வாழ்க்கை என்பது அற்புதமான விளையாட்டாகத் திகழும். இந்துக்கள் இந்த விளையாட்டை 'லீலை' என்று அழைக்கிறார்கள்.

பிறகு உனக்குத் துன்பமும் இருக்காது, சுகமும் இருக்காது. எல்லா நிழல்களின் ஊடேயும் நீ வெறுமனே நகர்ந்துகொண்டிரு - மில்லியன் கணக்கான நிழல்கள் உள்ளன. கடவுள் ஆயிரக்கணக்கான பெயர்களையும் வடிவங்களையும் கொண்டுள்ளார். அவருடைய முத்திரை எங்கும் நிறைந்திருக்கிறது. நீ அனைத்தையும் கடந்தவனாக இருந்தால், பள்ளத்தாக்கில் கூட அவரோடு நீ ஐக்கியமாக

இருக்கலாம். அவருடைய தொடர்பு உனக்கு எப்போதும் விட்டுப் போகாது. ஏனென்றால் கடவுள் என்பதன் அர்த்தம்: இரட்டைத் தன்மையை மீறி, அதில் வாழ்வது, இன்னமும் அதில் சூழப்பட்டிருப்பது, இன்னமும் அதில் கொண்டாடுவது. கடவுள் என்பவர் மிகப்பெரிய மர்மமாக விளங்குபவர்.

அடையாளமின்மை என்னும் கலையை நீ கற்றுக் கொண்டுவிட்டால், சுஃபிக்கள் போதிக்கக்கூடிய அனைத்தையும் நீ கற்றுக்கொள்ளலாம். சுஃபியின் அடிப்படைகள் மேற்கு நாடுகளில் அறிமுகப்படுத்தியவர், குருட்ஜிஃப் தான். அவர்தான், சுஃபிக்களின் இரகசியங்களை மேற்கில் வெளிப்படுத்திய மனிதர். அவருடைய மொத்தப் போதனைகளையும் ஒரே வார்த்தையில் அடக்கிவிடலாம். 'அடையாளமின்மை' என்பதுதான். அவருடைய அந்த வார்த்தை. எந்த விஷயத்தோடும் உன்னை அடையாளப் படுத்திக் கொள்ளாதே, ஏனென்றால், பிரக்ஞை என்பது எப்போதும் அத்துமீறிச் செயல்புரியும். அதனை எந்த வகையிலும் குறைந்துவிட முடியாது.

பருவங்கள் வரும், போகும். ஆனால், பிரக்ஞைத் தன்மை அப்படியேதான் இருக்கும். குழந்தைப் பருவம் வரும், போகும், இளமைப்பருவம் வரும், போகும், ஆரோக்கியமும் வியாதியும் வரும், போகும். ஆனால், பிரக்ஞைத்தன்மை என்பது மாறாமல் அப்படியேதான் இருக்கும். அப்படியே இருக்கும் அதுதான் கடவுள். கடந்து போவது தான் உலகம். அப்படி வருவதும் போவதும் நீ அல்ல.

நீ ஒரு சாட்சி, உன்னிடம் விஷயங்கள் நடந்தாலும், நீ சாட்சியாகத்தான் இருக்க முடியும். சாட்சியாக இருப்பதுதான், அடையாளமின்மை என்னும் கலையாக விளங்குகிறது. அடையாளமின்மை தான் அனைத்துமாக விளங்குகிறது. அடையாளமின்மை என்பது, தியானத்தைப்

பொறுத்துத்தான் உள்ளது. அது ஒரு முழுமையான தியானம் ஆகும்.

ஜுனைட் உருவாக்கிய சூழ்நிலை, ஷிப்லிக்கு உதவி கரமாக இருந்தது என்று சொல்லப்படுகிறது. சில தினங்களுக்குப் பிறகு, மிகச் சில தினங்களுக்குப் பிறகு, ஷிப்லி ஞானமடைந்தார்.

சிலர் ஷிப்லியிடம்ல கேட்டார்கள், ''நீங்கள் எப்போது ஞானமடைந்தீர்கள்? உங்கள் குருமார்கள் யார் யார்?''

ஷிப்லி சிலரைக் குறிப்பிட்டுச் சொன்னார். அவருடைய முதல் குருவாக விளங்கியது ஒரு நாய் ஆகும். அந்த நாய்க்கு ஒரு முறை அதிகமான தாகம் ஏற்பட்டது. அது ஓர் ஆற்றில் குதித்து, வேண்டிய மட்டும் நீரைக் குடிக்க விரும்பியது. அது ஆற்றில் குதிக்க எத்தனித்த போது, அந்த ஆற்று நீரில் ஏற்கெனவே ஒரு நாய் இருப்பதைப் பார்த்ததும் அதற்குப் பயம் ஏற்பட்டது. ஆனால், அதன் தாகம் மிக அதிகமாக இருந்ததால், அந்தப் பயத்தையும் மீறி, அது ஆற்றில் குதித்தது - அப்போது அதன் பிம்பம் மறைந்தது. அங்கு வேறு எந்த நாயும் இருக்கவில்லை, வெறும் பிம்பம்தான். அந்த ஆறு, ஒரு கண்ணாடியைப்போல, அந்த நாயின் உருவத்தைப் பிரதிபலித்தது.

பிறகு ஷிப்லி கூறினார், ''அந்த நாய் தான் என்னுடைய முதல் குரு... காரணம், வேறு யாரும் இருப்பதில்லை - நான் மட்டும்தான் இருக்கிறேன்.'' மற்ற அனைவரும் என்னுடைய முகத்தைத்தான், பிம்பமாகப் பிரதிபலித்துக் கொண்டிருக்கிறார்கள். நான் தேவையில்லாமல் பயந்து கொண்டிருந்ததை அப்போதுதான் உணர்ந்தேன். ஆற்றில் குதிக்கும் கலையை எப்போது, நான் புரிந்து கொண்டேனோ, அப்போதே நான் குதித்துவிட்டேன்,

எல்லாப் பிரதிபலிப்புகளும் மறைந்துவிட்டன. வெறும் ஆறு மட்டும் அங்கே இருந்தது - கடவுளின் ஆற்றினை, இருத்தலின் ஆற்றினை நான் உணர்ந்துகொண்டேன். அதற்குப் பிறகு எனக்குத் தாகம் ஏற்படவே இல்லை. நான் ஆற்றில் வாழ்கிறேன்.''

அவர் இன்னும் சிலரைக் குறிப்பிட்டார். அவர் கூறினார், ''ஒரு திருடன்தான் என்னுடைய இரண்டாவது குரு. ஏனென்றால், ஓர் இரவு நான் ஒரு நகரத்தில் சிக்கிக் கொண்டேன். தங்குவதற்கு எந்த இடமும் இல்லை. தர்ம சத்திரங்கள் அனைத்தும் மூடப்பட்டுவிட்டன. அன்றிரவு தங்குவதற்கு எந்த இடமும் இல்லாமல் அவதிப்பட்டுக் கொண்டிருந்தேன். அப்போது ஒரு திருடன் என் கண்ணில் பட்டான். இருட்டாக இருந்த ஒரு தெருவில், அவன் ஒரு வீட்டிற்குள் நுழைய முயற்சித்தும் கொண்டிருந்தான். நான் அவனிடம் கேட்டேன், ''நான் சோர்வாகவும், பசியுடனும் இருக்கிறேன். இன்றிரவு எங்காவது தங்குவதற்கு ஏதேனும் இடம் கிடைக்குமா?'' அவன் கூறினான்,'' என்னுடைய வீட்டில் நீங்கள் தங்கிக் கொள்ளலாம். ஆனால், ஒரு விஷயத்தை நான் வெளிப்படையாகச் சொல்லிவிடுகிறேன். காரணம், நீங்கள் ஒரு சந்நியாசியைப் போலத் தோற்றமளிக்கிறீர்கள் - நீங்கள் உண்மையிலேயே சந்நியாசியா, இல்லையா என்பது எனக்குத் தெரிய வில்லை. காரணம், நான் தோற்றத்தை வைத்து எதையும் நம்புவதில்லை - ஆனால், என்னைப் பொறுத்தவரை, என்னைப் பற்றிய உண்மையைச் சொல்லாவிட்டால், எனக்குக் கஷ்டமாக இருக்கும். நான் ஒரு திருடன். நீங்கள் ஒருவேளை உண்மையான சந்நியாசியாக இல்லாமல் இருக்கலாம், ஆனால், நான் உண்மயிலேயே ஒரு திருடன். நீங்கள் ஒரு திருடணின் வீட்டில் தங்குவதற்குச் சம்மதித்தால், என் வீட்டில் நீங்கள் தாராளமாகத் தங்கிக் கொள்ளலாம். வருகிறீர்களா?''

ஷிப்லி சற்று நேரம் தயங்கினார். ஒரு திருடனின் வீட்டிற்குச் சென்று, அங்குத் தங்கினால், மக்கள் என்ன நினைப்பார்கள்? தன்னுடைய கௌரவம் என்னாவது? அவர் மரியாதைக்குரிய ஒரு மனிதர் ஆயிற்றே. அந்தத் திருடன், ஷிப்லியின் தயக்கத்தைப் பார்த்ததும், உடனே கூறினான், ''உங்களுக்குப் பயம் வந்துவிட்டது. ஆனால், ஓர் உண்மையான சந்நியாசிக்குப் பயம் இருக்காது. நீங்கள் ஏன் பயப்படுகிறீர்கள்! ஒரு திருடன் உங்களை நாத்திகனாக மாற்றிவிடுவானோ என்கிற பயம் உங்களுக்கு உள்ளதா? ஆனால், எனக்கு உங்களிடம் எந்தப் பயமும் இல்லை. நான் எதைப் பற்றியும் கவலைப்பட மாட்டேன். உங்களால், என்னை ஒரு துளிகூட மாற்ற முடியாது. நான் ஒரு மிகச் சரியான திருடன். ஆனால், நீங்கள் சரியான சந்நியாசியாக எனக்குத் தோன்றவில்லை.

ஷிப்லி தொடர்ந்து கூறினார், ''அந்தத் திருடன் தான் என்னுடைய இரண்டாவது குரு. அவனுடைய வீட்டில் நான் ஒரு மாதம் தங்கியிருந்தேன். அவன், உண்மையிலேயே ஒரு நேசம் மிகுந்தவனாக விளங்கினான். மிக மிக நம்பிக்கைக்குப் பாத்திரமானவன். ஒவ்வோர் இரவும் அவன் வெளியே போய்விட்டு, மறுநாள் காலை தான் வீட்டிற்குத் திரும்புவான். அவன் வந்ததும், நான் கதவைத் திறந்துவிட்டுக் கேட்பேன். ''வெற்றி கிடைத்ததா?'' அவன் கூறுவான், ''இன்றைக்கு இல்லை. ஆனால் நாளை வெற்றி நிச்சயமாக வெற்றி அடைவேன்.'' அவன் எப்போதும் மகிழ்ச்சியாகவே இருந்தான். நான் அங்குத் தங்கி யிருந்த ஒரு மாத காலமும், அவன் தொழிலில் வெற்றி பெறவே இல்லை. ஒவ்வோர் இரவும் அவன் வெளியே சென்றுவிட்டு, மறுநாள் காலையில் வெறுங்கையுடன் திரும்பி வருவான். ஆனால், அவன் எப்போதும் சிரித்தபடி மகிழ்ச்சியாக இருப்பான். அவன் முகத்தில் சோகம் என்

பதை நான் பார்த்ததே இல்லை. அவனுக்குத் தொடர்ந்து தோல்வி ஏற்பட்டாலும்கூட, அவன் நம்பிக்கையோடு வாழ்ந்தான். அவனுடைய அந்த நம்பிக்கை மகத்தானது.

ஷிப்லி தொடர்ந்தார், ''நான் கடவுளைத் தேடிக் கொண்டிருந்த போது, என்னுடைய முயற்சி பலனற்றது என்பதைத்தான் பல கணங்களில் எண்ணியிருக்கிறேன். மொத்தத் தேடலும் வடிகட்டின முட்டாள்தனமான முயற்சியாக எனக்குப் பல தடவைகள் பட்டிருக்கிறது. இந்த முட்டாள்தனமான தேடல் முயற்சியை கைவிட முடிவெடுத்து, அந்த எண்ணத்தின் விளிம்புவரை பல முறை சென்றிருக்கிறேன். எஞ்சியிருக்கும் மீதி வாழ்க்கையைக் கொண்டாடி முடித்துக் கொள்ள எத்தனையோ கணங்களில் நினைத்திருக்கிறேன். நான் செய்ய வேண்டியது எவை, என எனக்கு அறிவுறுத்தப்பட்ட அனைத்தையும் நான் செய்த பின்னரும்கூட, கடவுள் தோன்றுவதற்கு உரிய அறிகுறியே எனக்குப் புலப்படவில்லை. கடவுளின் காலடி ஓசை கூட எனக்குக் கேட்கவில்லை. அவருடைய பாதச்சுவடுகள் எனக்குத் தென்படாமலே இருந்தன. மொத்த விஷயமும் கற்பனையானதாக, ஒரு மாபெரும் ஏமாற்றத்தைத் தருவதாக எண்ணினேன். ஆனால், ஒவ்வொரு முறையும், நான் தேடலைக் கைவிட நினைத்த போதெல்லாம், உடனடியாக, அந்தத் திருடன் என் மனக்கண் முன்பு தோன்றுவான். அவன் கதவருகில் நின்றபடி ''நாளை'' என்று கூறும் காட்சி எனக்குத் தெரியும். எனக்கு மீண்டும் ஒரு நம்பிக்கை பிறக்கும். ''சரி, இன்றும் ஒரு நாள் பார்ப்போம்'' என்று முடிவெடுத்துக் கொள்வேன். இப்படித்தான், நான் திடீரென்று ஒரு நாள் அடைந்தேன். நான் அந்தத் திருடனுக்கு மிகுதியாகக் கடமைப்பட்டவன். அவன் தான் என்னுடைய இரண்டாவது குரு.

ஷிப்லி தொடர்ந்து கூறினார், ''என்னுடைய கடைசி குருவாக விளங்கியவர், ஜுனைட்டின் மனைவி. ஏனென் றால், அவர் பர்தா திரைக்குள் தன் முகத்தை மறைத்துக் கொள்ள எத்தனித்தார். அதுதான், அந்தச் சூழ்நிலைக்குக் காரணமாக அமைந்தது. ஜுனைட் என்னைக் கீழே அழைத்து வந்தார். மிக உயரத்தில் பறந்து கொண்டிருந்த நான், உடனடியாக கீழே விழுந்து நொறுங்கிச் சிதறிப் போனேன். ஜுனைட் கொடூரமாக நடந்து கொண்டார் - அதே சமயத்தில் எனக்குத் தேவையான உதவியைச் செய்துவிட்டார். அவர் கையாண்ட உபாயத்துக்கு, ஜுனைட்டின் மனைவி உதவிகரமாக விளங்கினார். நான் அழத் தொடங்கியபோது, அவர் திரைக்குப் பின்னால் சிரித்துக் கொண்டிருந்தார். நான் நொறுங்கிப் போனேன். சின்னாபின்னமாகச் சிதறி அழிந்து போனேன். ஆனால், அதுவே என் அடையாளத்துக்கான அழிவாகவும் விளங்கியது. அதன்பிறகு, நான் பள்ளத்தாக்குகளில் இருந் திருக்கிறேன், சிகரங்களில் இருந்திருக்கிறேன். ஆனால், எப்போதும் நான் தள்ளியே இருந்தேன். இப்போதும் எனக்கு ஒலித்துக் கொண்டிருக்கிறது - நான் சிகரங்களுக் குச் செல்லும் போதெல்லாம், ஜுனைட்டின் மனைவியின் சிரிப்பொலி எனக்குக் கேட்டுக் கொண்டே இருக்கிறது. அவர் இன்னும் சிரித்துக் கொண்டிருக்கிறார். நான் எப்போதும் அடையாளப்படுத்திக் கொள்வதில்லை.'' இந்தச் சம்பவத்திற்குப் பிறகு, ஷிப்லி ஞானமடைந்தார்.

ஞானமடைதல் என்றால் என்ன?

அத்துமீறலுக்கு நடுவே வாழ்வதுதான் அது.

இன்றைக்கு இது போதும்.

5

ஒரு சிறிய நாணயம் போதும்

உவைஸ்-அல்-கார்னியிடம் சிறிதளவு பணம் தரப்பட்டது. அவர் கூறினார்: என்னிடம் ஏற்கெனவே ஒரு நாணயம் உள்ளதால், இது எனக்கு வேண்டாம்.

மற்றவர் கூறினார்: எத்தனை காலத்துக்கு அது உங்களுக்குப் போதுமானதாக இருக்கும்? - அது ஒன்றுமில்லாதது.

உவைஸ் பதிலளித்தார்: இந்த நாணயம் செலவான தற்குப் பிறகும், நான் உயிருடன் இருப்பேன் என்று நீங்கள் உத்தரவாதம் அளித்தால், உங்களின் வெகுமதியை நான் ஏற்றுக்கொள்ளத் தயாராக இருக்கிறேன்.

வாழ்க்கை என்பது எப்போதும், இப்போதைய பொழுதில் தான் உள்ளது, ஒரே ஒரு கணம் தான் இருக்கிறது - அது இந்தக் கணம் தான். மற்றவை எல்லாம் மனதின் வெளிப்பாடுதான், இன்றைய நாள் மட்டுமே இருக்கக் கூடியது. நாளை வருவதில்லை, அதனால் வர முடியாது. ஏனென்றால், அது நிஜத்தைச் சார்ந்தது அல்ல. இன்று மட்டும்தான் வருகிறது, அது மட்டும் தான்

வந்துகொண்டே இருக்கிறது, ஏனென்றால், இன்று என்பது நிஜத்தைச் சார்ந்தது.

நாளை என்பது உன்னுடைய கனவு. உனக்கு அந்தக் கனவு அவசியம். காரணம், நீ நிஜத்துடன் வேரூன்றி இருப்பவன். இதைப் புரிந்துகொள்ளவேண்டும், கனவு எதற்காகத் தேவைப்படுகிறது? நிஜம் இருக்கும், நீ எதற்காகக் கனவு காண்கிறாய்?

ஒரு மனிதன் உண்ணாநோன்பு இருக்கும்போது, அவனுடைய மொத்த உடலும் துன்பப்படுகிறது. அங்கே பசி இருக்கிறது. அவன் மதரீதியான உண்ணா நோன்பு இருப்பதால், அது ஒரு மடச்சடங்கு என்பதால், அவன் பலியை அடக்கிக் கொள்கிறான். தன்னுடைய ஈகோவைத் திருப்திப்படுத்துவதற்காக, அவன் உடலின் பசியைப் பொறுத்துக் கொள்கிறான். இப்படிச் செய்யும்போது, ஈகோ அவனை மதரீதியாகப் பாவிக்கிறது, அவன் சிறப் பானவனாக, அசாதாரணமானவனாக, ஒரு சந்நியாசியாக, எந்தப் பாவமும் செய்யாதவனாக அவனை நினைத்துக் கொள்கிறது.

ஈகோவைப் போதிப்பதற்காக, நீ உடலின் பசியைப் பொறுத்துக் கொள்கிறாய். ஈகோ என்பது கனவு. உடம்பு என்பது நிஜம், நீ நாள் முழுவதும் பசியோடு இருக்கும் போது, இரவில் உனக்குத் தூக்கம் வராது. அது உணவுக் காக ஏங்கிக்கொண்டே இருக்கும். அது மிகவும் தேவை, மிகவும் அவசியம். உன் மனநிம்மதி போய்விடுகிறது. நீ இந்தப் பக்கமும் அந்தப் பக்கமும் புரண்டு புரண்டு படுத்தாலும், உனக்குத் தூக்கம் வராது. ஒரு மனிதனுக்கு உணவும் தேவை, அதே சமயத்தில் ஓய்வும் தேவை. அதனால், மனம் கனவை உருவாக்குகிறது; உனக்கு அரச விருந்து அளிக்கப்பட்டு, நீ கௌரவிக்கப்படும்போது, ருசி மிகுந்த உணவை, தேவைக்கும் அதிகமாக நீ சாப்பிடு கிறாய். ஆனால், நன்றாகச் சாப்பிடுவதைப் போல உனக்கு

ஒரு பொய்யான் உணர்வு தான் ஏற்படுகிறதே தவிர, உன் உடம்பு போதுமான சக்தியைப் பெறுவதில்லை. பிறகு நீ தூங்கி எழுந்ததும், மறுநாள் காலை, முன்பு எப்போதையும் விட அதிகமான பசி ஏற்படும். ஆனால், கனவு என்பது, உன்னைக் குறைந்தபட்சம், உனக்கு ஓய்வையும் தளர்வையும் கொடுக்கும். ஒருவனின் முதல் தேவையான உணவு என்பது, பூர்த்தி செய்யப்பட முடியாதது. ஆனால், இன்னொரு தேவையான ஓய்வு என்பது கனவின் மூலம் பூர்த்தி செய்யப்படக் கூடியது.

நீ மன இறுக்கத்தோடு இருக்கும்போது, உனக்குக் கனவு தேவைப்படுகிறது. ஏனென்றால், அது உன்னைத் தளர்வுறச் செய்யும். நீ 'இங்கே' இல்லாத போது, 'அங்கே' இருப்பதற்கான கனவு உனக்குத் தேவைப்படுகிறது. காரணம், நீ எங்கேயாவது இருந்தாக வேண்டும். உன்னால் இங்கே இருக்க முடியாதபோது, நீ ஆகாயத்தில் விடப்பட்டவன் போல நங்கூரமின்றி அந்தரங்கத்தில் தொங்கிக் கொண்டிருப்பவன் போல, ஓர் உணர்வு உனக்கு உண்டாகும். அது உனக்கு நிம்மதியற்ற, சௌகரிய மற்ற உணர்வை ஏற்படுத்தும். அதனால்... ஒரு கனவு: ''நான் இங்கு இல்லாமல் இருக்கலாம். ஆனால், அங்கே நான் கண்டிப்பாக இருப்பேன்.'' கனவு உன்னுடைய ஓய்வுக்கும் தளர்வுக்கும் உறுதுணையாக இருக்கிறது.

நீ இப்போது இருக்க முடியாதபோது, ஓர் எதிர் காலத்தை நீ உருவாக்கிக் கொள்கிறாய். எதிர்காலம் உனக்குத் தேவைப்படுகிறது. எதிர்காலம் உனக்கு ஓர் ஆறுதலான தூக்கத்தைத் தருகிறது. அது உனக்குத் தளர்வை உண்டாக்குகிறது. இப்போதே நிறைவேற்றிக்கொள்ள முடியாத விஷயங்கள் உன்னிடம் மில்லியன் கணக்கில் உள்ளன. அதனால், எதிர்காலம் என்று ஒன்று இல்லா விட்டால், நிறைவேறாத ஆசைகளினால், நீ மிகமிக அதிகமாக அழுத்தப்படுவாய். எதிர்காலம் என்று ஒன்று

இருந்தால், குறைந்தபட்சம் உனக்கு நீயே இப்படிச் சொல்லிக் கொள்ளலாம். ''எதிர்பார்த்தபடி நான் நினைத்தது நடக்கவில்லை. ஏன் கவலைப்பட வேண்டும். நாளைய பொழுதில் அவை நிச்சயமாக நடந்துவிடும்.'' போதிய அவகாசம் இருப்பதால், நீ நம்பிக்கையோடு இருக்கலாம்.

நம்பிக்கைக்கு அவகாசம் தேவைப்படுகிறது, ஆசைக்கு அவகாசம் தேவைப்படுகிறது, இலட்சியத்திற்கு அவகாசம் தேவைப்படுகிறது.

மரங்களைப் பாருங்கள் - அவை கனவு காண்பதில்லை. அவற்றுக்கு அதற்கான அவசியமும் இல்லை. அவை ஏற்கெனவே, இங்கேயே, இப்போதே இருப்பவை - பூரண திருப்தியுடன் பூத்துக் குலுங்கிக் கொண்டிருப்பவை. பறவைகளைக் கவனியுங்கள் - அவை இப்போது பாடிக் கொண்டிருக்கின்றன. நாளைய தினம் பாடுவதற்கு அவை தம்மைத் தயார் செய்து கொள்வதில்லை. மனிதனைத் தவிர, மற்ற எந்த ஜீவராசிகளும் நாளைய பொழுதுக்குத் தயார் செய்து கொள்வதில்லை. இந்த நாள் இனிய நாளாக இருக்கும் போது, அடுத்த நாளைப் பற்றி எதற்காகக் கவலைப்பட வேண்டும்?

இன்றைய நாள் மோசமானதாக இருந்தால், இன்றைய பொழுது, வாழ்வதற்கு அசௌகரியமாக இருந்தால், நிஜத்திற்கு ஒரு மாற்றாக, எதிர்காலத்தைப் பற்றிய ஓர் அழகான கனவு தேவைப்படுகிறது. இல்லையென்றால், பொறுக்க முடியாத வேதனை உனக்கு ஏற்படும். நீ அதிக ஆசைகள் கொள்ளும்போது, அதிக எதிர்காலம் உனக்குத் தேவைப்படுகிறது. நீ அதிக இலட்சியங்கள் கொள்ளும் போது, அதிக எதிர்காலம் உனக்குத் தேவைப்படுகிறது. இன்றைய நாள் போதுமானது. ஜீஸஸ் தன் சீடர்களிடம் கூறினார், ''அல்லிப் பூக்களைப் பாருங்கள். அவை பூத்துக் குலுங்கும். அந்த அழகான காட்சி, சாலமனின் கம்பீரத்தையும் தோற்கடித்துவிடும்.''

யூதப் புராணங்களில் வரும் சாலமன், ஒரு மாபெரும் மன்னன் - இந்தப் பூமியிலேயே மிகப் பெரிய செல்வந்தன், மிகப் பெரிய அறிவாளியும்கூட. இந்தச் சாதாரண அல்லிப் பூக்களின் அழகைப் பார்க்கும் போது, மிகவும் அறிவாளியான, மிகவும் செல்வந்தனான, இந்த உலகத்திலேயே மாபெரும் மன்னனான சாலமனின் அழகு ஒன்றுமே இல்லாதது. "பாருங்கள்!" இயேசு தன் சீடர்களிடம் கூறினார், "இந்த அல்லிப் பூக்கள், தம் இதயத்தில் ஏதோ ஓர் இரகசியத்தைச் சுமந்து கொண்டிருக்க வேண்டும்." அது என்ன இரகசியம்? அல்லிப் பூக்கள், இங்கேயே இப்போதே இருப்பதுதான் அந்த இரகசியம். சாலமன் மிகப்பெரிய அறிவாளியாக இருக்கலாம், ஆனால் அவன் இங்கேயே இப்போதே இல்லாதவன்.

எல்லா அழகும் இங்கே இருக்கிறது, மொத்த வாழ்க்கையும் இப்போதே இருக்கிறது.

நாளை என்பது உயிர் அற்றது. நாம் எதற்காக நாளையைப் பற்றி நினைக்க வேண்டும்? இது பைத்தியக்காரத்தனமாகத் தோன்றுகிறது" உன்னால் எப்படி நாளைப் பொழுதில் வாழ முடியும்? ஆனால், நீ அங்கேதான் தான் வாழ்ந்து கொண்டிருக்கிறாய். இங்கே நீ வாழ்வதே இல்லை. நாளைய பொழுதில் ஒருவனால் எப்படி வாழ முடியும்? இயேசு தன் சீடர்களிடம் கூறினார், "இந்தக் கணத்தில் உங்கள் கவனத்தைச் செலுத்துங்கள், இன்றைய பொழுதில் வாழுங்கள், நாளைய பொழுது, தானே தன்னைக் கவனித்துக் கொள்ளும். அடுத்த நாளைப் பற்றி வருத்தப்படாதீர்கள். ஏனென்றால், நாளைய பொழுதை நினைத்து நீ வருத்தப்பட்டிருக்கும் இந்த கணம் மட்டும்தான் நிஜமான கணம். நாளைய பொழுது என்பது அங்கே இருக்கப் போவதில்லை."

கனவுகளால், நீங்கள் வாழ்க்கையை இழக்கிறீர்கள். தேவைகளுக்கு அவை அவசியப்படுவதில்லை. ஆனால், ஆசைகளுக்கு அவை அவசியப்படுகின்றன. உதாரணத்திற்கு, உனக்கு பசி ஏற்பட்டால், நீ சாப்பிடலாம். உனக்குத் தாகம் உண்டானால், நீ குடிக்கலாம். இதில் எந்தவிதப் பிரச்னையும் இருப்பதில்லை. ஒரு மனிதன் தன்னுடைய தேவைகள் அனைத்தையும் பூர்த்தி செய்ய வேண்டும் என்பதில் உண்மையாக இருந்தால் இந்த உலகத்தில் வறுமை என்பதே இருக்காது. ஒவ்வொருவருக்கும் தேவைக்கு மேல் அதிகமாக இருக்கும். இந்தப் பூமி அபரிமிதமானது, ஆகாயம் குறைவானதல்ல, ஆறுகள் செழிப்போடு இருக்கின்றன, கடல் பரந்து இருக்கிறது - வாழ்க்கை என்பது அளவற்ற பொக்கிஷங்களைக் கொண்டுள்ளது. ஒரு பறவை கூட உணவு சாப்பிடாமல் தூங்குவதில்லை, எந்த ஒரு மரமும் தாகத்துடன் இருப்பதில்லை, அனைத்திற்கும் தேவைக்கு மேல் கிடைத்துக் கொண்டுதானிருக்கிறது. வாழ்க்கை செல்வச் செழிப்புடனும் உல்லாசமாகவும் திகழ்கிறது - உனக்கு எல்லாத் தேவைகளும் கிடைத்துவிட்டால்! ஆனால், நீ பேராசைப் படத் தொடங்கினால், வாழ்க்கை வறுமையாகத்தான் காட்சியளிக்கும்.

நீ பசியோடு இருக்கும்போது, போதுமான அளவுக்குச் சாப்பிட்டால், திருப்தி அடைகிறாய். பசியோடு இருக்கும் போது, திருப்தியாகச் சாப்பிடுவதைப் போன்ற சந்தோஷம் வேறெதுவுமில்லை. அது ஓர் ஆழமான பிரார்த்தனை, நன்றி செலுத்துதல். உண்ணாநோன்பு இருப்பதால் ஒருவன் மதவாதியாக ஆக முடியாது, பசி தீர்க்கப்படுவதால் மட்டுமே அவன் உண்மையான மதவாதியாக ஆக முடியும் என்பது என்னுடைய கருத்து. அந்தத் திருப்தி அடையும் கணத்தில்தான், செய்நன்றியறிதல் எழுகிறது, ஒரு பிரார்த்தனை உருவாகிறது. நீ முழுத் திருப்தியாக உணரும்போது, நீ கடவுளுக்கு நன்றி செலுத்தலாம்.

உண்ணா நோன்பின் மூலமாக நீ ஒருக்காலும் மதவாதியாக முடியாது. உன் உடலை அழித்துக் கொள்வதன் மூலமும், உன் உடலை வருத்திக் கொள்வதன் மூலமும், நீ எவ்வாறு மதவாதியாக முடியும்? இது ஒரு கொலைகாரன் செய்யக்கூடிய விஷயமாகத்தான் இருக்க முடியும். பிறர் துன்பம் அடைவதைப் பார்த்து மகிழ்ச்சி அடைபவர்கள், மாசோவாதிகள், நெறிதவறிய மனிதர்களின் வழியாகத் தான், இந்த உண்ணா நோன்பு இருக்க முடியும்.

நீ நன்றாகச் சாப்பிட்டவுடன், உன் உடம்புக்கேற்ற உணவைச் சாப்பிட்டு முடித்தவுடன், அந்தக் கணத்தில் ஒரு பிரார்த்தனை எழுகிறது. அது உன் மனதின் மூலமாக மட்டுமல்லாமல், உன் உடலின் மூலமாகவும் உதயமா கிறது. திருப்தி என்பதுதான் பிரார்த்தனை. நீ தாகமாக இருக்கும்போது, அந்தத் தாகம் தீரும்வரை முழுநிறை வுடன் தண்ணீர் குடிக்கிறாய். அந்தக் கணத்தில் உனக்கு முழுமையான மனநிறைவு உண்டாகிறது. இப்போது, உடனடியாக வேறெதுவும் தேவைப்படுவதில்லை. அந்தக் கணத்தில், உனக்கு மிகமிகச் சரியான திருப்தி நிலவுகிறது. நீ இப்போது கடவுள், முழுநிறைவோடு இருக்கும் கடவுள். தாகம் தணிந்துவிட்டது... வேறென்ன வேண்டும்?

நீ தேவைகளைப் பூர்த்தி செய்தால் - இதை என்னு டைய செய்தியாக எடுத்துக் கொள், தேவைகளைப் பூர்த்தி செய்பவன்தான் ஆன்மிகவாதி. அவன் தேவைகளுக்கு எதிரானவனும் அல்லன், ஆசைகளுக்காக வாழ்பவனும் அல்லன். ஆசைகள் என்பது தேவறான தேவைகள். உதார ணத்திற்கு, நீ பசியோடு இருந்தால், நீ உடனே சாப்பிட்டுக் கொள்ளலாம். ஆனால், நீ ஒரு ரோல்ஸ் ராய்ஸ் காருக்கு ஆசைப்பட்டால், அதை உடனடியாக நீ எப்படிப் பெற முடியும்? நீ ஒரு பெரிய அரண்மனைக்கு ஆசைப்பட்டால் என்ன ஆகும்? - ரோம் நகரம் ஒரே நாளில் கட்டப் பட்டதல்ல. பெரிய அரண்மனையைக் கட்ட வேண்டு மானால், அதற்கென்று ஒரு கால அளவு தேவைப்படும். நீ

பணத்தைச் சுரண்ட வேண்டும். மற்றவர்களைச் சுரண்டுவதோடு மட்டுமல்லாமல், உன்னுடைய சொந்தத் தேவைகளையே கூட நீ சுரண்ட வேண்டியிருக்கும். ஏனென்றால், நீ பணத்தைச் சேர்த்தாக வேண்டும்.

நாளைய அரண்மனையை நினைத்துக் கொண்டே, நீ பசியோடு தூங்குகிறாய். அரண்மனை தயாராகிவிட்ட போது, நீ சாப்பிடப் போகிறாய். அரண்மனை இல்லாமல் உன்னால் எப்படிச் சாப்பிட முடியும்? நாளைக்கு ரோல்ஸ் ராய்ஸ் வரப் போகிறது, சில தினங்களுக்கு, சிறிது பசியோடு, தேவைகளை அடக்கிக் கொண்டிருப்பதால், எந்தத் தவறும் இல்லை. இல்லையென்றால், உனக்கு ரோல்ஸ் ராய்ஸ் கார் எப்படி கிடைக்கும்?

ஒரு ரோல்ஸ் ராய்ஸ் என்பது, ஒரு தாகமோ அல்லது ஒரு பசியோ அல்ல. அது ஒரு முட்டாள்தனமான ஆசை, அவ்வளவுதான். அது உன்னிடம் இல்லாதபோது, அதற்காக நீ காத்துக் கொண்டிருப்பாய். உன் வாழ்க்கையை அழித்துக் கொண்டிருப்பாய். அது உனக்குக் கிடைத்துவிட்ட பிறகு, அதற்காக நீ எந்த சந்தோஷமும் பெறுவதில்லை. இதற்காக, நீ பலகாலம் காத்திருந்து, உன்னை நீயே பல வகைகளில் அழித்துக் கொண்டிருந் திருக்கிறாய், ஆனால், அது வந்தபிறகு, எந்த மனநிறைவும் நீ அடைவதில்லை. ரோல்ஸ்ராய்ஸ் அங்கே இருக்கிறது, ஆனால், நீ ஏற்கெனவே இறந்துவிட்டாய். அதற்கான உண்மையான அவசியம் உன்னிடம் இருப்பதில்லை. அதனால்தான், அதனால் உன்னைத் திருப்தி செய்ய முடியாமல் போய்விடுகிறது. திருப்தி என்பது உண்மை யான அதிருப்தியின் மூலமாகத்தான் கிடைக்கிறது.

உண்மையான பசியின் மூலமாகவும், உண்மையான தாகத்தின் மூலமாகவும் தான் திருப்தி உண்டாகிறது. அவை பூர்த்தி செய்யப்படாவிட்டால், உயிர் பிரிந்துவிடும் நிலை என்பதால்தான், அதில் உனக்குத் திருப்தி ஏற்படு

கிறது. ஆசைகளுக்கு எதிர்காலம் தேவைப்படுகிறது. அவை இப்போதே பூர்த்தி செய்யப்படக் கூடியதல்ல. நீ ஒரு நாட்டின் ஜனாதிபதியாக ஆக விரும்பினால், உடனடியாக அந்தப் பதவியை உன்னால் எப்படி அடைய முடியும்? இலட்சியம் என்ற மாபெரும் ஏணியின் படிகளை நீ கடந்தாக வேண்டும். அதற்கு நீண்ட காலம் தேவைப்படும். நீ அந்தப் பதவியை அடையும்போது, அதுவரை நீ மரணம் அடையாமல் இருந்தாலும்கூட, நீ ஏற்கெனவே இறந்துவிட்டிருப்பாய். முதுமையின் தள்ளாட்டத்தில் இருக்கும்போது, மக்கள் ஜனாதிபதி பதவிகளுக்கு வருகிறார்கள். அறுபதைக் கடந்து, எழுபதுகள் நடந்து கொண்டிருக்கும், சுடுகாட்டை நோக்கிப் போய்க் கொண்டிருக்கும்போது, இது சாத்தியப்படுகிறது. அனைத்தும் முடிந்த பிறகுதான், அவர்கள் ஜனாதிபதி மாளிகைக்குள் காலடி எடுத்து வைக்க முடிகிறது. ஒன்றுமில்லாத ஒரு விஷயத்திற்காக, அவர்கள் மொத்த வாழ்க்கையையும் பாழாக்கிக் கொள்கிறார்கள். உன்னுடைய படங்கள் எல்லாப் பத்திரிகைகளிலும் பிரசுரமாகும். ஆனால், அதனால் என்ன பிரயோஜனம்? அது எந்த வகையில் உன்னைத் திருப்தி செய்யப் போகிறது? பத்திரிகைகளில் வராவிட்டாலும் பறவைகள் சந்தோஷமாக இருக்கின்றன. ரேடியோவிலும் டெலிவிஷனிலும் வராவிட்டாலும், மரங்கள் சந்தோஷமாகத் தான் இருக்கின்றன. அவை நாளைய பொழுதைப் பற்றி ஒரு துளியும் கவலைப்படுவதில்லை, மனிதன் மட்டும் ஏன் இப்போதைய பொழுதை நினைத்து சந்தோஷமாக இருப்பதில்லை?

ஆசைகளைக் கைவிட்டு, தேவைகளைப் பூர்த்தி செய்வதையே, ஒட்டுமொத்த மதமும், உண்மையான மதம், வலியுறுத்துகின்றது. தேவைகள் என்பது எளிமையானதும் அழகானதும் ஆகும். தாகம் என்பது அழகானது. காரணம், அது இயற்கையாக உண்டாவது. அந்தத் தாகத்தைத் தணித்துக் கொள்வது அதைவிட அழகானது.

அது ஒரு சமநிலையை, நுட்பமான ஒரு சாந்தத்தைத் தரக்கூடியது. உன்னுடைய மொத்த இருத்தலிலும், ஓர் அமைதி உண்டாகிறது. நீ ஓய்வில் இருக்கிறாய், எந்தக் கனவும் தேவைப்படுவதில்லை.

தன்னுடைய தேவைகளுக்கு உண்மையாக இருக்கும் மனிதன்தான், இங்கேயே இப்போதே வாழ்பவன். அவனுக்கு நாளை என்பது கிடையாது. ஆனால், ஒன்றை நீ கவனிக்க வேண்டும், ஆசைகள் அதிகமாக இருக்கும் போது, இலட்சியம் பெரிதாக இருக்கும்போது, உன்னுடைய எதிர்காலமும் அதிகமாக இருக்க வேண்டியிருக்கிறது. ஆனால், உலகியல் மனிதர்களுக்கு, பெரிய எதிர்காலம் எதுவும் தேவைப்படுவதில்லை. காரணம், அவர்களுடைய ஆசைகள், எவ்வளவு பெரிதாக இருப்பினும், தங்கள் வாழ்நாளுக்குள் அவர்கள் நிறைவேற்றிக் கொள்வார்கள். நீ ஒரு ரோல்ஸ் ராய்ஸுக்கு ஆசைப்பட்டால், பரவாயில்லை - உன்னுடைய வாழ்க்கை யைப் பணயம் வைத்து உன்னால் ஒரு ரோல்ஸ் ராய்ஸைப் பெற்றுக் கொள்ள முடியும். நீ ஒரு ஜனாதிபதியாக ஆக விரும்பினாலும், உன்னால் முடியும். ஏனென்றால், உன்னைப் போலவே முட்டாள்கள் தான்; ஏற்கெனவே ஜனாதிபதியாக ஆகியிருக்கிறார்கள். உன்னிடம் எந்தக் குறைபாடுகளும் இல்லை. உன்னாலும் ஜனாதிபதியாக முடியும். அதில் எந்தப் பிரச்சினையும் இல்லை. ஒரு பைத்தியக்கார வெறியுடன் நீ முயற்சி செய்ய வேண்டும், அவ்வளவுதான். எந்த விஷயத்திலும், ஒரு வெறி இருந்தால், அது சாத்தியமாவது உறுதி. மற்றவர்கள் அடைந்திருக்கிறார்கள் என்பதால் உன்னாலும் அடைய முடியும்.

நீ அடையவில்லை என்றால் அதற்குக் காரணம், நீ அந்த அளவுக்கு முட்டாள்தனமாகவும், பைத்தியக்காரத் தனமாகவும் இல்லை என்பதுதான். ஓர் ஆசை உண்டா

கிறது, ஆனால் அது அலைபாய்ந்து கொண்டே இருக்கிறது. அதற்காக, உன் மொத்த வாழ்க்கையையும் பணயம் வைக்க நீ தயாராக இல்லை. ஒரு கனவு வருகிறது, ஆனால் அது ஆழமில்லாமல், லேமெழுந்த வாரியாகத் தான் இருக்கிறது. உன்னை யாராவது முயற்சிசெய்து, ஜனாதிபதி ஆக்கினால், நீ அந்தப் பதவியைப் பிடித்துக் கொள்வாய். ஆனால், அதற்காக உன் மொத்த வாழ்க்கையையும் பணயம் வைக்க நீ தயாராக இருப்பதில்லை.

ஒரு நாள், முல்லா நசிருதீன் ஒரு சாலையில், புகைப்பிடித்துக் கொண்டிருப்பதைப் பார்த்தேன். எனக்கு ஆச்சரியமாக இருந்தது. நான் அவரிடம் கேட்டேன், "நசிருதீன், நீங்கள் புகைப்பிடிப்பதை நிறுத்திவிட்டதாக அன்றைக்கு என்னிடம் கூறினீர்களே."

அவர் கூறினார், "ஆமாம், நான் சிகரெட் வாங்குவதை நிறுத்திவிட்டேன். யாராவது எனக்கு சிகரெட் கொடுத்தால்தான், இப்போதெல்லாம் புகைக்கிறேன். அதற்குக் காரணம் என்ன தெரியுமா? ஒருவன் தன் பழக்கத்தைக் கொஞ்சம் கொஞ்சமாகத்தான் விட வேண்டும். அடிமேல் அடி எடுத்து வைக்கவேண்டும். நான் சிகரெட்டைக் கடையில் வாங்குவதை நிறுத்தி விட்டேன். இதுதான் என்னுடைய முதல் அடி. ஆனால், யாராவது எனக்கு சிகரெட் கொடுத்தால், பரவாயில்லை என்று வாங்கிக் கொள்கிறேன். இன்னும் கொஞ்ச நாளில் இதையும் நான் விட்டுவிடுவேன்."

உன்னால் நாட்டின் ஜனாதிபதியாகவோ, பிரதம மந்திரியாகவோ வர முடியாவிட்டால், நீ ஆழமற்ற கனவில் சஞ்சரித்துக் கொண்டிருந்தாய் என்பதுதான் அர்த்தம். ஆனால், ஒரே எண்ணத்தில், ஒரு வெறியோடு நீ இருந்தால், உன்னை யாராலும் தடுக்க முடியாது. நீ பைத்தியம் போல இருக்கவேண்டும். ஓர் இலட்சியவாதி என்பவன், கிறுக்கனாகத் தான் இருக்க முடியும்! ஒரே

எண்ணம்தான், அவனுடைய மனம் முழுக்க வியாபித் திருக்கும். அவனுடைய இலட்சியம் நிறைவேறும் வரை, அவனும் நிம்மதியாக இருக்க மாட்டான், மற்றவர்களையும் நிம்மதியாக இருக்கவிடமாட்டான்.

உலகியல் ஆசைகள் என்பது, ஒருவனின் வாழ்நாளில் பூர்த்தியாகக் கூடியதுதான். ஆனால், மோட்சம் என்ன வாகும்? கடவுள் என்னவாகும்? நிர்வாணம், ஞானம் இதெல்லாம் என்னவாகும்? ஒரு வாழ்நாள் என்பது போதுமானதல்ல. பல விஷயங்களைச் செய்தாக வேண்டியிருக்கிறது. நிர்வாண நிலைக்கு, வாழ்நாளில் போதுமான காலம் இருப்பதில்லை.

நீ எழுபது வருடம் வாழ்ந்தால், வாழ்க்கையில் உள்ள உள்ளீடான அமைப்பை, நீ புரிந்து கொள்வது நல்லது. ஏழு வருடத்திற்கு ஒரு முறை, உடலும் மனமும், ஒரு குழப்பத்தையும் மாற்றத்தையும் எதிர் கொள்கிறது என்று மனோதத்துவ அறிஞர்கள் கூறுகிறார்கள். ஒவ்வோர் ஏழு வருடத்திற்குப் பிறகும், உடல் மாற்றத்திற்கான செல்கள், முழுமையாகப் புதுப்பிக்கப்படுகிறது. உண்மையைச் சொல்லப்போனால், நீ எழுபது வருடம் வாழும்போது, சராசரியாக, உன்னுடைய உடம்பு பத்து முறை இறக்கின்றன. ஒவ்வோர் ஏழாவது வருடத்தின் முடிவிலும் அனைத்தும் மாறிவிடுகிறது. பருவ காலம் மாறுவதைப் போன்றதுதான் அது. எழுபது வருடம் முடிந்ததும், வட்டம் பூர்த்தியாகிறது. பிறப்பிலிருந்து கிழிக்கப்படும் கோடு, மரணத்தில் முடிவடைகிறது. ஒரு வட்டம் என்பது எழுபது வருடத்தில் முடிவடைந்துவிடுகிறது. அது பத்துப் பகுதிகளைக் கொண்டிருக்கிறது.

உண்மையைக் கூறுவதென்றால், மனித வாழ்க்கையை, குழந்தைப் பருவம், இளமைப் பருவம், முதுமைப் பருவம் என்று பிரிக்கக் கூடாது. அது விஞ்ஞான ரீதியாக,

சரியானதாக இருக்காது. ஏனென்றால், ஒவ்வோர் ஏழு வருடத்திற்கு ஒரு முறையும், ஒரு புதிய வயது, ஒரு புதிய அடி எடுத்து வைக்கப்படுகிறது.

முதல் ஏழு வருடத்தில், ஒரு குழந்தை சுய மையம் கொள்கிறது. இந்த மொத்த உலகத்தின் மையமும் தன்னிடம்தான் இருப்பதாக அது நினைக்கிறது. அவன் சார்ந்திருக்கும் மொத்தக் குடும்பத்தினரும் அவன் மீதே முழு ஈர்ப்பையும் வைத்திருக்கின்றனர். அவனுடைய தேவைகள், எதுவாக இருப்பினும், அவை உடனடியாகப் பூர்த்தி செய்யப்படுகின்றன. இல்லையென்றால், அவன் கோபப்படுவான், ஆத்திரப்படுவான், சீற்றம் கொள்வான்... அவன் ஒரு சக்கரவர்த்தியைப் போல, நிஜமான சக்கரவர்த்தியைப் போல வாழ்கிறான். அவனுடைய தாய், தந்தையெல்லாம் அவனுடைய வேலைக்காரர்கள் தான். மொத்தக் குடும்பத்தினரும் அவனுக்காகத் தான் வாழ்கிறார்கள். இதைப் போலத் தான் அகில உலகத்திலும் நடப்பதாக அவன் எண்ணிக் கொள்கிறான். நிலவு அவனுக்காகத் தான் தோன்றுகிறது, சூ யென் அவனுக்காகத்தான் உதயமாகிறது, பருவ மாற்றங்கள் அவனுக்காகத்தான் ஏற்படுகின்றன என்பது அவனுடைய எண்ணமாக இருக்கிறது. கடந்த ஏழு வருடம் வரை, முழுமையான ஈகோவோடு, சுய-மையத்தோடு இருக்கிறான். நீ மனோதத்துவ அறிஞர்களிடம் கேட்டால், ஏழு வருடம் நீ மனோதத்துவ அறிஞர்களிடம் கேட்டால், ஏழு வருடம் வரை, குழந்தை சுய - இன்பம் பெற்றுக் கொண்டிருப்பதாகத் தான் குறிப்பிடுகிறார்கள். அவன் தனக்குத் தானே திருப்திப்பட்டுக் கொள்பவனாக வாழ்கிறான். அவன் எந்த விஷயத்தையும், யாரையும் எதிர்பார்ப்பதில்லை. அவன் பரிபூரணமாக உணர்கிறான்.

ஏழு வருடத்திற்குப் பிறகு - ஒரு மாற்றம் உண்டாகிறது. அதற்குப் பிறகு, அந்தக் குழந்தை சுய - மையம்

பெற்றிருப்பதில்லை. அவன் வேறு மையத்திற்குச் செல்கிறான், வினோத மனப்பாங்கு அவனிடம் ஏற்படுகிறது. அவன் பிறரிடம் பழகத் தொடங்குகிறான். மற்றவர்கள் அவனுக்கு முக்கியத்துவம் நிறைந்தவர்களாகத் தோன்றுகிறார்கள் - நண்பர்கள், குழுக்கள்... இப்போது, அவன் தன் மீது அதிக அக்கறை கொள்வதில்லை, அவன் மற்றவர்கள் மீது அக்கறை செலுத்தத் தொடங்குகிறான். ஒரு பரந்த உலகத்தில் சஞ்சரிக்கத் தொடங்குகிறான். அடுத்தவரைப் பற்றித் துப்பறிவதில் ஈடுபாடு கொள்கிறான். விசாரணை ஆரம்பமாகிறது.

ஏழு வயதிற்குப் பிறகு, அவன் பெரிய பெரிய கேள்விகளைக் கேட்கத் தொடங்குகிறான். அனைத்தையும் பற்றிக் கேள்விகள் கேட்கிறான். அவனுக்கு எல்லாவற்றிலும் ஒரு பிடிப்பு உண்டாகிறது. காரணம், அங்கே விசாரணை இருக்கிறது. அவன் மில்லியன் கணக்கான கேள்விக் கணைகளைத் தொடுக்கிறான். பெற்றோர், அவனுடைய கேள்விகளுக்குப் பதில் சொல்ல முடியாமல் திணறுகிறார்கள். அவன் அவர்களுக்கு இப்போது தொந்தரவாக இருக்கிறான். அவனுடைய விருப்பம் முழுவதும், இப்போது பிறரின் மீது திரும்புகிறது. இந்த உலகத்தில் உள்ள அனைத்து விஷயங்களில் அவன் இப்போது ஆர்வம் காட்டுகிறான். மரங்கள் எதனால் பச்சையாக இருக்கின்றன? கடவுள் எதற்காக இந்த உலகத்தைப் படைத்திருக்கிறார்? ஏன் இப்படி நடக்கிறது? அவனுடைய தத்துவ விசாரணை அதிகரித்துக் கொண்டே செல்கிறது. விசாரணை, பற்றுதல் - பல விஷயங்களில் அவனுடைய ஆராய்ச்சி நடந்துகொண்டே இருக்கிறது.

உள்ளே என்ன இருக்கிறது என்பதைப் பார்ப்பதற்காக, அவன் பட்டாம்பூச்சியைக் கொல்கிறான். ஒரு பொம்மை எப்படி வேலை செய்கிறது என்பதைப் பார்ப்பதற்காக, அதனை உடைத்துப் போடுகிறான். 'டிக் டிக்' சத்தம் எப்படி வருகிறது என்பதைத் தெரிந்து கொள்வதற்காக,

கெடிகாரத்தை அக்கு வேறு ஆணிவேறாகக் கழற்றிப் போடுகிறான். அவனுக்கு அடுத்தவர் மீது ஆர்வம் உண்டாகிறது. ஆனால், அந்த அடுத்தவர், அவனுடைய பாலைச் சேர்ந்தவராகத்தான் இருக்கிறார். அவனுக்குப் பெண்கள் மீது ஆர்வம் இருப்பதில்லை. மற்ற சிறுவர்கள், சிறுமிகளிடம் விளையாடினால், அவர்களை 'சிஸ்ஸி' (Sissy) என்றுதான் அவன் பாவிப்பான். சிறுமிகள் சிறுவர்களிடம் விளையாட நேரிட்டால், அவர்களை 'டாம்பாய்' (Tomboy) என்றுதான் அவன் பாவிப்பான். அவர்கள் சராசரியானவர்கள் அல்லர், ஏதோ ஒரு தவறு அவர்களிடம் இருப்பதாக அவன் எண்ணிக் கொள்வான். இந்த இரண்டாவது பருவத்தை, 'ஓரினச் சேர்க்கை' என்று மனோதத்துவ அறிஞர்கள் குறிப்பிடுகிறார்கள்.

பதிநான்கு வருடங்களுக்குப் பிறகு, மூன்றாவது கதவு திறக்கப்படுகிறது. அவன், பையன்களிடம் ஆர்வம் காட்டுவதில்லை. பெண்கள், பெண்களிடம் ஆர்வம் காட்டுவதில்லை. அவர்கள் அடக்கமாக இருந்தாலும், அவர்கள் ஆர்வம் காட்டுவதில்லை. அதனால்தான், ஏழு வயதிற்கும் பதிநான்கு வயதிற்கும் இடைப்பட்ட பருவத்தில் ஏற்படும் நட்பு மிகவும் ஆழமாக இருக்கிறது. ஏனென்றால், மனதில் ஓரினச் சேர்க்கை என்னும் எண்ணமே மேலோங்கி நிற்கிறது. அவனுடைய வாழ் நாளில், அந்தப் பருவத்தில் ஏற்படும் ஆழமான நட்பினைப் போல, வேறு எப்போதும் ஏற்படப் போவதில்லை. இந்தப் பருவத்தில் நண்பர்களாக இருப்பவர்களின் நட்பு, எப்போதும் சாசுவதமாக, அழியாமல் நிலைபெற் றிருக்கும். அந்த அளவுக்கு ஆழமான பிணைப்பாக அது விளங்கும். அந்தப் பருவத்திற்குப் பிறகு ஏற்படக்கூடிய நண்பர்களிடையே உள்ள உறவு மேலோட்டமாகத்தான் இருக்கும். ஏழு வயது முதல் பதிநான்கு வயது வரை ஏற்படும் நட்பைப் போல, அது ஆழமானதாக நிலைத் திருக்காது.

பதிநான்கு வயதுக்குப் பிறகு, பையன் மற்றப் பையன்களிடம் ஈடுபாடு கொள்வதில்லை. எல்லாம் இயற்கையாக நடைபெற்றால், எந்தவிதத்திலும் அவன் தடைபடாமல் இருந்தால், பெண்களின் மீதுதான் அவனுடைய ஈடுபாடு இருக்கும். இப்போது, அவனுக்கு ஈரினக் கவர்ச்சி உண்டாகிறது. மற்றவர்களிடம் ஈடுபாடு கொள்வது என்பது மட்டுமல்ல, நிஜமான 'மற்றவரிடம்' ஈடுபாடு கொள்வது. ஏனென்றால், ஒரு பையன் மற்ற பையன்களிடம் ஈடுபாடு கொள்ளும்போது, அந்தப் பையனும் அவனைப் போன்றவன் தான் என்பதால், அவன் நிஜமான மற்றவர் ஆக முடியாது. ஆனால், ஒரு பையன் பெண்களிடம் ஈடுபாடு கொள்ளும்போது, அவன் எதிர்ப்பாலின் மீது ஆர்வம் காட்டுகிறான். அதாவது நிஜமான மற்றவர் ஒரு பெண், ஓர் ஆணின் மீது ஈடுபாடு கொள்ளும்போது, உலகத்தைத் தெரிந்து கொள்கிறார்கள்.

பதிநான்காவது வருடம் என்பது புரட்சிகரமான வருடமாகும். அப்போதுதான் பாலுணர்வு முதிர்ச்சி அடைகிறது. பாலுணர்வுக் கவர்ச்சி ஏற்படுகிறது. கனவுகளில், காதல் உணர்வுகளே பிரதான இடம் பிடிக்கின்றன. அந்த ஆண், மிகப் பெரிய டான் ஜுவானாக மாறி, பெண்கள் பற்றிய சிந்தனைகளில் மிதக்கத் தொடங்குகிறான். காதல் கவிதைகள் எழுதத் தொடங்குகிறான். உலகத்திற்கு அப்போதுதான் நுழையத் தொடங்குகிறான்.

இருபத்து ஒன்றாம் வருடத்தில் - அனைத்தும் இயற்கையாக நடைபெற்றால், இயற்கைக்குப் புறம்பான விஷயங்களின் சமூகம் அவனை நிர்ப்பந்திக்காவிட்டால், இருபத்து ஒன்றாம் வருடத்தில், அந்த ஆண்மகனுக்குக் காதலைவிட, இலட்சியத்தில் அதிக ஆர்வம் உண்டாகிறது. அவன் ரோல்ஸ்ராய்க்கு ஆசைப்படுகிறான், அரண்மனைக்கு ஆசைப்படுகிறான். வெற்றி மட்டுமே அவனுடைய குறிக்கோளாக இருக்கிறது. ஒரு ராக்ஃபெல்ல

ராக, ஒரு பிரதமமந்திரியாக வேண்டும் என்கிற இலட்சியம் உண்டாகிறது, எதிர்காலம் பற்றிய கற்பனைகள், வெற்றியாளனாக வேண்டும் என்கிற வேட்கை. எப்படி வெற்றி பெறுவது? எப்படிப் போட்டியிடுவது? போராட்டத்தை எப்படிச் சமாளிப்பது? இவற்றில் தான் அவனுடைய முழுக் கவனமும் இருக்கிறது.

இப்போது அவன் இயற்கை என்னும் உலகத்தில் மட்டும் நுழையவில்லை. மனித நேயம், சந்தைப்பகுதி ஆகியவை நிறைந்திருக்கும் உலகத்திலும் அவன் நுழைகிறான். இப்போது அவன் பைத்தியக்கார உலகத்தில் நுழைகிறான். இப்போது, சந்தைப்பகுதி, பிரதான இடம் வகிக்கத் தொடங்குகிறது. அவனுடைய மொத்த இருத்தலும் மார்க்கெட்டை நோக்கித் திரும்புகிறது. பணம், அதிகாரம், கௌரவம்.

எல்லாம் சரியானபடி நடைபெற்றால், அதாவது, முழுக்க முழுக்க இயற்கைச் சூழல் சரியானபடி அமைந்தால், இருபத்தெட்டாவது வயதில், ஒருவன் எந்த வகையில், துணிச்சல் மிகுந்த செயல்களில் ஈடுபடுவதில்லை. இருபத்தொன்று முதல் இருபத்தெட்டு வயது வரை, துணிகரம் நிறைந்த வாழ்க்கையில் ஈடுபடும் ஓர் ஆண், இருபத்தெட்டு வயதிற்குப் பிறகு, எல்லா ஆசைகளையும் பூர்த்தி செய்ய முடியாது என்பதை உணர்ந்து ஜாக்கிரதை ஆகிவிடுகிறான். பல ஆசைகள் நிறைவேறக் கூடியவை அல்ல என்பதை அவன் புரிந்து கொள்கிறான். பழைய முறையிலேயே வாழ்க்கையைத் தொடர்பவன் முட்டாளாகத் தான் இருப்பான். ஆனால், புத்திசாலிகள், இருபத்தெட்டாவது வயதில், அடுத்த கதவில் நுழைகிறார்கள். பாதுகாப்பான வாழ்க்கையிலும், சௌகர்யமான வாழ்க்கையிலும் அவர்களுடைய ஆர்வம் அதிகரிக்கிறது. துணிகரச் செயல்களிலும் இலட்சியத்திலும் அவர்களுடைய ஆர்வம் குறைந்துவிடுகிறது.

ஹிப்பி வாழ்க்கை இருபத்தெட்டாவது வருடத்தில் முற்றும் பெற்று விடுகிறது. அவர்கள் வாழ்க்கையை நிலைநிறுத்திக் கொள்கிறார்கள்.

இருபத்தெட்டாவது வயதில், ஹிப்பிகள் மாறிவிடுகிறார்கள். அதற்குப் புரட்சிகரமான எண்ணங்கள் அவர்களுக்குத் தோன்றுவதில்லை. அவர்கள் வாழ்க்கையை நிலைநிறுத்திக் கொள்வதில் ஆர்வம் காட்டுகிறார்கள். அவர்களுக்கு சௌகர்யமான வாழ்க்கை தேவைப்படுகிறது, வங்கியில் தேவையான பணத்தைச் சேமிப்பாக வைத்துக் கொள்ளும் எண்ணம் உண்டாகிறது. அவர்கள் இப்போது ராக்பெல்லர்களாக வேண்டும் என்று ஆசைப்படுவதில்லை. அவர்களுடைய வேட்கை இப்போது இருப்பதில்லை. அவர்களுக்கென்று ஒரு சிறிய வீடு, பாதுகாப்பான ஓர் இருப்பிடம், வங்கியில் சிறிதளவு கையிருப்புத் தொகை, இவையிருந்தால் போதும் என்ற தீர்மானத்துக்கு அவர்கள் வந்துவிடுகிறார்கள். அவர்கள் இருபத்தெட்டு வயதிற்குப் பிறகு இன்சூரன்ஸ் கம்பெனியை நாடிச் செல்கிறார்கள். தங்கள் வாழ்க்கையை ஸ்திரப்படுத்திக் கொள்ள தொடங்குகிறார்கள். இனியும் அவர்கள் ஊர் சுற்றுபவர்களாக இருப்பதில்லை. ஒரு வீட்டை வாங்குகிறான். நாகரிக வாழ்க்கை வாழ்கிறான். Civilization என்ற வார்த்தை Civis (குடிமகன்) என்ற வார்த்தையில் இருந்துதான் வந்திருக்கிறது. அவன் இப்போது ஒரு நகரத்தின், மாநகரத்தின் அங்கமாக விளங்குகிறான். அவன் முன்பைப் போல இப்போது வீணாகச் சுற்றிக் கொண்டிருப்பதில்லை. ஒரு நாடோடியாக இருப்பதில்லை. காட்மண்டுக்கோ, கோவாவுக்கோ இப்போதெல்லாம் அவன் செல்வதில்லை. அவன் எங்குமே செல்வதில்லை. அனைத்தும் முடிந்துவிட்டது. பயணித்தது போதும், தெரிந்து கொண்டது போதும். இப்போது அவன் வாழ்க்கையை நிலை நிறுத்திக்

கொள்வதில், சிறிதளவு ஓய்வெடுப்பதில் மட்டுமே கண்ணும் கருத்துமாக இருக்கிறான்.

முப்பத்து ஐந்தாவது வருடத்தில் வாழ்க்கை என்னும் சக்தி அதன் ஒமேகா மையத்தை அடைகிறது. பாதிவட்டம் பூர்த்தியாகி, சக்தி ஓட்டம் குறையத் தொடங்குகிறது. இப்போது மனிதன் பாதுகாப்பிலும் சௌகரியத்திலும் மட்டுமே விருப்பம் கொள்வதில்லை. அவனுக்கு வைதீகத்தின் மீது நாட்டம் உண்டாகிறது. அவன் புரட்சியின் மீது ஆர்வம் கொள்ளாமல் இருப்பதுடன். அதனை இப்போது எதிர்க்கவும் செய்கிறான். எல்லா மாற்றங்களுக்கும் எதிராக இருக்கிறான். எல்லாப் புரட்சிகளுக்கும் எதிரானவனாக இருக்கிறான். இப்போது அவன் ஸ்தாபித்து விட்டக் காரணத்தால் தன்னுடைய அந்தஸ்தைக் காப்பாற்றிக் கொள்வதில் அவன் குறியாக இருக்கிறான். ஏதாவது மாற்றங்கள் ஏற்பட்டால் தன்னுடைய ஸ்தாபிதம் மொத்தமும் சீர்குலைந்து விடும் என்று அவன் கருதுகிறான். இப்போது அவன் ஹிப்பிகளுக்கு எதிராகப் பேசுகிறான், புரட்சியாளர்களுக்கு எதிராகப் பேசுகிறான், இப்போது உண்மையிலேயே ஸ்தாபகத்தின் அங்கமாக அவன் செயல்படுகிறான்.

இது இயற்கையாக நடப்பதுதான் ஏதாவது தவறாகப் போய்விட்டால் ஒழிய ஒரு ஹிப்பி என்பவன் தொடர்ந்து ஹிப்பியாகவே இருப்பதில்லை. அது ஒரு காலம், அதைக் கடந்து செல்வது நல்லதுதான். ஆனால் அதிலேயே மாட்டிக் கொள்வது கெடுதலானது. ஒரு கட்டத்தில் அப்படியேத் தங்கிவிடுவது தவறானது. ஏழிலிருந்து பதிநான்கு வயதுவரை ஓரினச் சேர்க்கை மனோபாவத்துடன் இருப்பது நல்லதுதான். ஆனால் அதை அவன் மொத்த வாழ்க்கையிலும் தொடர்வானேயானால் அவன் வளரவில்லை என்று அர்த்தம், அவன் வய்துக்கு வரவில்லை என்று பொருள். வாழ்க்கையின் அங்கமாக

ஒரு பெண்ணின் தொடர்பு ஏற்படவேண்டும். எதிர்ப்பால் இப்போது முக்கியத்துவம் பெறவேண்டும். ஏனென்றால் அப்போதுதான் எதிர்ப்பாளன் இசைவு உனக்குப் புலப்படும். அப்போதுதான் மோதல், துன்பம், பரவசம், வேதனையோடு கூடிய பரவசம் ஆகிய அனைத்தும் உனக்குப் புலப்படும். அது ஒரு பயிற்சி, அவசியமான ஒரு பயிற்சி.

முப்பத்து ஐந்தாவது வயதில் ஒருவன் சம்பிரதாய உலகத்தின் அங்கமாகி விடுகிறான். கடந்தகால சம்பிரதாயங்களை, வேதங்களை, குரானை, பைபிளை நம்பத் தொடங்குகிறான். மாற்றங்களை அவன் முற்றிலுமாக எதிர்க்கிறான். ஏனென்றால் ஒவ்வொரு மாற்றமும் உன்னுடைய சொந்த வாழ்க்கையைப் பாதிக்கும். அதிகமான இழப்புக்கு நீ ஆளாவாய். நீ புரட்சிக்குத் துணை போக மாட்டாய். காரணம் உன்னை நீ பாதுகாத்துக் கொள்ள வேண்டியவனாக இருக்கிறாய். சட்டத்திற்கும், நீதிமன்றங்களுக்கும், அரசாங்கத்திற்கு நீ கட்டுப்படுகிறாய். அராஜகத்தை முற்றிலுமாகத் தடுத்துவிடுகிறாய். அரசாங்கம், சட்ட திட்டங்கள், ஒழுக்கம் ஆகியவற்றிற்கு நீ அடங்கி வாழ்கிறாய்.

நாற்பத்து இரண்டாவது வருடத்தில் எல்லாவிதமான உடல் நோய்களும் மனநோய்களும் எழும்புகின்றன. ஏனென்றால் வாழ்க்கை முடிவை நோக்கிச் செல்லத் தொடங்குகிறது. சக்தி மரணத்தை நோக்கி நகர்கிறது.

ஆரம்பகட்டங்களில் சக்தி மேல் நோக்கிப் பாய்கிறது. இதனால் உனக்கு மேலும் மேலும் ஆற்றல் உண்டானது. மேலும் மேலும் பலம் உண்டானது. இப்போது எல்லாம் எதிர்மறையாக நடக்கின்றன. நீ நாளுக்கு நாள் பலம் இழந்து கொண்டே வருகிறாய்.

ஆனால் உன்னுடைய பழக்கங்கள் மாறாமல் அப்படியே இருக்கின்றன. உன்னுடைய முப்பத்தைந்து வயது

வரை நீ வயிறு பிதுங்க சாப்பிட்டுக் கொண்டிருப்பாய். அந்தப் பழக்கம் இப்போதும் உனக்குத் தொடர்கிறது. இதனால் கொழுப்பு உன் உடம்பில் சேரத் தொடங்குகிறது. இப்போது அந்த அளவிற்கு உணவு உனக்குத் தேவைப் படாது. இதற்கு முன்பு தேவைப்பட்டிருக்கும். ஆனால் இப்போது தேவையில்லை. ஏனென்றால் வாழ்க்கை இப்போது மரணத்தை நோக்கிச் சென்று கொண்டிருக் கிறது. அந்த அளவு உணவு இப்போது அவசியமில்லை. நீ முன்பு செய்து கொண்டிருந்ததைப் போல உன் வயிற்றை நீ நிரப்பிக் கொண்டேயிருந்தால் எல்லாவித நோய்களும் தோன்றத் தொடங்கும். உயர் இரத்த அழுத்தம், மாரடைப்பு, தூக்கமின்மை, அல்சர் - இவையெல்லாம் பொதுவாக நாற்பத்து இரண்டு வயதில் ஏற்படக்கூடியது. நாற்பத்து இரண்டு என்பது மிகவும் அபாயகரமான மையங்களில் ஒன்று இந்தக் கால கட்டத்தில்தான் தலை முடி கொட்டத் தொடங்கும், நரைமுடிகள் உண்டாகும் வாழ்க்கை மரணத்தை நோக்கித் திரும்புகிறது.

நாற்பத்து இரண்டு வயதை நெருங்கும்போது தான் முதல் முறையாக மதம் என்பது முக்கியத்துவம் பெறு கிறது. முன்பு மதம் பற்றிய எண்ணங்கள் ஓரளவிற்கு, மேலெந்தவாரியாக இருந்திருக்கலாம். ஆனால் இப்போது மத உணர்வுகள் முதல் முறையாக முக்கியத்துவம் பெறத் தொடங்கும் - ஏனென்றால் மதம் என்பது மரணத்தோடு ஆழ்ந்தத் தொடர்புடையது இப்போது மரணம் நெருங்கும்போது மதம் பற்றிய முதல் ஆசை எழுகிறது.

கார்ல் குஸ்தாவ் ஜஸ் (Carl Gustarjung) தாம் எழுதிய நூலில் நாற்பது வயது அல்லது அதை நெருங்கிக் கொண்டிருப்பவர்கள் அனைவரும் மதத்தை மையமாகக் கொண்டே தன்னைச் சந்திக்க வந்ததாகக் குறிப்பிடுகிறார். அவர்கள் பைத்தியமாகிவிட்டாலோ, சைக்கோ வியாதி யால் பாதிக்கப்பட்டிருந்தாலோ அவர்களுக்கு எந்த

உதவியும் செய்ய முடியாது. அவர்கள் மத நம்பிக்கை ஆழமாக வேரூன்றியிருந்தால் மட்டுமே அவர்களுக்கு உதவிசெய்ய முடியும். அவர்களுக்குத் தேவை மதம். அவர்களுடைய அடிப்படைத் தேவையாக மதமே இருக்கிறது. ஆனால் சமூகம் மதச் சார்பற்று இருக்குமே யானால் மதத்தை உனக்கு போதிக்க முடியாமல் போனால் உனக்கு நாற்பத்து இரண்டு வயதாகும்போது ஒரு மாபெ ரும் கஷ்டத்தை நீ அனுபவிக்க நேரிடும். ஏனென்றால் சமூகம் அதற்குரிய வழிக்கான எந்தத் தெருவையும், எந்தக் கதவையும், எந்தக் கோணத்தையும் சுட்டிக்காட்டாது.

உன்னுடையப் பதிநான்கு வயது வரை சமூகம் உனக்கு நல்லதாகத்தான் தோன்றுகிறது. ஏனென்றால் சமூகம் போதுமான அளவிற்குப் பாலுணர்வைத் தூண்டு கிறது - மொத்தச் சமூகமும் பாலுணர்வாகத்தான் இருக் கிறது. பாலுணர்வு என்கிற ஒரு பொருள்தான் எல்லாப் பொருள்களிலும் மறைந்திருப்பதாகத் தோன்றுகிறது. ஒரு பத்து டன் ட்ரக்கை நீ விற்க வேண்டுமானால் ஒரு நிர்வாணமானப் பெண்ணை நீ பயன்படுத்துகிறாய். அல்லது ஒரு ட்டூத் பேஸ்ட்டை விற்பதென்றாலும் இதைத் தான் செய்கிறாய். ட்ரக்கோ அல்லது ட்டூத் பேஸ்ட்டோ எதுவாக இருந்தாலும் ஒரு நிர்வாணப் பெண் பின்னணி யில் புன்னகைத்துக் கொண்டிருக்கிறாள். உண்மையில் பெண்கள் விற்பனை செய்யப்படுகிறார்கள். ட்ரக்கோ ட்டூத் பேஸ்ட்டோ விற்பனை செய்யப்படுவதில்லை. ஒரு பெண் விற்பனை செய்யப்படுகிறாள். டூத் பேஸ்ட்டுடன் ஒரு பெண் வருவதாலும் ஒரு பெண்ணின் புன்னகை வருவதாலும் நீ டூத் பேஸ்ட்டையும் விலை கொடுத்து வாங்க வேண்டியிருக்கிறது. பாலுணர்வு எங்கும் விற்பனை செய்யப்படுகிறது.

அதனால் இந்தச் சமூகம் லௌகீகமான இந்தச் சமூகம் இளைஞர்களுக்கு நல்லதாக விளங்குகிறது. ஆனால்

அவர்கள் எப்போதும் இளமையாகவே இருக்கப்போவது இல்லை. அவர்களுக்கு நாற்பத்து இரண்டு வயதாகும் போது அவர்களை இந்தச் சமூகம் திடீரென்று அம்போ என்று விட்டுவிடுகிறது. இப்போது என்ன செய்வதென்று அவர்களுக்குப் புரிவதில்லை. அவர்களுடைய புத்தி பேதலித்துவிடுகிறது. ஏனென்றால் அவர்களுக்குத் தெரியாது. மரணத்தை எதிர்கொள்ளும் பயிற்சியோ வழி முறைகளோ அவர்களுக்குத் தெரியாது. சமூகம் வாழ்க் கைக்குத் தயாராவதற்கு வழிவகுத்துக் கொடுக்கிறது. ஆனால் மரணத்திற்குத் தயாராவதற்கு அவர்களுக்கு யாரும் சொல்லித் தருவதில்லை. வாழ்க்கைக்குத் தேவை யானப் போதுமான கல்வியைப் போலவே மரணத்திற்கும் தேவைப்படுகிறது.

எனக்கென்று அதிகாரம் வழங்கப்பட்டால் பல்கலைக் கழகங்களை இரண்டு பிரிவுகளாகப் பிரித்துவிடுவேன். ஒன்று இளைஞர்களுக்கு இன்னொன்று முதியவர்களுக்கு இளைஞர்கள் அவர்களுக்குரியப் பிரிவுக்குச் சென்று வாழ்க்கையைப் பற்றியக் கலை, பாலுணர்வு, லட்சியம், போராட்டம் ஆகியவற்றைக் கற்றுக் கொள்ளலாம். அவர்கள் முதுமை அடையும் போது அதாவது நாற்பத்து இரண்டு வயதைக் கடக்கும் போது மறுபடியும் அவர்கள் பல்கலைக்கழகத்திற்கு வந்து அவர்களுக்கென்று உள்ள பிரிவில் மரணம், கடவுள், தியானம் இவற்றைக் கற்றுக் கொள்ளலாம். ஏனென்றால் பழைய பல்கலைக்கழகங்கள் இப்போது அவர்களுக்கு எந்த வகையிலும் உதவிகரமாக இருக்காது. அவர்கள் மறுபடியும் ஒரு புதிய பயிற்சியை யும் புதிய வழிமுறைகளையும் கற்றுக் கொண்டால்தான் அப்போது நடைபெறும் புதிய காலக்கட்டச் சூழலோடு தங்களைப் பொருத்திக் கொள்ளமுடியும்.

இந்தச் சமூகம் முதியவர்களை அம்போ என்று விட்டுவிடுகிறது. அதனால் தான் மேற்கில் மனரீதியான நோய்கள் பெருகிக் கொண்டு வருகின்றன. இது அந்த

அளவிற்குக் கிழக்கில் இருப்பதில்லை. ஏன்? ஏனென்றால் கிழக்கு மதம் குறித்தப் பயிற்சியை ஓரளவு கொடுத்துக் கொண்டே இருக்கின்றன. அது முற்றிலுமாக மறைந்து விடுவதில்லை. என்னதான் பொய்யாக இருந் தாலும் போலியாக இருந்தாலும் அது ஏதோ ஒரு மூலை யில் இருந்துகொண்டுதான் இருக்கிறது. மார்க்கெட் பகுதி யில், மக்கள் நெருக்கம் மிகுந்தப் பகுதிகளில் அது இல்லா விட்டாலும் ஓர் ஓரத்தில் கோயில்கள் இருக்கின்றன. வாழ்க்கைக்கு அப்பாற்பட்டு இருந்தாலும் அவை தொடர்ந்து இருந்து கொண்டுதான் இருக்கின்றன. நீ சில அடி எடுத்து வைத்தால் அங்கு போய்விடலாம். அது இன்னமும் இருந்து கொண்டுதான் இருக்கிறது.

மேற்கில் மதம் என்பது வாழ்க்கையின் அங்கமாக இருப்பதில்லை. நாற்பத்து இரண்டு வயதை நெருங்கும் போது மேற்கத்திய ஒவ்வொருவரும் மனரீதியான பிரச்சினைகளை எதிர்கொள்ள வேண்டியிருக்கிறது. ஆயிரக்கணக்கான வடிவங்களில் நரம்புக்கோளாறுகளும் அல்சர்களும் ஏற்படுகின்றன. அல்சர்தான் லட்சியத்தின் பாதச் சுவடுகளாக விளங்குகின்றன. ஒரு லட்சியத்தின் பாதச் சுவடுகளாக விளங்குகின்றன. ஒரு லட்சியவாதியின் வயிற்றில் அல்சர் ஏற்படுவது சகஜம். லட்சியம் கடித்துத் தின்கிறது. அது தன்னையே சாப்பிடுகிறது. அல்சர் என்பது வேறொன்றுமில்லை, உன்னை நீயே சாப்பிடுவது. நீ மிகுந்த மன இறுக்கத்திலிருக்கும் போது உன்னுடைய குடலை நீயே சாப்பிடத் தொடங்கி விடுகிறாய். நீயும் இருக்கமாக இருக்கிறாய் உன்னுடைய வயிறும் இருக்கமாக இருக்கிறது. இவை எப்போதும் தளர்வாக இருப்பதில்லை. எப்போதெல்லாம் மனம் இறுக்கமாக இருக்கிறதோ அப்போதெல்லாம் வயிறும் இறுக்கமாக இருக்கிறது. அல்சர்தான் லட்சியத்தின் பாதச் சுவடுகள் உனக்கு இருக்கும் அல்சர் நீ ஒரு மிகப்பெரிய வெற்றி யாளன் என்பதைச் சுட்டிக்காட்டுகிறது.

உனக்கு அல்சர் இல்லாவிட்டால் நீ ஓர் ஏழை மனிதன் உன்னுடைய வாழ்க்கைத் தோல்வி அடைந்திருக்கிறது. நீ ஒரு மிகப்பெரிய தோல்வியாளன். நீ நாற்பத்து இரண்டில் இருக்கும்போது உனக்கு முதல் முறையாக மாரடைப்பு ஏற்பட்டால் உனக்கு மாபெரும் வெற்றி நீ குறைந்தபட்சம் ஒரு கேபினட் மந்திரியாவோ ஒரு பெரியத் தொழிலதிபரா கவோ அல்லது ஒரு புகழ்பெற்ற நடிகராகவோ இருக்க வேண்டும். அப்படி இல்லையென்றால் உனக்கு மாரடைப்பு தான் வெற்றியின் வரையறை. வெற்றிபெற்ற மனிதர்கள் அனைவருக்கும் மாரடைப்பு ஏற்படும், ஏற்பட்டாக வேண்டும்.

மொத்த அமைப்பும் சிக்கல் மிகுந்த அம்சங்களைச் சுமந்து கொண்டிருக்கிறது; லட்சியம், ஆசை, எதிர்காலம், நாளை - இவை எதுவுமே அங்கே இருப்பதில்லை. நீ கனவுகளில் வாழ்ந்திருக்கிறாய். இப்போது உன்னுடைய அமைப்புக்கு அதைப் பொறுத்துக் கொள்ளக்கூடிய சக்தி இல்லை. நீ எதிர்காலத்தை நினைத்து மிகுந்த பதற்றத் தோடு இருக்கிறாய். அந்தப் பதற்றம் உன்னுடைய வாழ்க்கையின் முறையாக மாறிவிடுகிறது. இப்போது அந்தப் பழக்கம் ஆழமாக வேரூன்றிவிட்டது.

நாற்பத்து இரண்டில் மீண்டும் ஒரு மாற்றம் உண்டா கிறது. இந்த வயதிற்குப் பிறகு ஒருவன் இன்னோர் உலகமான மதத்தைப் பற்றிச் சிந்திக்கத் தொடங்குகிறான். அப்போது வாழ்க்கை என்பது மிகப் பெரிதாகத் தோன்றுகிறது. எஞ்சி இருப்பதோ கொஞ்சகாலம் தான். கடவுள், நிர்வாணம், ஞானம் இவற்றையெல்லாம் நீ எப்படி சாதிக்கப்போகிறாய். இதனால் பிறந்ததுதான் மறு அவதாரத் தத்துவம். பயப்படாதே மறுபடியும் நீ பிறப்பாய். மறுபடியும் மறுபடியும் வாழ்க்கை என்னும் சக்கரம் உருண்டுகொண்டே இருக்கும். பயப்படாதே; உனக்குப் போதுமான காலம் இருக்கிறது. போதுமான

அளவிற்கு சாஸ்வதம் எஞ்சியிருக்கிறது. உன்னால் அடையமுடியும்.

அதனால் தான் இந்தியாவில் மூன்று மதங்கள் மறுபடியும் பிறந்துள்ளன - ஜைன மதம், புத்த மதம், மற்றும் இந்து மதம் - இவர்கள் அனைவரும் எந்த விஷயத்திலும் ஒத்துப் போவதில்லை. இந்த மறு அவதார சித்தாந்தத்தைத் தவிர அவர்களுக்கு மற்ற விஷயங்கள் எதிலும் உடன்பாடு இல்லை. கடவுளைப் பற்றியக் கொள்கையில் கூட அவர்களிடையே ஒரே மாதிரியான எண்ணம் இல்லை. ஜைனர்கள் கடவுள் இல்லை என்று கூறுகிறார்கள். புத்தர்கள் கடவுள் இல்லை என்று கூறுகிறார்கள். கடவுளைவிட முக்கியமான சித்தாந்தமான ஆத்மாவைப்பற்றிக்கூட - புத்தர்கள் ஆத்மா இல்லை என்று சொல்கிறார்கள். இப்படி சித்தாந்தங்கள் அடிப் படை விஷயங்களில் கூட மாறுபட்டக் கருத்துகளைக் கொண்டிருக்கின்றன. கடவுள், சுயம் இப்படி எந்த விஷயத்திலுமே அவர்களிடையே ஒத்தக்கருத்து நிலவுவ தில்லை. ஆனால் இவர்கள் அனைவருமே மறு அவதார சித்தாந்தத்தை ஒப்புக் கொள்ளுகிறார்கள். இதற்கு ஏதேனும் காரணம் இருக்கக்கூடும். பிரம்மத்தை அடை வதற்குப் போதிய கால அவகாசம் தேவைப்படுகிறது. இந்துக்கள் இதை பிரம்மம் என்று அழைக்கிறார்கள். இந்த மாபெரும் குறிக்கோளை அடைவதற்கு அதிகமான கால அளவு தேவைப்படுகிறது. உன்னுடைய நாற்பத்து இரண்டாவது வயதில்தான் உனக்கு இதில் ஆர்வம் ஏற்படுகிறது. இப்போது இருபத்து இரண்டு வருடம் மட்டுமே மிஞ்சியிருக்கின்றன.

இது ஆர்வத்தின் ஆரம்பக்கட்டம்தான். உண்மையைச் சொல்வதென்றால் உன்னுடைய நாற்பத்து இரண்டாவது வயதில் உன்னுடைய மதம் என்ற உலகத்தில் நீ மீண்டும் குழந்தையாக மாறுகிறாய். இப்போது இருபத்து எட்டு

வருடம் மட்டுமே எஞ்சியிருக்கின்றன. காலம் மிகவும் குறைவாகத் தோன்றுகிறது. அந்த மாபெரும் உயரங்களை அடையபோதுமானதாக இல்லை - இந்துக்கள் பிரம்மம் என்று அழைக்கிறார்கள். ஜைனர்கள் இதனை மோட்சம் என்று அழைக்கிறார்கள். அதாவது கடந்து போன குருமார் களிலிருந்து பரிபூரணமாான விடுதலை. ஆனால் ஆயிரக் கணக்கான மில்லியன் கணக்கான பிறவிகள் கடந்த காலத்தில் இருந்துள்ளன. இருபத்து எட்டு வருடங்களுக் குள்ளாக அவற்றையெல்லாம் உன்னால் எப்படி ஈடுகட்டமுடியும். அந்த மொத்தக் கடந்த காலத்தையும் உன்னால் எப்படி இல்லாமல் செய்துவிட முடியும். அந்த அளவிற்கு கடந்த காலம் மிகப் பறந்து இருக்கிறதே - கெட்ட கருமங்களும் நல்ல கருமங்களும் இருபத்து எட்டு வருடங்களுக்குள்ளாக உன்னுடைய பாவக்கறைகள் மொத்தத்தையும் உன்னால் எப்படிச் சுத்தம் செய்ய முடியும். இது அநீதியாகத் தோன்றுகிறது. கடவுள் மிக அதிகமாக எதிர்பார்க்கிறார். அது சாத்தியமில்லை. வெறும் இருபத்து எட்டு வருடம் மட்டுமே இருப்பதால் உனக்கு விரக்தி உணர்வு ஏற்படுகிறது.

அடுத்ததாக கடவுள் மீது நம்பிக்கை இல்லாத ஆத்மாவின் மீது நம்பிக்கை கொள்ளாத புத்தர்களும் கூட மறு அவதாரத்தின்மீதும், நிர்வாணத்தின் மீதும் நம்பிக்கை கொள்கிறார்கள். இறுதி வெறுமைநிலை, முழுமையான வெறுமைநிலை ஆகியவற்றின் மீது ஒரு பற்றுதல் அவர்களுக்கு இருக்கிறது. பல பலப் பிறவிகளில் ஏற்பட்ட ஏகப்பட்ட குப்பைகளை நீ சுமந்து கொண்டு இருக்கிறாய். இருபத்து எட்டு வருடத்திற்குள்ளாக அந்தப் பாரத்தை நீ எவ்வாறு இறக்கி வைக்கப்போகிறாய் இது மிகவும் அதிகமான சாத்தியமே இல்லாத ஒரு வேலையாகத் தோன்றுகிறது. அதிகமான எதிர்காலம் தேவை என்பதி லும் அதிகமான கால அவகாசம் தேவை என்பதிலும் இவர்கள் அனைவரும் ஒத்துப் போகிறார்கள்.

நீ லட்சியத்தைக் கொள்ளும்போது அதை அடைவதற்கான அவகாசம் தேவைப்படுகிறது. என்னைப் பொறுத்தவரை ஒரு மதவாதி என்பவனுக்குக் கால அவகாசம் தேவைப்படுவதில்லை. அவன் இங்கேயே இப்போதே சுதந்திரமாக இருக்கிறான். அவன் பிரம்மத்தை இங்கேயே இப்போதே அடைகிறான். அவன் முக்தி அடைந்தவன், விடுதலைப் பெற்றவன், இங்கேயே இப்போதே ஞானம் அடைந்தவன். ஓர் ஆன்மிக மனிதனுக்கு எப்போதுமே கால அவகாசம் தேவைப்படுவதில்லை. ஏனென்றால் மதம் என்பது காலமற்றக் கணத்தில் தான் ஏற்படுகிறது. அது இப்போதே ஏற்படுவது. அது எப்போதும் இப்போதே ஏற்படுவது. அது வேறு எந்த வகையிலும் அது ஏற்படுவதில்லை. அது வேறு எந்த வகையிலும் எப்போதும் ஏற்பட்டதில்லை.

நாற்பத்து இரண்டாவது வயதில் முதல் வேட்கை எழுகிறது. அது தெளிவாக இல்லாமல் குழப்பமாக இருக்கிறது. என்ன நடக்கிறது என்பது கூட உனக்குத் தெரிவதில்லை. ஆனால் உன்னிப்பான ஆர்வத்துடன் நீ கோயிலைப் பார்க்கிறாய். சில சமயங்களில் ஒரு சாதாரணப் பார்வையாளராக நீ சர்ச்சுக்கு வருகிறாய். சில சமயங்களில் உனக்குப் பொழுது போகாத போது உன் மேஜையில் அழுக்கு நிறைந்திருக்கும். பைபிளைத் தட்டி எடுத்து அதில் நோட்டமிடுகிறாய். தெளிவில்லாமல் நீ இருக்கிறாய். பாலியலைப் பற்றி எந்த ஓர் எண்ணமும் இல்லாமல் தான் என்ன செய்கிறோம் என்பது தெரியாமல் தன் சொந்த பால் இயல் உறுப்புகளோடு ஒரு குழந்தை விளையாடுதலைப் போன்றது அது. தெளிவற்ற ஒரு வேட்கை... சில சமயங்களில் தான் என்ன செய்கிறோம் என்பது தெரியாமல் ஒருவன் அமைதியாக உட்கார்ந்திருக்கும்போது திடீரென்று ஓர் அமைதி உணர்வு ஏற்படுவது போன்றது அது. சில சமயங்களில் குழந்தையாக இருக்கும் போது அவன் அறிந்த மந்திரத்தை முணுமுணுக்கத்

தொடங்குகிறான். வயதானப் பாட்டி அவனுக்குச் சொல்லிக் கொடுத்தது அவன் நினைவிற்கு வருகிறது. இறுக்கம் நிறைந்த உணர்வோடு அந்த மந்திரத்தை அவன் மீண்டும் மீண்டும் உச்சரிக்கத் தொடங்குகிறான். ஒருவன் தன்னை வழி நடத்துவதற்கான குருவை நாடிச் செல்கிறான். ஒருவன் முனைப்போடு மந்திரத்தைக் கற்றுக் கொள்ளத் தொடங்குகிறான். சில நாள்கள் அதைத் தொடர்ந்து உச்சரிக்கிறான். பிறகு சில நாள்களுக்கு அதை மறந்து விடுகிறான். பிறகு அது மீண்டும் தொடர்கிறது... ஒரு தெளிவற்ற தேடல் இருந்துகொண்டிருக்கிறது.

நாற்பத்து ஒன்பதாம் வயதில் அந்தத் தேடலில் ஒரு தெளிவு பிறக்கிறது. அந்தத் தேடலில் தெளிவு பிறப்பதற்கு ஏழு வருடம் ஆகின்றது. இப்போது ஒரு தீர்மானம் எழுகிறது. இதன்பிறகு மற்றவரிடம் அவனுக்கு எந்த ஆர்வ மும் இருப்பதில்லை. குறிப்பாக அனைத்தும் சரியாகச் சென்றால் - இதை நான் திரும்பத் திரும்பச் சொல்வதற்குக் காரணம் அது எப்போதும் சரியாகச் செல்வதில்லை - நாற்பத்து ஒன்பதாம் வயதில் ஒருவனுக்குப் பெண்கள் மீதான ஆர்வம் போய்விடுகிறது. பெண்ணுக்கும் ஆணின் மீது ஆர்வம் இருப்பதில்லை. இந்த நாற்பத்து ஒன்பதாம் வயதுதான் மெனோபாஸ் பருவம். மனிதனுக்குப் பாலுணர்ச்சி இருப்பதில்லை. மொத்த விஷயமும் சற்று முதிர்ச்சியடையாததாகத் தோன்றுகிறது.

ஆனால் சமூகம் நிர்ப்பந்தம் செய்யலாம் கிழக்கைப் பொறுத்த வரை அவர்கள் பாலுணர்ச்சிக்கு எதிரானவர் களாகப் பாலுணர்ச்சியை அடக்கி வைப்பவர்களாக இருக்கிறார்கள். ஒரு பையனுக்குப் பதிநான்கு வயதாகும் போது அவர்கள் அவனுடையப் பாலுணர்ச்சியை அடக்கி வைக்கிறார்கள். அவன் இன்னும் குழந்தைதான் என்று அவனை நம்ப வைக்கிறார்கள். அவனுக்குப் பெண்களைப் பற்றிய நினைப்பே இருப்பதில்லை. மற்றப் பையன்கள்

வேண்டுமானாலும் அப்படி இருக்கலாம். அடுத்த வீட்டுப் பையன்கள் வேண்டுமானாலும் அப்படி இருக்கலாம். ஆனால் உன்னுடையப் பையன் அப்படி இருக்கக்கூடாது. அவன் அப்பாவி, குழந்தை போன்றவன். அவன் ஒரு தேவதூதன். இதெல்லாம் கற்பனையே தவிர உண்மையல்ல.

அவன் பிரக்ஞை தன்மைக்குள் ஒரு பெண் நுழைகிறாள். அவள் நுழைந்தாக வேண்டும் - அது இயற்கையின் நியதி - ஆனால் அவன் அதை மறைந்துக் கொள்ள வேண்டும். அவன் சுய இன்பம் பெற முயற்சிக்கிறான். அதையும் அவன் மறைத்தாக வேண்டும். கனவில் அவன் ஈரமடைவதையும் மறைத்தாக வேண்டும். கிழக்கில் ஒரு பையன் பதிநான்கு வயதை அடையும் போது அவனுக்குக் குற்ற மனப்பான்மை தோன்றுகிறது. ஏதோ ஒரு தவறு நடக்கிறது - தனக்கு மட்டுமே நடக்கிறது என்கிற எண்ணம் அவனுக்கு உண்டாகிறது. ஏனென்றால் எல்லா இடங்களிலும் எல்லா இடமும் இதுதான் நடக்கிறது. என்பது அவனுக்குத் தெரிந்திருக்க நியாயமில்லை. ஆனால் அவனிடமிருந்து நிறைய எதிர்பார்க்கிறார்கள் - அவன் ஒரு தேவதூதனாக, கற்புள்ளவனாக, பெண்களைப் பற்றி நினைக்காத, பெண்களைப் பற்றிக் கனவு கூடக் காணாதவனாக அவன் தொடர்ந்து இருக்கவேண்டும் என்று அவர்கள் எதிர்பார்க்கிறார்கள். அவன் ஆர்வம் கொண்டிருக்கும் விஷயம் சமூகத்தால் அடக்கி வைக்கப்படுகிறது.

மேற்கில் இந்த அடக்குமுறை மறைந்து இன்னோர் அடக்குமுறை ஏற்பட்டிருக்கிறது - என்னுடைய இந்த எண்ணத்தை நீ புரிந்து கொள்ள வேண்டும். அதாவது சமூகம் எப்போதும் அடக்குமுறையின்றி இருப்பதில்லை. அது ஓர் அடக்குமுறையை நிறுத்திக்கொண்டால் உடனடியாக இன்னொன்றை ஆரம்பித்து விடுகிறது. மேற்கில்

இப்போது இந்த அடக்குமுறை நாற்பத்து ஒன்பது வயதில் ஏற்படுகிறது. மக்கள் பாலியல் உணர்வுகளில் தொடர்ந்து இருக்குமாறு கட்டாயப்படுத்தப்படுகிறார்கள். ஏனென்றால் மொத்த போதனையும் இப்படித்தான் சொல்லப்படுகிறது. ''நீ என்ன செய்து கொண்டு இருக்கிறாய் - தொண்ணூறு வயது வரை ஒரு மனிதனால் பாலியல் ரீதியாக ஆண்மையோடு இருக்கமுடியும்'' மாபெரும் வல்லுநர்கள் இவ்வாறு கூறுகிறார்கள். இதனால் நீ ஆண்மை இல்லாதவனாக இருந்தால் உனக்கு அதில் ஆர்வம் இல்லாமல் போனால் உனக்குக் குற்ற மனப்பான்மை ஏற்படுகிறது. நாற்பத்து ஒன்பதாவது வயதில் காமத்தில் தன்னால் ஈடு கொடுக்கமுடியவில்லை என்ற குற்ற மனப்பான்மை ஒரு மனிதனுக்குத் தோன்றுகிறது.

சிலர் இப்படித் தொடர்ந்து போதித்துக் கொண்டே இருக்கிறார்கள்: முட்டாள்தனமாக இருக்காதே. உன்னுடையத் தொண்ணூறு வயது வரை நீ காமத்தில் ஈடுபடலாம். தொடர்ந்து காம விளையாட்டில் ஈடுபடு. நீ இந்த விளையாட்டை நிறுத்தினால் உன் ஆண்மைத் தன்ம்மயை நீ இழந்து விடுவாய். இதனை நீ தொடர்ந்து செய்தால் உன்னுடைய உறுப்புகள் தொடர்ந்து இயங்கிக் கொண்டிருக்கும். நீ நிறுத்தினால் அந்த இயக்கமும் நின்று விடும். பாலியல் விளையாட்டை நீ நிறுத்தி விடும்போது உன் ஜீவனின் சக்தி குறைந்து நீ விரைவில் இறந்துவிடுவாய்.

கணவன் நிறுத்தினால் மனைவி கோபப்படுகிறாள்: என்ன ஆயிற்று உங்களுக்கு. மனைவி நிறுத்தினால் கணவன் கோபப்படுகிறான். இது மனோ தத்துவத்திற்கு எதிரானது. இது ஒரு வித வெறுப்பை உண்டாக்கக் கூடியது.

கிழக்கில் ஒரு முட்டாள்தனம் கையாளப்பட்டது. பழங்காலத்தில் மேற்கிலும் இதே முட்டாள் தனம் கையாளப்பட்டது. பதிநான்கு வயதுச் சிறுவன் பாலியல்

ரீதியாக ஆண்மை பெறுவது மதத்திற்கு எதிரானது - ஆனால் அவன் இயற்கையில் அப்படித்தான் ஆகிறான். ஒரு சிறுவனால் எதுவும் செய்யமுடியாது. அது அவன் கட்டுப்பாட்டை மீறிய விஷயம். அவன் என்ன செய்வான். பதிநான்கு வயதுப் பருவத்தில் பிரம்மச்சரியத்தைப் பற்றி செய்யப்படும் போதனைகள் அனைத்தும் முட்டாள்தன மானவை. நீ அடக்கி வைக்கிறாய். ஆனால் பழையப் பாரம்பரியங்களும் குருமார்களும் ரிஷிகளும் பழைய மனோதத்துவ ஞானிகளும் ஆன்மிகவாதிகளும் - அனை வருமே இதற்கு எதிரானவர்கள்தான். ஒரு குழந்தையின் உணர்வு அடக்கப்பட்டது. குற்றமனப்பான்மை உருவாக் கப்பட்டது. இயற்கை நிகழ்வு தடுக்கப்பட்டது.

மறுமுனையில் இப்போது நேரெதிராக நடைபெறு கிறது. நாற்பத்து ஒன்பது வயதில் மனோதத்துவ நிபு ணர்கள் காமத்தைத் தொடருமாறு மக்களை நிர்ப்பந்திக் கிறார்கள். இல்லையென்றால் நீ வாழ்க்கையை இழந்து விடுவாய் என்று கூறுகிறார்கள். பதிநான்கு வயதில் பாலியல் உணர்வு இயற்கையாகத் தோன்றுவதைப் போல நாற்பத்து ஒன்பது வயதில் அது இயற்கையாக மறைந்து விடுகிறது. அது அப்படித்தான் நடக்கும். ஏனென்றால் ஒவ்வொரு வட்டமும் பூர்த்தி செய்யப்பட்டாக வேண்டும்.

அதனால்தான் இந்தியாவில் ஒவ்வொரு மனிதனும் ஐம்பது வயதாகும்போது வானப்பிரஸ்தம் மேற்கொள்ள வேண்டும். முடிவெடுத்திருக்கிறோம். அவனுடையக் கண்கள் காட்டை நோக்கியும் அவனுடைய முதுகு மார்க் கெட்டை நோக்கியும் இருக்கவேண்டும். வானப்பிரஸ்தம் என்பது ஓர் அழகான வார்த்தை. ஒருவன் இமயமலையை நோக்கி, காட்டை நோக்கித் தன் பார்வையைச் செலுத்து வதே இந்த வார்த்தையின் அர்த்தம். அவனுடைய முது குப்புறம் இப்போது வாழ்க்கையையும், லட்சியங்களை யும், ஆசைகளையும் நோக்கி இருக்கும் அனைத்தும்

முடிந்துவிட்டது. அவன் தனிமைடைய நோக்கிப் பயணிக்கத் தொடங்குகிறான். தன்னுடைய இருத்தலை நோக்கிச் செல்லத் தொடங்குகிறான்.

இதற்கு முன்புவரை வாழ்க்கை என்பது மிகப்பெரிதாக அவன் தனிமையில் இருக்க முடியாத வகையில் அமைந்திருந்தது. நிறைவேற்ற வேண்டியப் பொறுப்புகள் பல அவனுக்கு இருந்தன. அவன் குழந்தைகளை வளர்த்து ஆளாக்க வேண்டும். இப்போது அவர்கள் வளர்ந்து விட்டார்கள். உனக்கு நாற்பத்து ஒன்பது வயது ஆகும் போது உன் குழந்தைகளுக்குத் திருமணமாகி அவர்களுக் கென்று ஒரு வாழ்க்கை அமைந்து விடுகிறது. இதற்கு மேலும் அவர்கள் ஹிப்பிகள் அல்லர். அவர்களுக்கு இப் போது இருபத்து எட்டு வயது நடந்து கொண்டு இருக்கும். அவர்களுடைய வாழ்க்கை ஸ்திரம் பெற்றிருக்கும். ஆனால் நீ ஸ்திரமற்றவனாக இருப்பாய். இப்போது நீ வீட்டை விட்டு வெளியேறலாம் - நீ வீடற்றவனாக இருக்கலாம். நாற்பத்து ஒன்பது வயதில் ஒருவனுடையப் பார்வை காட்டை நோக்கி இருக்கவேண்டும். அவன் உட்புறமாக நகரத் தொடங்குகிறான், தியானத்திலும் பிரார்த்தனையிலும் தன்னை மேலும் மேலும் ஈடுபடுத்திக் கொள்கிறான்.

ஐம்பத்தாறு வயதில் மறுபடியும் ஒரு புரட்சிகரமான மாற்றம் ஏற்படுகிறது. இப்போது இமயமலையை நோக்கி பார்வையைச் செலுத்துவது போதுமானதாக இருக்காது. ஒருவன் உண்மையிலேயே இமயமலைக்குச் செல்ல வேண்டும். சென்றாக வேண்டும். வாழ்க்கை முடிவிற்கு வருகிறது. மரணம் நெருங்கிக் கொண்டிருக்கிறது. நாற்பத்து ஒன்பது வயதில் பாலுணர்வின் மீது இருந்த ஆர்வம் போய்விடுகிறது. ஐம்பத்தாறு வயதில் ஒட்டுமொத்தமாக அனைவரின் மீதும் இருக்கும் ஆர்வம்

போய்விடுகிறது. சமூகம், சமூக வழக்கங்கள், கிளப் - ரோட்டரி மற்றும் லயன் அனைத்தின் மீதும் ஆர்வம் போய் விடுகிறது. ஐம்பத்தாறு வயதில் எல்லாவித ரோட்டரி கிளப்புகளிலிருந்தும் லயன்ஸ் கிளப்புகளிலிருந்தும் ஒருவன் வெளியேறி ஆகவேண்டும். அவையெல்லாம் முட்டாள்தனமாகக் குழந்தைத்தனமாக இப்போது அவனுக்குத் தோன்றும். ரோட்டரி கிளப் அல்லது லயன்ஸ் கிளப்புக்குச் சென்று அங்கு டிப்டாப்பாக உடை அணிந்திருக்கும் மனிதர்களைப் பார்க்கும்போது அனைத்தும் குழந்தைத்தனமாகப் புலப்படும். லயன்ஸ் பெயரே பைத்தியக்காரத் தனமாக இருக்கிறது. சிறு குழந்தைகளுக்கு என்றால் பரவாயில்லை. இப்போது சிறு குழந்தைகளுக்கு கப் கிளப்புகள் உள்ளன. குழந்தைகளுக்கு என்னும்போது அது மிகச் சரியானதுதான். ஆனால் லயன் களுக்கும் லயனஸ்களுக்கும்...? இது அவர்களுடைய மனதின் தரக்குறைபாட்டினைக் காட்டுகின்றன. அவர் களும் எந்தவிதமான புத்திசாலித்தனமும் வேறு எதுவுமோ இருப்பதில்லை.

ஐம்பத்தாறு வயதில் சமுதாயச் சிக்கல்களிலிருந்து வெளியே வரும் வகையில் ஒருவன் மிகுந்த முதிர்ச்சி அடைந்திருக்கவேண்டும். முடிந்துவிட்டது! போதுமான வரை அவன் வாழ்ந்துவிட்டான். போதுமானவரை அவன் கற்றுக்கொண்டான். இப்போது அவன் அனைவருக்கும் நன்றி தெரிவித்து விட்டு வெளியே வருகிறான். ஐம்பத் தாறு என்பது தான் ஒருவன் இயற்கையாகச் சந்நியாசம் பெறும் காலகட்டம். ஒருவன் சந்நியாசம் எடுக்க அனைத்தையும் துறக்கவேண்டும். நீ சந்நியாசத்தில் நுழைந்துவிட்டால் இயற்கையாகவே நீ அனைத்தையும் துறந்துவிடுவாய். வாழ்க்கைக்கு உள்புறக் கதவும் இருக்க வேண்டும்; வெளிப்புறக் கதவும் இருக்கவேண்டும். இல்லையென்றால் புழுக்கம் ஏற்பட்டுவிடும். உள்ளே

நுழைந்த நீ வெளியே வரமுடியாமல் போய்விட்டால் புழுக்கமும் வேதனையும் அதிகரித்துவிடும்.

வெளிப்புற வாசல் என்பதுதான் சந்நியாசம். நீ வெளியே வருகிறாய். ஐம்பத்தாறு வயதில் மற்றவர்கள் மீது உனக்கு எந்த அக்கறையும் இருப்பதில்லை.

அறுபத்து மூன்று வயதில் நீ மீண்டும் குழந்தையாகி விடுகிறாய். இப்போது உன்னைப்பற்றி மட்டுமே உனக்கு அக்கறை. அதுதான் தியானம். என்பது - உள்புறமாக நகர்வது. அங்கே நீ மட்டுமே இருக்கிறாய். மறுபடியும் நீ குழந்தையாகி விடுகிறாய். ஆனால் இப்போது வாழ்க்கையின் வளமையோடு மிகவும் முதிர்ச்சியோடு புரிதலோடு மிக அதிக புத்திசாலித்தனத்தோடு இப்போது நீ இருக்கிறாய். இப்போது மறுபடியும் உனக்கு அப்பாவித்தனம் ஏற்படுகிறது. நீ உள்புறமாக நகரத் தொடங்குகிறாய். நீ மரணத்தைச் சந்திப்பதற்கு ஏழு வருடம் மட்டுமே எஞ்சியிருக்கின்றன. நீ மரணத்திற்குத் தயாராக இருக்க வேண்டும். சரி, மரணத்திற்கான தயார் நிலை என்றால் என்ன?

கொண்டாட்டத்துடன் இறப்பதே மரணத்திற்கான தயார் நிலையாகும். சந்தோஷத்துடன், மகிழ்ச்சியுடன், விருப்பத்துடன், வரவேற்புடன் மரணத்தை எதிர்கொள்ளத் தயாராக இருக்கவேண்டும். கடவுள் நீ கற்றுக் கொள்வதற்கு ஒரு வாய்ப்பளித்தார். நீ கற்றுக் கொண்டால். இப்போது நீ ஓய்வு எடுக்க வேண்டும். இப்போது நீ உச்சத்திலிருக்கும் வீட்டிற்குச் செல்லவேண்டும்.

இப்போது முடிந்திருப்பது ஒரு சொற்பகால வாழ்க்கை. ஒரு புதிய பூமியில் நீ சுற்றித் திரிந்தாய். புதிய வர்களுடன் வாழ்ந்தாய். புதியவர்களை நீ நேசித்தாய். நிறைய விஷயங்களை நீ கற்றுக்கொண்டாய் இப்போது உரிய நேரம் வந்துவிட்டது. இளவரசன் தன் சொந்த இராஜ்ஜியத்திற்குத் திரும்பவேண்டும்.

அறுபத்துமூன்று வயதில் ஒருவன் தன்னுடைய சுயத்தினால் பூரணமாக மூடப்பட்டு விடுகிறான். மொத்த சக்தியும் உள்ளுக்குள்ளே உள்ளுக்குள்ளே சுற்றிக் கொண் டிருக்கிறது. நீ சக்தி வட்டமாக மாறுகிறாய். வேறு எங்கும் நீ செல்வதில்லை. படிப்பதில்லை, அதிகமாகப் பேசுவ தில்லை. மேலும் மேலும் அமைதி மேலும் மேலும் சுயத்துடன் உன்னைச் சுற்றி நடக்கும் எதையுமே பொருட்படுத்தாமல் பூரணமான சுதந்திரத்துடன் இருப்பது சக்தி கொஞ்சம் கொஞ்சமாகக் குறைகிறது.

எழுபது வயதில் நீ தயாராக இருக்கிறாய். இந்த இயற்கையான நெறிமுறைகளை நீ பின்பற்றினால் மரணத்திற்குச் சிறிது காலம் முன்பு. மரணத்திற்குச் ஒன்பது மாதத்திற்கு முன்பு மரணத்தைப் பற்றி நீ தெரிந்து கொள்வாய். ஒரு தாயின் கருவறையில் குழந்தை ஒன்பது மாதம் கடந்து வருவதைப் போன்றே அதேவட்டம் மறுபடியும் திரும்புகிறது. அந்தத் திருப்பம் எந்த மாற்றமு மின்றி அப்படியே நடைபெறுகிறது. மரணம் வரும்போது ஒன்பது மாதத்திற்கு முன்பாக அதைப்பற்றிய விழிப்பு உனக்கு ஏற்பட்டுவிடும். நீ மீண்டும் கருவறைக்குள் நுழையப் போகிறாய். இந்தக் கருவறை இப்போது தாய்க்கு அப்பாற்பட்டு இருக்கிறது. அந்தக் கருவரை உன்னுள் இருக்கிறது.

ஒரு கோயிலில் பிரதானமாக இருக்கும் இடத்தை இந்தியர்கள் 'கர்ப்பம்' என்று அழைக்கிறார்கள். கருவறை என்று சொல்லப்படுகிறது. இந்தப் பெயர் குறியீடாக வழங்கப்பட்டு வருகிறது. இதுதான் ஒரு மனிதன் கடைசிகால கட்டத்தில் நுழைய வேண்டியக் கருவறை - ஒன்பது மாதம் - ஒருவன் தன்னுடையச் சுயத்திற்குள் நுழைவது, ஒருவனுடையச் சொந்த உடலே கருவறையாக மாறுவது ஒருவன் கோயிலின் உள்ளார்ந்தப் பகுதிக்கு, தீபம் எப்போதும் இருந்து கொண்டிருக்கும் பகுதிக்கு ஒளி

எப்போதும் இருந்து கொண்டிருக்கும் பகுதிக்குக் கடவுள் எப்போதும் இருந்து கொண்டிருக்கும் பகுதிக்கு ஒருவன் செல்லுகிறான்.

இது இயற்கையாக நடைபெறும் நிகழ்ச்சி. இந்த இயற்கை நிகழ்ச்சிக்கு எந்த எதிர்காலமும் தேவையில்லை. இந்தக் கனத்தில் நீ இயற்கையாக வாழ்ந்து கொண்டிருக்கிறாய். அடுத்த கணம் இதிலிருந்து தானாக வரும். ஒரு குழந்தை வளர்ந்து இளைஞனாவது போல இது தானாக நடக்கும். இதற்காக எந்தத் திட்டமும் தேவையில்லை. இது இயற்கையாக நடக்கக்கூடியது. ஓர் ஆறு பாய்ந்து வந்து கடலில் கலப்பதைப் போல அதே முறையில் நீயும் ஓடிவந்து இறுதியில் கடலில் கலக்கிறாய். ஆனால் ஒருவன் இயற்கையாக, மிதந்தபடி அந்தக் கணத்திலேயே இருக்கவேண்டும். நீ எதிர்காலத்தையும், லட்சியத்தையும், ஆசையையும் பற்றிச் சிந்திக்கத் தொடங்கினால் அந்தக் கணத்தை நீ தவறவிட்டு விடுவாய். தவறிய இந்தக் கணம் ஒருவித வெறுப்பை உருவாக்கிவிடும். ஏனென்றால் எப்போதும் நீ எதையோ இழந்துவிட்டவனைப் போலவே இருப்பாய். ஓர் இடைவெளி அங்கே இருந்து கொண்டேயிருக்கிறது.

ஒரு குழந்தை அதன் குழந்தைப் பருவத்தில் சரியான முறையில் வாழவில்லையென்றால் அந்த வாழாத குழந்தைப்பருவம் இளமைப்பருவத்திற்குள் நுழைந்து விடுகிறது - அது வேறு எங்கே செல்லும்? அது எப்படியேனும் வாழ்ந்தாக வேண்டும். நான்கு வயது குழந்தை ஆடுவதும், ஓடுவதும், குதிப்பதும், பட்டாம்பூச்சியைப் பிடிப்பதும் பார்ப்பதற்கு அழகாக இருக்கும். ஆனால் இருபது வயது இளைஞன் ஒருவன் பட்டாம்பூச்சியின் பின்னால் ஓடினால் அவன் கிறுக்குப் பிடித்தவன். அவன் மனநோய் ஆஸ்பத்திரியில் சேர்க்கப்பட வேண்டியவன். இந்தச் செய்கையை நான்கு வயதில் செய்தால் அதில்

எந்தத் தவறும் இல்லை. அது இயற்கையானது. அப்படித்தான் செய்யவேண்டும். சரியானச் செயல்பாடு அதுதான். அந்தக் குழந்தை பட்டாம்பூச்சியின் பின்னால் ஓடாவிட்டால் அவனிடம் ஏதோ ஒரு கோளாறு இருக்கிறது என்று அர்த்தம். மனோதத்துவ நிபுணரிடம் அவன் அழைத்துச் செல்லப்பட வேண்டும்.

அந்தப் பருவத்தில் இந்த விளையாட்டு சரியானது தான். ஆனால் இருபது வயதில் அவன் பட்டாம்பூச்சியைத் துரத்திக் கொண்டு ஓடினால் அவனிடம் ஏதோ தவறு இருக்கிறது என்று நீ சந்தேகப்பட வேண்டும். அவன் உடல் வளர்ச்சிப் போதுமானதாக இருந்தாலும் அவனுடைய மன வளர்ச்சியில் ஏதோ ஒரு குறைபாடு உள்ளது. குழந்தைப் பருவத்தில் அவன் முழுமையாக வாழ்வதற்கு அனுமதிக்கப்படவில்லை என்பது தான் இதன் பொருள். அவன் குழந்தைப் பருவத்தை முழுமையாக வாழ்ந்திருந்தால் அந்த இளைஞன் அழகானவனாகவும், புத்துணர்வு கொண்டவனாகவும், குழந்தைப் பருவத்தினால் எந்தவிதக் குறைபாடும் இல்லாதவனாகவும் பழையத் தேவை உரிப்பதைப் போல அவன் தன்னுடைய பழைய குழந்தைப் பருவத்தை கழற்றி எறிந்திருப்பான். புத்துணர்வோடு அவன் வெளியே வந்திருப்பான். ஓர் இளைஞனுக்கே உள்ள புத்திசாலித்தனம் கொண்டவனாக கிறுக்குத் தனம் சற்றும் இல்லாமல் அவன் விளங்குவான்.

உன்னுடைய இளமைப்பருவத்தை நீ முழுமையாக வாழ். கிழக்கிந்திய மற்றும் பழங்காலத்தவர்கள் சொல்பவற்றைக் கண்டு கொள்ளாதே. நீ அவர்களை எங்காவது சந்திக்க நேரிட்டால் அவர்களை உடனடியாக கொன்று விடு. அவர்கள் கூறும் அறிவுரையைக் கேட்காதே. ஏனென்றால் உன்னுடைய இளமையை அவர்கள் பாழாக்கி விடுவார்கள். உன்னுடைய இளமையைய் அவர்கள் அடக்குமுறை செய்வார்கள். அவர்கள் பாலுணர்வுக்கு

எதிரானவர்கள். ஒரு சமூகம் பாலுணர்விற்கு எதிராக இருந்தால் அது உன் வாழ்க்கை முழுதும் தொடர்ந்து கொண்டே இருக்கும். அது விஷமாக மாறிவிடும். எனவே நீ பாலுணர்வை அனுபவித்து வாழ்.

பதிநான்கிலிருந்து இருப்பத்தி ஒரு வயதுவரை ஒருவன் பாலுணர்வின் சிகரத்தில் இருக்கிறான். இன்னும் மிகச் சரியாகச் சொல்லப்போனால் ஒருவன் பதினேழு அல்லது பதினெட்டு வயதில்தான் பாலுணர்வின் உச்சகட்டத்தை அடைகிறான். அந்தப் பருவத்தில் அந்த அளவிற்கு அவனுக்கு ஆண்மையிருக்காது. அந்தக் கணங்கள் தவறவிடப்படுமேயானால் ஓர் அழகான அற்புதத்தை அவனால் அடையமுடியாமல் போய்விடும். நான் தொடர்ந்து பிரச்சினைக்கு ஆளாகிறேன். ஏனென்றால் உனக்குக் குறைந்த பட்சம் இருபத்தொரு வயது ஆகும் வரை உன்மீது அடக்கு முறையைச் சமூகம் நிர்ப்பந்திக் கிறது. அதாவது பாலுணர்வை அடைதல், பாலுணர்வைக் கற்றல், பாலுணர்வில் நுழைதல் ஆகியவற்றிற்கான மிகப்பெரிய வாய்ப்புகள் இழுக்கப்பட்டுவிடுகிறது. நீ இருபத்து ஒன்று, இருபத்து இரண்டு வயதாகும் போது பாலுணர்வைப் பொறுத்தவரை உரிய பருவத்தைத் தாண்டி விடுகிறாய். பதினேழு வயதிலிருக்கும் போது நீ சிகரத்தி லிருந்தாய் - மிகுந்த ஆண்மையோடும் மிகுந்த சக்தி யோடும். பாலுணர்வு என்பது உன்னுடைய ஒவ்வொரு செல்லிலும் பரவியிருக்கும். சாஸ்வதமான ஒரு பரம சுகக் குளியல் உன்மொத்த உடலையும் ஈரப்பதம் ஆக்கி யிருக்கும்.

பாலுணர்வு என்பது 'சமாதி' நிலையாக மாறும் என்று நான் கூறும்போது நான் எழுபது வயது நிறைந்த மனிதரைக் குறிப்பிடவில்லை என்பதை நினைவு வைத்துக்கொள். நான் குறிப்பிடுவது பதினேழு வயது இளைஞர்களை மனதில் வைத்துதான். அதாவது பாலியல் மூலமாக மேல்

மட்டப் பிரக்ஞை தன்மையை அடைபவர்களைப் பற்றித்தான். முதியவர்கள் என்னிடம் வந்து கூறுவார்கள். ''நாங்கள் உங்கள் நூல்களைப் படித்திருக்கிறோம். ஆனால் அதில் குறிப்பிட்டிருப்பதைப் போல எங்களால் அடைய முடியவில்லை.''

உன்னால் எப்படி முடியும்? நீ உரிய நேரத்தைத் தவற விட்டுவிட்டாய். அதற்கு மாற்றாக எதையும் வைக்க முடியாது. இதற்கு நான் பொறுப்பு அல்ல. உன் சமூகம் தான் பொறுப்பு. அவர்கள் சொல்வதைக் கேட்டதுதான் உன் தவறு.

பதிநான்கு முதல் இருபத்தொரு வயது பருவத்தில் பாலுணர்வைப் பொறுத்தவரை அவன் பரிபூரண சுதந்திரத்துடன் செயல்படுகிறான். பாலுணர்வைப் பற்றி அவனுக்கு எந்தக் கவலையும் இருப்பதில்லை. அவன் முற்றிலும் சுதந்திரமாக இருக்கிறான். அவன் பாலு ணர்வை சற்றும் சட்டை செய்வதில்லை. பிளேபாய் பத்திரிகையையோ பிளே கேர்ள் பத்திரிகையையோ பார்க்க வேண்டும் என்ற ஆசை அவனுக்கு இருப்ப தில்லை. நிர்வாணமான, விரசமானப் படங்களை அவன் பீரோவுக்குள்ளோ அல்லது பைபிள் புத்தகத்திற்குள்ளோ மறைத்து வைப்பதில்லை. அவன் பெண்ணின் மீது ராக்கெட் விடுவதில்லை. பின்புறத்தைக் கிள்ளுவதில்லை. இவையெல்லாம் அருவருப்பான செயல்களாக உனக்குத் தோன்றுகின்றன. இதையெல்லாம் பொருட்படுத்தாமல் ஏன் இப்படி நடந்து கொள்ளுகிறார்கள் என்ற எண்ணம் மட்டும் உனக்கு ஏற்படும்.

ஒரு பெண்ணின் உடலை இடித்துக் கொண்டு நிற்கும் வாய்ப்பு உனக்குக் கிடைக்குமேயானால் அதை நீ தவறவிடுவதில்லை. ஓர் உடலின்மீது தேய்த்துக் கொண்டிருப்பது எவ்வளவு அருவருப்பான விஷயம். ஏதோ ஒரு விஷயம் உன்னுள் நிறைவேறாமல் தங்கி

விட்டது. ஒரு வயதானவன் காமக் கண்களுடன் வெறியோடு பார்ப்பதைவிட இந்த உலகத்திலேயே அசிங்கமான விஷயம் வேறொன்றுமில்லை. இப்போது அவனுடையக் கண்கள் அப்பாவித்தனமாக இருக்க வேண்டும். இப்போது எல்லாவற்றையும் அவன் முடித்துக் கொண்டிருக்க வேண்டும். பாலுணர்வு என்பது ஏதோ ஓர் அருவருப்பான ஒரு விஷயம் என்பதல்ல. நினைவு வைத்துக் கொள். நான் பாலுணர்வை அருவருப்பான விஷயம் என்று சொல்லவில்லை. உரிய நேரத்தில் உரிய பருவத்தில் இருக்கும்போது பாலுணர்வு அழகானதாக விளங்குகிறது. பருவம் கடந்து, காலம் கடந்து அது காணப்பட்டால் அருவருப்பாகத் தான் காட்சியளிக்கும். தொண்ணூறு வயது முதியவருக்குப் பாலுணர்வு இருந்தால் அது ஒரு வியாதியாகும். அதனால்தான் மக்கள் அவனை 'கேடுகெட்டக் கிழவன்' என்று தூற்றுகிறார்கள்.

ஓர் இளைஞனுக்கு இருக்கும் பாலியல் உணர்வு என்பது அழகானது. அதில் ஜீவாதாரம் இருக்கும். ஆனால் ஒரு முதியவர் கொண்டிருக்கும் பாலுணர்வு அவன் வாழாத வாழ்க்கையைப் பிரதிபலிக்கும். ஒரு வெறுமை யான வாழ்க்கை. முதிர்ச்சி அடையாத வாழ்க்கை. அவன் வாய்ப்பைத் தவறவிட்டவன். இப்போது அவனால் எதையும் செய்ய முடியவில்லை. அவன் பாலுணர்வைப் பற்றியே சிந்தித்துக் கொண்டிருப்பான். அவனுடைய மனதில் உளைச்சல் இருந்துகொண்டே இருக்கும். கற்பனையில் சஞ்சரித்துக் கொண்டேயிருப்பான்.

நினைவு வைத்துக்கொள். ஒரு சரியான சமூகம் என்பது ஒருவனுக்குப் பதிநான்கிலிருந்து இருபத்து ஒன்று வயதுவரை பாலுணர்வைப் பொறுத்தவரை முழுமையான சுதந்திரத்தை அனுமதிக்கும். அதன்பிறகு பாலுணர்வு இயற்கையாகக் குறைந்து கொண்டே வரும். இந்தக் கால

கட்டத்திற்கு அப்பால் பாலுணர்வு இருக்காது. அந்த வியாதி அங்கு இருக்காது. அது கனியும் கணத்திலேயே அதை நீ வாழ்ந்து விடவேண்டும். அந்தக் கணம் கடந்தபின் அதை நீ மறந்துவிடவேண்டும். நீ வாழ்ந்தால் மட்டுமே உன்னால் மறக்க முடியும். இல்லையென்றால் அந்த நிராசை உன்னுள் ஒரு வடுவாக அழியாமல் தங்கிவிடும்.

கிழக்கில் சொல்லப்படும் அறிவுரைகள் எதுவாக இருந்தாலும் நீ ஏற்றுக் கொள்ளாதே நீ இயற்கையை கவனி. இதுதான் காதலிப்பதற்குச் சரியான தருணம் என்று இயற்கை கூறினால் காதலிக்கத் தொடங்கிவிடு. துறவறம் மேற்கொள்வதற்கு இதுதான் சரியான தருணம் என்று இயற்கை கூறினால் நீ துறவறம் மேற்கொண்டுவிடு. மேற்கில் உள்ள பைத்தியக்காரத்தனமான மனோதத்துவ வாதிகளின் பேச்சைக் கேட்காதே. அவர்களிடம் நவீனக் கருவிகள் இருக்கலாம் - மாஸ்டர்ஸ் மற்றும் ஜான்சன் மற்றும் சிலர் இருக்கலாம். பல பரிசோதனைகளை அவர்கள் நடத்தியிருக்கலாம். ஆனால் வாழ்க்கையைப் புரிந்து கொள்ளாதவர்கள் அவர்கள். உண்மையைச் சொல்லப்போனால் மாஸ்டர்களும், ஜான்சன்களும், கின்சிக்களும் பாலியலில் வல்லமை பெற்றவர்களா? என்பதில் எனக்கும் சந்தேகம் உண்டு. பாலியலில் அவர்கள் பலவீனமானவர்களாகத்தான் எனக்குப் படுகிறது. இல்லையென்றால் எதற்காக இவர்கள் நவீனக் கருவிகளைக் கொண்டு ஆயிரக்கணக்கான பெண்குறி களைப் பரிசோதிக்கவேண்டும். ஒரு பெண் அவனிடம் நெருக்கமாக இருக்கும்போது அவன் உடலின் உள்ளே என்ன நடக்கிறது என்பதை ஏன் நோட்டமிடுகிறார்கள். அதைப்பற்றி இவர்களுக்கு ஏன் இந்த அக்கறை? என்ன ஒரு முட்டாள்தனம். சில விஷயங்களில் வெறுப்பு அடையும்போது இந்த மாதிரி செய்கைகள் நடைபெறுவது இயற்கை. இப்போது மாஸ்டர்களும், ஜான்சன் களும் வல்லுநர்களாகிவிட்டார்கள். இறுதிக் கட்ட

ஆலோசனையைத் தருபவர்கள் அவர்கள்தான். உனக்குப் பாலியல் ரீதியாக ஏதாவது பிரச்சினையிருந்தால் இறுதி ஆலோசனையைப் பெறுவதற்கு நீ அவர்களிடம் தான் செல்கிறாய். அவர்கள் இளமைப்பருவத்தில் தவறவிட்ட வர்கள். அவர்களுடையப் பாலியல் வாழ்க்கையைச் சரியான முறையில் அனுபவிக்கவில்லை. என்பதுதான் என்னுடைய சந்தேகம் எங்கோ ஓர் இடத்தில் ஏதோ ஒரு விஷயம் நிறைவேறாமல் போய்விட்டதால் இந்தத் தந்திரங்களின் மூலம் அவர்கள் திருப்திப்பட்டுக் கொள் கிறார்கள்.

ஒரு விஷயம் விஞ்ஞானத்தின் போர்வையை உடுத்திக் கொண்டால் நீ எதை வேண்டுமானாலும் செய்யலாம். இப்போது அவர்கள் போலியான எலக்ட்ரிக் ஆண்குறி களை உருவாக்கியிருக்கிறார்கள். அந்த எலக்ட்ரிக் ஆண் குறிகளைத் தூண்டி அதனை உண்மையான பெண் குறிகளில் நுழைக்கிறார்கள். உள்ளே என்னென்ன நடக்கிறது என்பதை ஆராய்ச்சி செய்கிறார்கள். எந்த உறுப்பில் தவறு இருக்கிறது என்பதை ஆராய்கிறார்கள். எந்த ஹார்மோன்கள் வெளிப்படுகின்றன. எந்த ஹார் மோன்கள் வெளிப்படாமல் இருக்கின்றன. எத்தனைக் காலத்திற்கு ஒரு பெண்ணால் தாக்குபிடிக்க முடிகிறது என்பதையெல்லாம் அவர்கள் ஆராய்ச்சி செய்கிறார்கள். இறுதி முடிவாக அவர்கள் கூறுவது என்னவென்றால் மரணப்படுக்கையில் கூட ஒரு பெண்ணால் காதலில் ஈடுபடமுடியும்.

அவர்களுடைய ஆலோசனை என்னவென்றால் உண்மையில் மெனோபாஸ் பருவத்திற்குப் பிறகுதான் ஒரு பெண்ணால் இன்னும் சிறப்பாக முன்பைவிடச் சிறப்பாக காதலில் ஈடுபடமுடிகிறது - அதாவது அந்தப் பெண் நாற்பத்து ஒன்பது வயதைக் கடந்தபின் அவர்கள் ஏன் இப்படிச் சொல்கிறார்கள்? ஏனென்றால் நாற்பத்து ஒன்பது

வயதிற்கு முன்பு கர்ப்பம் அடைவதை நினைத்து ஒரு பெண் எப்போதும் பயந்துகொண்டிருப்பாள். கருத்தடை மாத்திரைகளை அவள் உட்கொண்டாலும் அந்த மாத்திரைகளுக்கு நூறு சதவிகிதம் உத்தரவாதம் இருப்பதில்லை. அதனால் ஒரு பயம் எப்போதும் இருந்து கொண்டே இருக்கிறது. நாற்பத்து ஒன்பது வயதிற்குப் பின்னர் மெனோபாஸ் பருவம் வரும்போது மாதவிடாய் நின்று விடும்போது அவளுக்கு எந்தவித பயமும் இருப்பதில்லை. அந்தப் பெண் முற்றிலும் சுதந்திரமாக இருக்கிறாள்.

இவர்களுடைய போதனைகள் தொடர்ந்து பரவுமேயானால், இத்தகைய பெண்கள் பணத்திற்காக வேசிகளாக மாறக்கூடிய நிலை ஏற்படும். வயதான பெண்கள், ஆண்களைத் துரத்தத் தொடங்குவார்கள். ஏனென்றால், இப்போது அவர்களுக்கு எந்தப் பயமும் இருப்பதில்லை. இதற்கு அங்கீகாரம் அதிகார வர்க்கத்தினரால் அளிக்கப்பட்டு விடுகிறது. உண்மையைச் சொல்லப் போனால், எந்தவிதப் பொறுப்புகளுமின்றி, அனுபவிப்பதற்கு இதுதான் சரியான தருணம் என்று அவர்கள் சொல்கிறார்கள். ஆண்களுக்கும் இதையே தான் அவர்கள் சொல்லித் தருகிறார்கள். அறுபது வயதில், ஒரு நாளைக்கு ஐந்து முறைகள் உடலுறவு கொள்ளக்கூடிய மனிதனை அவர்கள் சந்திக்க நேரிடுகிறது. இத்தகைய மனிதன் கிறுக்குத்தனமானவனாகத் தான் தோன்றும். அவனுடைய உடலில் உள்ள ஹார்மோன்களில் ஏதோ ஒரு விதக் குறைபாடு இருப்பதாகத்தான் அர்த்தம். அறுபது வயதில் அவன் இப்படி நடந்துகொண்டால்! அவன் இயற்கைக்குப் புறம்பானவன், ஏனென்றால், பல வாழ்க்கைகளில் நான் சுயமாக அனுபவித்துத் தெரிந்துகொண்டதைத் தான் இப்போது உன்னுடன் பகிர்ந்துகொள்கிறேன். அவை எனக்கு நன்றாக நினைவிருக்கிறது - நாற்பத்தொன்பது வயதில், இயற்கையான மனிதன், பெண்கள் மீது நாட்டம்

கொள்வதில்லை. அந்த நாட்டம் என்பது, எப்படி வந்ததோ, அப்படியே போய்விடுகிறது.

வரக்கூடிய எல்லா விஷயங்களும் போய்த்தான் ஆகவேண்டும். எழும்பக்கூடிய அனைத்து விஷயங்களும் கீழே விழுந்துதான் ஆகவேண்டும். கடலில் எழும்பும் அவை மறைந்துதான் தீரவேண்டும். பதினான்கில் வருவது, நாற்பத்தொன்பதில் போய்த்தான் ஆகவேண்டும்.

ஆனால், ஒரு மனிதன் அறுபது வயதில், ஒரு நாளைக்கு ஐந்து முறை உடலுறவு கொள்வது என்பது - ஏதோ ஒன்றில் தவறு இருக்கிறது. அவனுடைய உடலில் ஊனம் இருக்கிறது. அது சரியானபடி, இயற்கையாக இயங்கவில்லை என்றுதான் அர்த்தம்.

நீ இந்தக் கணத்தை முழுமையாக வாழ்ந்தால், பிறகு, எதிர்காலத்தைப் பற்றி நீ கவலைகொள்ள அவசியமிருக்காது. சரியான முறையில் வாழப்படும்.

குழந்தைப்பருவம், உனக்குச் சரியான முறையில், கனிந்த ஓர் இளமைப்பருவத்தை வகுத்துக் கொடுக்கிறது - நீரோட்டமான, ஜீவன் மிகுந்த, உயிர்ப்புள்ள, கடலளவு சக்தி ஓட்டம் உன்னுள் பொங்கிப் பிரவாகம் எடுக்கும். சரியான முறையில் வாழப்பட்ட இளமைப்பருவம், உனக்கு ஸ்திரமான, அமைதியான வாழ்க்கையை அமைத்துக் கொடுக்கும். சஞ்சலமற்ற, அமைதியான வாழ்க்கை, மத ரீதியான விசாரணையை உனக்குள் தோற்றுவிக்கும். வாழ்க்கை என்பது என்ன? வெறுமனே வாழ்வது அர்த்தமற்றது. துன்பங்களை ஒருவன் நேர்கொள்ள வேண்டும். அமைதியான வாழ்க்கை, உனக்குத் தியானிக்கும் கணங்களை ஏற்படுத்திக் கொடுக்கும். பயனற்ற விஷயங்களை அப்புறப்படுத்துவதற்கு, உனக்குத் தியானம் வழிவகுக்கும். கழிவுகளையும், குப்பைகளை அது வெளியே தூக்கி எறிந்துவிடும். உன்னுடைய மொத்த வாழ்க்கையும் குப்பைக் கூளமாகிவிட்டாலும், ஒரே ஒரு விஷயம்

மட்டும், உன்னுள் சாசுவதமாக மதிப்பேது நிலைத்து நிற்கும். அதுதான் உன்னுடைய விழிப்புணர்வு என்பது.

உன்னுடைய எழுபதாவது வயதில், நீ இறப்பதற்குத் தயாராக இருக்கும் நிலையில் - நீ எல்லா விஷயங்களிலும் சரியானபடி வாழ்ந்திருந்தால், இந்தக் கணத்தில், எதிர் காலத்துக்குத் தள்ளிப்போடாமல், எதிர்காலக் கனவில் மிதக்காமல், நீ முழுமையாக இந்தக் கணத்தில் வாழ்ந் தால், எது எப்படியிருந்தாலும் - உன்னுடைய மரணம் வருவதற்கு ஒன்பது மாதத்திற்கு முன்னரே, அதைப் பற்றிய விழிப்பு உனக்கு ஏற்படும். அந்த அளவுக்கு, நீ விழிப்புணர்வை நீ அடைந்திருப்பாய். மரணம் வருவதை, உன்னால் பார்க்க முடியும்.

பல துறவிகள், தங்களுக்கு நேரப் போகும் மரணத்தைப் பற்றி முன்னரே அறிவித்திருக்கிறார்கள். ஆனால், ஒன்பது மாதத்திற்கு முன்னரே, மரணம் வரப் போவதை அறிந்துகொண்டு, அதைப் பற்றி அறிவித்ததாக, நான் ஒருவரைக் கூடக் கேள்விப்பட்டதில்லை. சரியாக ஒன்பது மாதத்திற்கு முன்பு, விழிப்புணர்வு பெற்ற ஒரு மனிதன், கடந்த காலத்தின் தாக்கம் எதுவும் இல்லாமல்... ஏனென்றால், எதிர்காலத்தைப் பற்றிச் சிந்திக்காத மனிதனுக்கு, கடந்த காலத்தின் தாக்கம் இருப்பதில்லை. இரண்டும் தொடர்புடையது, கடந்த காலமும் எதிர் காலமும் ஒன்றுக்கொன்று தொடர்புடையது. நீ எதிர்காலத்தைப் பற்றிச் சிந்திக்கும்போது, அது கடந்த காலத்தின் தாக்கமாகத்தான் வெளிப்படுகிறது. நீ கடந்த காலத்தைப் பற்றி அசைபோடுவது, எதிர்காலத்தைக் குறித்து நீ திட்டமிடுகிறாய் என்பதைத் தவிர வேறொன்று மில்லை. இரண்டும் ஒன்றுக்கொன்று தொடர்புடையவை. ஆனால், நிகழ்காலம் என்பது, இரண்டையுமே சாராமல் தனித்து நிற்பது. இந்தக் கணத்தில், இப்போதே, இங்கேயே இருக்கும் மனிதனுக்கு கடந்த காலத்தின்

தாக்கமும் இருப்பதில்லை, எதிர்காலத்தைப் பற்றிய கனவும் இருப்பதில்லை. எந்தச் சுமைகளும் இல்லாமல் அவன் வாழ்கிறான் - அவன் சுமப்பதற்கு எந்தப் பாரமும் இருப்பதில்லை. எடையின்றி அவன் உலவுகிறான். புவி ஈர்ப்பு விசை அவனைப் பாதிப்பதில்லை. உண்மையைச் சொல்லப்போனால், அவன் நடப்பதில்லை, அவன் பறக்கிறான். அவன் சிறகுகளைப் பெற்றிருப்பவன்...

அவன் இறப்பதற்கு முன், சரியாக ஒன்பது மாதத்திற்கு முன்னரே, மரணத்தின் வருகை பற்றிய விழிப்புணர்வு அவனுக்கு வந்துவிடும். அதன்பிறகு அவன் மகிழ்ச்சியோடு இருப்பான், கொண்டாடுவான், மக்களிடம் இப்படிக் கூறுவான், ''என்னுடைய கப்பல் வந்துவிட்டது, கரையில் நான் இருக்கப் போவது இன்னும் சில காலம்தான். விரைவில் என் வீட்டிற்கு நான் செல்லப் போகிறேன். நான் இங்கு வாழ்ந்த வாழ்க்கை அழகானது, அது ஒரு புதுமையான அனுபவம், நான் நேசித்தேன், பலவற்றைக் கற்றுக்கொண்டேன், நன்றாக வாழ்ந்தேன், இப்போது நான் வளம் மிகுந்தவனாக இருக்கிறேன். நான் வரும்போது எதுவும் கொண்டிருக்கவில்லை. ஆனால், போகும்போது நிறைய அனுபவங்களுடனும், மிகுந்த முதிர்ச்சியுடனும், செல்கிறேன்.''

நடந்தவை அனைத்துக்கும் அவன் நன்றி செலுத்துகிறான் - நல்லவை, கெட்டவை இரண்டுக்கும், சரியானவை, தவறானவை இரண்டுக்கும், ஏனென்றாலும், எல்லாவற்றிலிருந்தும் அவன் கற்றுக் கொண்டான். சரியானவற்றில் மட்டுமல்லாமல், தவறானவற்றிலும் கூட, அவன் கற்றுக்கொண்டான். அவன் வழியில் சந்தித்த துறவிகளிடமிருந்து, பல விஷயங்களை அவன் கற்றுக் கொண்டான். பாவிகளிடமிருந்தும் பல விஷயங்களை அவன் கற்றுக் கொண்டான். அவனிடமிருந்து திருடிய வர்கள் உதவியிருக்கிறார்கள். நண்பர்களாக இருந்தவர்கள்

உதவி யிருக்கிறார்கள், எதிரிகளாக இருந்தவர்கள் உதவி யிருக்கிறார்கள். அனைத்தும் அவனுக்கு உதவி செய்திருக் கின்றன. கோடையும் குளிரும், திருப்தியும் பசியும், அனைத்தும் உதவியிருக்கின்றன. அனைத்திற்கும் அவன் நன்றிக்கடன் பட்டவனாக இருக்கிறான்.

அனைவருக்கும் நன்றி செலுத்துபவனாக ஒருவன் இருக்கும்போது, கொண்டாட்டத்துடன் இறக்கும் மனோ நிலையில் இருக்கும்போது, மரணத்தை ஒரு வாய்ப்பாகக் கருதும்போது, அவனுடைய மரணம் அழகாகச் சம்பவிக் கிறது. மரணம் என்பது எதிரியல்ல, அது ஒரு மாபெரும் நண்பன். காரணம், அதுதான் வாழ்க்கையின் உச்சகட்ட இன்பம். வாழ்க்கை அடையக்கூடிய அதிகபட்ச சிகரம் மரணம்தான். அது வாழ்க்கையின் முடிவு அல்ல. அது ஓர் இறுதிக்கட்டம், அவ்வளவுதான். அது முடிவு போன்று தோற்றம் அளிக்கிறது, அவ்வளவுதான். ஏனென்றால், வாழ்க்கையைப் பற்றி நீ அறிந்து கொள்ளவில்லை. வாழ்க்கையைப் பற்றி அறிந்து கொண்டவனுக்கு, அது ஓர் உச்சகட்டத்தைப் போல, ஒரு மிக உயர்ந்த சிகரத்தைப் போலத் தான் தோன்றும்.

மரணம் என்பது உச்சகட்டம், பரிபூரணமான திருப்தி. வாழ்க்கை என்பது மரணத்தில் முடிவடைவதில்லை. உண்மையைச் சொல்லப் போனால், அதிலிருந்துதான் அது பூக்கத் தொடங்குகிறது. அதன்பிறகு தான் பூ உருவாகிறது. ஆனால், மரணத்தின் அழகைத் தெரிந்துகொள்ள விரும்பி னால், அதனை எதிர்கொள்ள அவன் தயாராக இருக்க வேண்டும், அந்தக் கலையை அவன் கற்றிருக்க வேண்டும். அதனால்தான், 'நான் இங்கே இருப்பது, எப்படி மரணத்தை எதிர்கொள்ள வேண்டும் என்பதைப் போதிப்பதற்காகத் தான்' என்று நான் திரும்பத் திரும்பச் சொல்லிக்கொண்டே வருகிறேன். ஒரு குரு என்பவர் மரணம், அவர், தன்னுள் நீ இறப்பதற்கு அனுமதிக்கிறார்.

கடந்த காலத்தின் ஒவ்வொரு கணத்திலும் நீ இறப்பதற்கு அவர் உதவி செய்கிறார். இந்தக் கணத்தில், கடந்த காலத்தின் தாக்கம் எதுவும் இன்றி, சுத்தமாக இருப்பதற்கும் அவர் உதவுகிறார். இந்தச் சிறிய நீதிக்கதை அற்புதமானது. அது சொல்கிறது:

உவைஸ் - அல் - கார்னியிடம் சிறிதளவு பணம் தரப்பட்டது.

பணம் என்பது எதிர்காலத்தின் அடையாளச் சின்னமாக விளங்குகிறது. நீ பணத்தைச் சேர்ப்பது எதற்காக? எதிர்காலத்துக்காக. பணம் என்பது எதிர்காலம், பணம் என்பது மறைந்திருக்கும் எதிர்காலம். அதனால்தான், நிகழ்காலத்தில் வாழாத மக்கள், எப்போதும் பணத்தின் மீது பற்றுக்கொள்கிறார்கள். அவர்கள் நேசத்தை இழப்பதற்குத் தயாராக இருப்பதில்லை. ஏனென்றால், நேசம் என்பது எதிர்காலத்துக்கான உத்தரவாதமாக இருப்பதில்லை. இப்போது வேண்டுமானால் அது நல்லதாகத் தெரியும். ஆனால், முதுமையில் அதை வைத்துக் கொண்டு உன்னால் என்ன செய்ய முடியும்? கருமியாக இரு, பணத்தைச் சேர்ப்பதிலேயே கவனமாக இரு. ஏனென்றால், எதிர்காலத்தில் பணம்தான் உதவிகரமாக அமையும்.

எதற்காக மக்கள் பணத்தின் பின்னால் அலைந்து கொண்டிருக்கிறார்கள்? அது எதிர்காலத்தின் அடையாளமாக அது விளங்குகிறது. பணம் தான் எதிர்காலம். பணம் என்பது நாணயத்துக்குள், ரூபாய் நோட்டுக்குள் தான் அடங்கியிருக்கிறது. அதுதான் எதிர்காலத்துக்கான உத்தரவாதம். ஒவ்வொரு ரூபாய்த்தாளும் கூறுகிறது, ''என்னுடைய மதிப்புக்கேற்ற பணம் நீ கேட்கும்போது தரப்படும் என்பதற்கு நான் உத்தரவாதம் அளிக்கிறேன்.'' அது எதிர்காலத்தின் உத்தரவாதமாக விளங்குகிறது.

கருமிகள் இப்போது வாழ்பவர்கள் அல்லர். அவர்கள் அப்படி வாழ முடியாது. அவர்களுடைய பணத்தில்தான் அவர்கள் வாழ்ந்து கொண்டிருக்கிறார்கள். உவைஸ், ஒரு ஞானமடைந்த குரு. அவருக்குச் சிறிது பணம் தரப் பட்டது. அது எதிர்காலத்திற்கான அடையாளம். அவருக்கு எதிர்காலம் வழங்கப்பட்டது - அதை நான் இப்படித்தான் சொல்லவேண்டும்.

அவர் கூறினார்: என்னிடம் ஏற்கெனவே ஒரு நாணயம் உள்ளதால், இது எனக்கு வேண்டாம்.

நீங்கள் கொடுக்கும் பணம் எனக்குத் தேவையில்லை. ஏனென்றால், என்னிடம் ஏற்கெனவே ஒரு நாணயம் இருக்கிறது. இப்போது, அதைக் கொண்டு என்னால் வாழ்ந்துகொள்ள முடியும். இப்போது இதுவே எனக்குப் போதுமானது. என்னிடம் ஒரு நாணயம் உள்ளது. என்ன நாணயம்? இந்தக் கணத்தில் இந்த நாணயம் போதும். இது ஒரு சிறிய நாணயம் தான், மிகச் சிறிய நாணயம்தான். இப்போது, இதைக் கொண்டு என்னால் வாழ முடியும். இது எதிர்காலத்திற்கு எனக்குப் பயன்படாமல் போகலாம். இது ஒரு சிறிய நாணயம் தான், இதை எதிர்காலத்திற் கென்று சேமித்து வைப்பது முட்டாள்தனம். இந்தக் கணத்தைப் போலவே, இந்த நாணயமும் சிறியதுதான். காலம் என்பது உறுதிமொழிப் பத்திரம், ஆயிரம் ரூபாய் நோட்டு, ஒரு லட்ச ரூபாய் நோட்டு, ஒரு கோடி ரூபாய் நோட்டு. காலம் என்பது பெரிய தொகை. ஒரு கணம் என்று பார்க்கும்போது, அனைத்தும் ஒரு சிறிய நாணயம்தான்.

அது எனக்குத் தேவையில்லை, ஏனென்றால் என்னிடம் ஏற்கெனவே ஒரு நாணயம் இருக்கிறது என்றார் உவைஸ்.

உவைஸ் கூறியது, அடுத்தவருக்குப் புரியவில்லை. அது கடினம்தான். உவைஸ் போன்ற ஞானியின் பேச்சைப்

புரிந்துகொள்வது மிகவும் கடினம்தான். அவருடைய பேச்சு என்பது வேறு, உன்னுடைய பேச்சு என்பது வேறு. செய்திப் பரிமாற்றத்துக்குச் சாத்தியம் இருப்பதில்லை.

மற்றவர் கூறினார்: எத்தனை காலத்துக்கு, அது உங்களுக்குப் போதுமானதாக இருக்கும்? - அது ஒன்றுமில்லாதது.

அடுத்தவர் அந்த நாணயத்தைப் பார்த்தார். அதைப் பார்த்துச் சிந்தித்தவாறு இருந்தார். உவைஸ் கூறியது, அவருக்குப் புரியவில்லை. அவர் கூறினார், ''எத்தனை காலத்துக்கு அது உங்களுக்குப் போதுமானதாக இருக்கும்?'' இப்போதைய கணத்தில் பார்க்கும்போது, அது எத்தனை காலத்துக்குப் போதுமானதாக இருக்கும்? அது மிகச் சிறிய நாணயம் தானே! அது விரைவில் செலவாகி விடுமே!

''இந்தக் கணத்தைப் பற்றிச் சிந்திக்காதே,'' ஓர் அறிவாளி இப்படிக் கூறினார். ''எதிர்காலத்தைப் பற்றிச் சிந்தியுங்கள்'' என்றுதான் அவர்கள் கூறுவார்கள். ஓர் அறிவாளி கூறினார்: ''உடனடிப் பொழுதைப் பற்றிச் சிந்திக்காதே, எத்தனை காலத்துக்கு அது தாக்குப் பிடிக்கும்? எதிர்காலத்தைப் பற்றிச் சிந்தியுங்கள்.'' நான் சொல்வது என்னவென்றால், இத்தகைய அறிவாளிகள் தான், மனித நேயத்தின் விஷயமாக இருந்திருக்கிறார்கள். அவர்கள் உன்னுடைய மனதை, முற்றிலுமாக விஷமாக்கி விட்டார்கள். ஏனென்றால், தற்போதைய காலம் என்பதுதான் அங்கே இருக்கிறது. தற்போதைய கணம் மட்டுமே நிஜமாக இருக்கிறது. அது எவ்வளவுதான் சிறியதாக இருந்தாலும், அதுதான் நிஜமாக இருக்கிறது. உன்னிடமிருக்கும் பிராமிஸரி பத்திரங்கள், எவ்வளவு பெரிய தொகையைக் கொண்டிருந்தாலும், அவை உன்னுடைய எதிர்காலத்திற்குத்தான் உறுதிமொழி அளிக்கின்றன. எதிர்காலம் வரப்போவதில்லை. ரிசர்வ்

வங்கியின் எந்த கவர்னர் - ஜெனரலும், உன்னுடைய எதிர்காலத்துக்கான உத்தரவாதத்தை ஒருக்காலும் அளிக்க முடியாது. எதிர்காலத்துக்கு யாரால்தான் உத்தரவாதம் அளிக்க முடியும்? அதை யாரால்தான் கணிக்க முடியும்? எத்தனை காலத்துக்கு அது நிலைபெற்றிருக்கப் போகிறது? அது ஒன்றுமில்லாதது, அது ஒரு கணப்பொழுதுதான்.

ஓர் அறிவாளி கூறினார், ''கணப்பொழுது வாழ்க்கையை வாழாதீர்கள்.'' ''எதிர்காலத்தைப் பற்றி நினைத்துப் பாருங்கள்'' என்று அவர்கள் கூறுவார்கள். ''இப்போதே இங்கேயே வெறுமனே வாழாதீர்கள். பின்னோக்கிச் சிந்தியுங்கள். நீண்ட பயணத்தை நினைத்துப் பாருங்கள் - இந்த உலகத்தைப் பற்றி மட்டுமல்லாமல், மேல் உலகத்தைப் பற்றியும் சிந்தியுங்கள். சொர்க்கத்தையும் நரகத்தையும் எண்ணிப் பாருங்கள், மோட்சம், பிரம்மம், நிர்வாணம் இவற்றையெல்லாம் நினைத்துச் செயல்படுங்கள்.'' நான் உன்னிடம் சொல்வது என்னவென்றால், இந்த அறிவாளிகள் தான் விஷம் போன்றவர்கள். உண்மையான ஞானம் என்பது, இங்கேயே இப்போதே இருப்பதில் தான் சாத்தியப்படுகிறது. ஏனென்றால், உண்மையான ஞானம்தான் ஒரே இருத்தல் ஆகும், வேறு எந்தவித இருத்தல்களும் கிடையாது.

> உவைஸ் பதிலளித்தார்: இந்த நாணயம் செலவான தற்குப் பிறகும், நான் உயிருடன் இருப்பேன் என்பதற்கு நீங்கள் உத்தரவாதம் அளித்தால், உங்களின் வெகுமதியை நான் ஏற்றுக்கொள்ளத் தயாராக இருக்கிறேன்.

உவைஸ் கூறியது அற்புதமான கூற்று. உவைஸ் கூறினார்: நான் நீண்ட காலம் வாழ்வேன் என்பதற்கு, இந்தக் கணத்திற்குப் பிறகும், இந்தச் சிறிய நாணயம் செலவாவதற்குப் பிறகும், நான் உயிருடன் இருப்பேன்

என்பதற்கு உத்தரவாதம் தாருங்கள். அடுத்த கணத்தில் நான் உயிருடன் இருப்பேன் என்பதற்குத் தாங்கள் உத்தரவாதம் தர முடியுமா? நான் நாளைக்கு உயிருடன் இருப்பேன் என்பதற்குத் தாங்கள் உத்தரவாதம் தர முடியுமா? உங்களால் உத்தரவாதம் அளிக்க முடியா விட்டால், தயவு செய்து இன்றைக்கு நான் வாழ்ந்து கொள் கிறேன். அடுத்த கணத்தில் நான் வாழ்வதற்கு, தங்களால் உத்தரவாதம் தர முடியாவிட்டால், இந்தக் கணம் எவ்வளவு சிறியதாக இருந்தாலும், நான் இப்போதே வாழ்ந்துகொள்ள விருப்பப்படுகிறேன். ஒரு முறை இழந்தது, எப்போதும் இழந்ததுதான். உங்களால் அடுத்த தற்கு உத்தரவாதம் அளிக்க முடியாது. அதனால், உத்தர வாதம் இல்லாத பெரிய நாணயங்களுக்காக, என்னுடைய சிறிய நாணயத்தை நான் எதற்காக இழக்க வேண்டும்?

எதிர்காலம் இருப்பதில்லை, இப்போதிருக்கும் கணம் மட்டுமே உண்மை. முட்டாள்தனமான அந்த அறிஞர்களின் பேச்சை இலட்சியம் செய்யாதே. வாழ்க்கையைக் கவனி. இருத்தலின் மீது உன் கவனத்தை வை. நீ மரங்களின் அருகில் சென்று, அவை எப்படி வாழ் கின்றன என்பதைக் கவனிப்பது நல்லது. மிருகங்கள் எப்படி வாழ்க்கை நடத்துகின்றன என்பதைக் கவனி. மனிதனைத் தவிர, உன்னைச் சுற்றியிருக்கும் அனைத்தை யும் கவனி. மனிதன் என்பவன் விரக்தியின் மறுஉருவம். பிரபஞ்ச இருத்தலைப் பார்த்து, அது எப்படி வாழ்க்கிறது என்பதைக் கவனி - அது எதிர்காலத்தைப் பற்றிய எந்தத் திட்டமும் இல்லாம், கணத்துக்குக் கணம் அது வாழ்ந்து கொண்டிருக்கிறது.

அதனால் தான் அது பேரழகுடன் திகழ்கிறது, பரமசுகமக இருக்கிறது. அந்தப் பரமசுகம் எல்லையற்றது. ஒரு கணத்திலிருந்து அடுத்த கணத்திற்கு அது பாய்கிறது. ஆனால், அடுத்ததைப் பற்றி அது எப்போதும் நினைப்பதே

இல்லை. ஒரு கணத்தில் ஒரு முழுமையாக வாழ்கிறது. அதே சமயத்தில், அதிகமான வாய்ப்புகளுடன் அடுத்த கணத்தையும் அது கொண்டு வருகிறது - ஏனென்றால், அந்த அடுத்த கணம் என்பது, வெளியிலிருந்து வருவதல்ல. அது உனக்குள்ளேயே வளர்ந்து வருகிறது. மரத்திலிருந்து இலைகள் வெளிப்படுவதைப் போல, அது தானாக வெளிப்படுகிறது.

ஒரு மரம் ஆரோக்கியமாக இருந்தால், அது உண்மையில் வாழ்ந்தால், அந்த அழகான இலைகள் வெளிப்படுகின்றன. அழகான பூக்கள் பூக்கின்றன, அழகான பழங்கள் பழுக்கின்றன. மரம் இதைப் பற்றியெல்லாம் எந்தக் கவலையும் கொள்வதில்லை. 'சிந்தனையாளர்' எனப்படும் ரோடின் சிலையைப் போல, எந்த மரமாவது இருப்பதை நீ பார்த்திருக்கிறாயா? தலையில் ஒரு கையும், நெற்றியில் சுருக்கங்களும், எப்படிப் பழங்களைப் பழுக்க வைப்பது என்ற சிந்தனையுடன், இந்தப் பருவத்தில் எப்படிப் பூப்பது? எங்கே செல்வது? எந்த வல்லுநரிடம் கேட்பது? ஒரு குருவை எப்படித் தேடுவது? இதைப் பற்றியெல்லாம் அந்த மரத்துக்கு எந்த அக்கறையும் இருப்பதில்லை. குருமார்கள் அதனிடம் வந்து, பேசினாலும் கூட, அவர்களை அது சட்டை செய்வதில்லை. அவை இப்படிக் கூறும், ''நீங்கள் வேறு எங்காவது செல்லுங்கள், யாராவது முட்டாள்தனமான மானுடப் பிறவிகள் உங்களுக்குக் கிடைப்பார்கள். இங்கே எந்தக் குருவும் தேவையில்லை. நாங்கள் ஏற்கெனவே நன்றாகத்தான் இருக்கிறோம். பரிபூரணமான மகிழ்ச்சியுடன் இருக்கிறோம்.''

உரிய பருவம் வரும்போது, மரங்கள் பூக்கின்றன. உரிய பருவம் வரும்போது, பழங்கள் பழுக்கின்றன. உரிய பருவம் வரும்போது, பழங்கன் கனிகின்றன. பிறகு அவை கீழே விழுவதற்குத் தயார்நிலையில் இருக்கின்றன.

பூமியில் விழுந்து இறந்துவிட அவை தயாராக இருக்கின்றன. பிறகு அவை புதிய விதைகளை, புதிய மரங்களை உருவாக்குகின்றன - இந்தச் சுழற்சி தொடர்ந்து நடை பெற்றுக் கொண்டே இருக்கிறது. அது சாசுவதமாக, அழியாமல் இருக்கிறது. ஒவ்வொரு கணத்திலும், ஒரு புதிய கணம் பிறக்கிறது. அதிகபட்சம் எவ்வளவு முடியுமோ, அந்த அளவுக்கு முழுமையாக வாழுங்கள். ஏனென்றால், அந்த முழுமையில்தான் இன்னொன்று உதயமாகிறது.

உவைஸ் கூறினார்: இந்த நாணயம் செலவானதற்குப் பிறகும், நான் உயிருடன் இருப்பேன் என்று நீங்கள் உத்தரவாதம் அளித்தால், உங்களின் வெகுமதியை நான் ஏற்றுக்கொள்ளத் தயாராக இருக்கிறேன்.

இந்தப் பொழுதில் இருக்கும், இந்தச் சிறிய நாணயமே, எனக்குப் போதுமானதாகத் தோன்றுகிறது. ஏனென்றால், அடுத்த கணத்தில் நான் வாழ்வேன் என்பதற்கு யாரால் உத்தரவாதம் அளிக்க முடியும்? நீங்கள் அதற்கு உத்தரவாதம் அளித்தால், உங்கள் வெகுமதியை ஏற்றுக்கொள்ள நான் தயாராக இருக்கிறேன்.

எவராலும் எதிர்காலத்துக்கு உத்தரவாதம் அளிக்க முடியாது. நிகழ்காலம் மட்டுமே உண்மை. அதனால், இந்த வாழ்க்கையில் ஆழமாக இருங்கள். பரமசுகத்தை அனுபவியுங்கள். முடிந்தவரை நடனமாடுங்கள், ஏனென்றால், இதிலிருந்துதான் அடுத்தது பிறக்கப் போகிறது.

அடுத்த பிறவியை உன்னிடம் நான் பேசிக் கொண்டிருக்கவில்லை. ஏனென்றால், நான் அடுத்த கணத்தைப் பற்றிக் கூடப் பேசுவது இல்லை. அடுத்த பிறவி என்பது வரும். அது எனக்குத் தெரியும். அது வரத்தான் போகிறது. அது எப்போதும் வந்துகொண்டு தானிருக்கும். அதைப் பற்றி ஏன் கவலைப்படுகிறாய்? இந்த வாழ்க்கையை நீ முழுமையாக வாழு. இதிலிருந்து அடுத்த வாழ்க்கை

வரும். இந்த வாழ்க்கை உனக்கு அழகானதாக இருக்கும், அடுத்த வாழ்க்கை என்பது இன்னும் சிறப்பான்தாக இருக்கும்.

இந்தக் கணம்தான், தொடரப்போகும் கணத்தின் விதியை நிர்ணயிக்கக் கூடியது. வேறு எந்த வழியும் இல்லை. மரணம் தான் ஒரே உத்தரவாதம். இந்தக் கணத்தில் நீ நன்றாக வாழ்ந்தாய் என்பதுதான், தொடரப் போகும் அடுத்த கணத்திற்கான உத்தரவாதமாக அமையப்போகிறது. ஏனென்றால், அது உண்மையில் பின்பற்றி வருவதல்ல. அது, அதிலிருந்துதான் வருகிறது. அது ஒரு வெளிப்பாடாகத்தான் அமைகிறது. ஒவ்வொரு கணமும் நீ வளர்ந்துகொண்டே இருக்கிறாய். இடை வெளிகள் விடாதே! இல்லையென்றால், அந்த இடைவெளிகள் உன் கழுத்தை நெரிக்கத் தொடங்கிவிடும். அவை, உன்னுடைய இருத்தலின் ஓட்டைகள் ஆகிவிடும். இந்த ஓட்டைகளில், வடுக்கள் தங்கிவிடும்.

கடந்த காலத்தில் இறந்துவிடு, எதிர்காலத்தில் இறந்து விடு, ஆனால், நிகழ்காலத்தில் வாழ்ந்துகொண்டிரு.

மரணம் என்கிற ஒரு செய்தியை மட்டும்தான் நான் உனக்கு விடுக்க விரும்புகிறேன் - அதை நீ அனுமதித்தால், மில்லியன் கணக்கான விஷயங்கள் உனக்குச் சாத்திய மாகும். சூஃபி கூற்றினை நான் திரும்பவும் சொல்கிறேன். வெறுமனே, உணர்வு ரீதியான நம்பிக்கை கொள். அப்படித்தானே பூவின் இதழ்கள் படபடத்துக் கீழே விழுகின்றன? வாழ்க்கையை, உணர்வுபூர்வமாக நம்பு. இந்தக் கணத்தின்மீது இங்கேயே, இப்போதே நம்பிக்கை கொள். எல்லா விஷயங்களையும் அதனதன் சொந்த வடி வங்களில் அனுமதித்துவிடு. நீ கவலைப்பட வேண்டாம். கவலைப்பட வேண்டிய அவசியமே இல்லை. வாழ்க்கையை நம்பு, வெறுமனே நம்பு.

ஒரு பூவின் இதழ்கள் படபடத்துக் கீழே விழுவதைப் போல, நீயும் இரு.

நீ ஒரு ரோஜா மலரைப் பார். மாலை நேரத்தில் அதன் இதழ்கள் பூமியில் விழுந்துவிடும்.. ஓய்வெடுப்பதைப் போல. அவை பகல் பொழுதை வாழ்ந்துவிட்டன, அவை அனுபவித்துவிட்டன, தென்றல் காற்றின் சுகத்தில் அவை மகிழ்ச்சி அடைந்துவிட்டன, அவை சவாலை ஏற்றுக் கொண்டன, ஆகாயத்தை நோக்கி வளர்ந்துவிட்டன. நான்கு திசைகளிலும் தன் நறுமணத்தைப் பரப்பிவிட்டன. காற்று அந்த நறுமணத்தைப் பெற்று, பூமியின் எல்லாப் பக்கங்களில் விநியோகித்துவிட்டன. அவை சூரியனை நேசித்தன, அதனோடு சிறிது காலம் விளையாடின. அவற்றின் நாள் முடிந்து விட்டது. இப்போது, அவை தொடர்ந்து செடியைப் பற்றிக் கொண்டிருக்கவில்லை. இப்போது, அவை எந்தவிதத் தயக்கமின்றி, பூமியில் விழுவதற்குத் தயாராகிவிட்டன.

ஓர் அழகான வாழ்க்கையே, ஓர் அழகான மரணத்தைத் தோற்றுவிக்கிறது. ஏனென்றால், மரணம் என்பது, மொத்த வாழ்க்கையையும் ஒரு விதைக்குள் மீண்டும் அடைப்பதைத் தவிர வேறொன்றுமில்லை.

இப்போது இதழ்கள் விழுந்து கொண்டிருக்கின்றன. மாலை நேரம் வந்துவிட்டது. சூரியன் அஸ்தமனம் ஆகிவிட்டது. அடுத்தது, இரவு நேரம் பொறுப்பேற்றுக் கொள்கிறது. மரணம் வந்துவிட்டது. இதழ்கள் பூமியை நோக்கி விழத்தொடங்குகின்றன. ஆனால், அவை எந்தவிதத் தயக்கமும் காட்டுவதில்லை. தாங்கள் எங்கே செல்கிறோம், என்பது அவற்றுகுத் தெரியாது, அவற்றுக்கு, பூமி என்ற ஒன்று, கீழே இருக்கிறதா, இல்லையா என்பதுகூடத் தெரியாது - அது அதலபாதாள மாகக் கூட இருக்கக்கூடும். ஆனால், அது எந்தவிதச்

சந்தேகமும் கொள்வதில்லை, எந்தவிதத் தயக்கத்தையும் காட்டுவதில்லை.

நீ வாழ்ந்து முடித்துவிட்ட பிறகு, உணர்வுரீதியான நம்பிக்கை உனக்கு உண்டாகிறது. வாழ்ந்து முடித்த வாழ்க்கையின் இறுதியில் ஏற்பட்ட பிரகாசம்தான் அது.

பூவின் எந்தக் கவலையுமின்றி, யதார்த்தமாக, இதழ்கள், பூமியை நோக்கிக் கீழே விழுகின்றன. அவை அப்படி விழுவது ஏதோ ஓர் உணர்வுரீதியான நம்பிக்கையில்தானே! நீயும் நம்பிக்கை கொள். அனைத்தும் - கடவுள், மோட்சம், நிர்வாணம் - அனைத்தும், உனக்குச் சாத்தியமாகும் என்று உனக்கு நான் சொல்லிக் கொள்கிறேன்.

உணர்வுரீதியான நம்பிக்கை கொள்!

யதார்த்தமாக இரு!

இன்றைக்கு இது போதும்.

அனுபவப்பட ஓர் அழைப்பு

ஓஷோ

பிறக்கவுமில்லை

இறக்கவுமில்லை

இந்த பூமிக்கு விஜயம் செய்த காலம்

11.12.1931 முதல் 19.1.1990

ஓஷோ ஒரு ஞானமடைந்த சித்தர்

தேடுபவர்களுக்கும் நண்பர்களுக்குமான தனது முப்பது வருடப் பேச்சில், ஓஷோ அவர்களது கேள்விகளுக்குப் பதிலளிக்கிறார். உலகின் மிகச்சிறந்த ஞானவான்கள் மற்றும் புனித நூல்களின் உபதேசங்களை விவரித்திருக்கிறார். அவருடைய பேச்சுக்கள் தொடர்ந்து புதிய பார்வைகளை எல்லாவற்றிற்கும் அளித்து வருகிறது. தெரியாத உபநிஷத்துக்களிலிருந்து தெரிந்த குருட்ஜிப் சொற்கள்வரை, அஷ்டவக்ராவிலிருந்து ஜரதுஸ்ட்ரா வரை, ஹசீட்ஸ், சூபீஸ், பவுல்ஸ், யோகா, தந்த்ரா, தாவோ மற்றும் கௌதம புத்தர் ஆகிய எல்லாவற்றையும் தனது அனுபவத்திலிருந்து ஆணித்தரமாகப் பேசுகிறார். கடைசியாக ஸென்னின் தனித்தன்மை வாய்ந்த ஞான அறிவை நம்மிடம் பாய்ச்சுவதில் முழுக் கவனமெடுத்துக் கொண்டார். அதற்கு அவர் கூறுகிற காரணம் என்னவென்றால், மனிதனின் உள்வாழ்க்கையை நோக்கும் ஆன்மிக அணுகுமுறையில் ஸென் ஒன்று மட்டுமே காலத்தின் சோதனைகளையெல்லாம் கடந்து நிற்பது மட்டுமின்றி இன்றைய மனிதகுலத்திற்கும் ஏற்புடையதாகத் திகழ்கிறது என்பதே. 'தியான்' என்ற சொல்லின் மருவிய வழக்கே ஜப்பான் மொழியின் 'ஸென்' என்பது. ஆங்கிலத்தில் இதை 'மெடிடேசன்' என்று மொழி பெயர்க்கலாம். ஆனால் முழுமையான மொழி பெயர்ப்பல்ல என்றே ஓஷோ கூறுகிறார். ஆகவே நீங்கள் தியானம் அல்லது ஸென் அல்லது வேறு எப்படி அழைத்தாலும் சரி– ஓஷோ சுட்டிக்காட்டுவது அதை அனுபவித்தலை.

ஓஷோ 1974இல் பூனேயில் தங்க ஆரம்பித்தார். அவருடைய பேச்சைக் கேட்கவும், அவருடைய இன்றைய மனிதனுக்கான தியான மடையும் வழிமுறைகளைப் பழகவும் சீடர்களும் நண்பர்களும் உலகெங்கிலும் இருந்து அவரைச் சூழ்ந்தனர்.

மேற்கத்திய குழு அணுகுமுறை, வகுப்புகள், பயிற்சிகள் போன்ற உள சிகிச்சைகளும் படிப்படியாக புகுத்தப்பட்டது. இது கிழக்கித்திய நாடுகளின் அணுகுமுறையையும் இணைக்கும் பாலமாக விளங்குகிறது. இப்போது 'ஓஷோ கம்யூன் இண்டர்நேஷனல்' உலகின் மிகப் பெரிய தியானம் மற்றும் ஆன்மிக வளர்ச்சிக் கேந்திரமாக உருவாகியுள்ளது. இது உள் உலகை அனுபவிக்கவும் ஆழ்ந்து செல்லவும் நூற்றுக் கணக்கான பல்வேறு முறைகளை வழங்குகிறது.

ஒவ்வொரு வருடமும் ஆயிரக்கணக்கில் சத்தியத்தை நாடுபவர்கள் உலகெங்கிலுமிருந்து ஓஷோவின் புத்த மண்டலத்திற்கு கொண்டாடவும் தியானம் செய்யவும் வருகிறார்கள். கம்யூனில் அடர்ந்த பசுமை நிறைந்த தோட்டங்களும் குளங்களும், அருவிகளும், பெருமித அன்னங்களும், அழகிய மயில்களும், அழகான கட்டடங்களும், பிரமிடுகளும் உள்ளன. இப்படிப்பட்ட அமைதியும் இசைவும் உள்ள சூழல் உள்அமைதியைப் பெற ஆனந்தமான வழியைக் காட்டுகிறது.

புத்த மண்டலத்தில் பங்குபெறவும் மேற்கொண்டு
விரிவான விவரங்களுக்கும் தொடர்பு கொள்க:

ஓஷோ கம்யூன் இண்டர்நேஷனல்
17, கோரகன் பார்க், பூனே–411 001. மஹாராஷ்ட்ரா, இந்தியா.
போன் : 020–6128562 பேக்ஸ்: 020–612181
ஈ–மெயில்: visitor@osho.net வெப்–சைட் : www.osho.com

BOOKS BY OSHO

IN ENGLISH LANGUAGE EDITIONS

EARLY DISCOURSES AND WRITINGS

A Cup of Tea

Dimensions Beyond The Known

From Sex to Superconsciousness

The Great Challenge

Hidden Mysteries

I Am The Gate

Psychology of the Esoteric

Seeds of Wisdom

MEDITATION

And Now and Here (Vol 1 & 2)

In Search of the Miraculous (Vol 1 & 2)

Meditation: The Art of Ecstasy

Meditation: The First and Last Freedom

Vigyan Bhairav Tantra
(boxed 2 - volume set with 112 meditation cards)

BUDDHA AND BUDDHIST MASTERS

The Dhammapada: (Vol 1-12) The Way of the Buddha

The Diamond Sutra

The Discipline of Transcendence (Vol 1-4)

The Heart Sutra The Book of Wisdom
(combined edition of Vol 1 & 2)

BAUL MYSTICS

The Beloved (Vol 1 & 2)

KABIR

The Divine Melody

Ecstasy: The Forgotten Language

The Fish in the Sea is Not Thirsty

The Great Secret

The Guest

The Path of Love

The Revolution

JESUS AND CHRISTIAN MYSTICS

Come Follow to You (Vol 1-4)

I Say Unto You (Vol 1 & 2)

The Mustard Seed

Theologia Mystica

JEWISH MYSTICS

The Art of Dying

The True Sage

WESTERN MYSTICS

Guida Spirituale on the (Desiderata)

The Hidden Harmony
  The Fragments of Heraclitus

The Messiah (Vol 1 & 2)
    Commentaries on Khalil Gibran's
    The prophet
The New Alchemy: To Turn You On
    Commentaries on Mabel Collings'
    Light on the Path
Philosophia Perennis (Vol 1 & 2)
    The Golden Verses of Pythagoras
Zarathustra: A God That Can Dance
Zarathustra: The Laughing Prophet
    Commentaries on Nietzsche's
    Thus Spake Zarathustra

SUFISM

Just Like That
Journey to the Heart (same as Until You Die)
The Perfect Master (Vol 1 & 2)
The Secret
Sufis: The People of the Path (Vol 1 & 2)
Unio Mystica (Vol 1 & 2)
The Wisdom of the Sands (Vol 1 & 2)

TANTRA

Tantra: The Supreme Understanding
The Tantra Experience
The Royal Song of Saraha
    (same as Tantra Vision, Vol 1)
The Tantric Transformation
The Royal Song of Saraha
    (same as Tantra Vision, Vol 2)

THE UPANISHADS

Heartbeat of the Absolute
    (Ishavasya Upanishad)
I Am That Isa Upanishad
Philosophia Ultima (Mandukya Upanishad)
The Supreme Doctrine (Kenopanishad)
Finger Pointing to the Moon
    (Adhyatma Upanishad)
That Art Thou (Sarvasar Upanishad, Kaivalya Upanishad, Adhyatma Upanishad)
The Ultimate Alchemy (Atma Pooja Upanishad (Vol 1 & 2))
Vedanta: Seven Steps to Samadhi
    (Akshaya Upanishad)

TAO

The Empty Boat
The Secret of Secrets
Tao: The Golden Gate
Tao: The Pathless Path
Tao: The Three Treasures
When the Shoe Fits

YOGA

Yoga: The Alpha and the Omega (Vol 1-10)

ZEN AND ZEN MASTERS

Ah, This!
Ancient Music in the Pines
And the Flowers Showered
A Bird on the Wing
    (same as Roots and Wings)
Bodhidharma: The Greatest Zen Master

Communism and Zen Fire, Zen Wind

Dang Dang Doko Dang

The First Principle

God is Dead: Now Zen is the Only Living Truth

The Grass Grows By Itself

The Great Zen Master Ta Hui

Hsin Hsin Ming: The Book of Nothing Discouses on the Faith-Mind of Sosan I Celebrate Myself: God is No Where, Life is Now Here

Kyozan: A True Man of Zen

Nirvana: The Last Nightmare

No Mind: The Flowers of Eternity

No Water, No Moon

One Seed Makes the Whole Earth Green

Returning to the Source

The Search: Talks on the 10 Bulls of Zen

A Sudden Clash of Thunder

The Sun Rises in the Evening

Take it Easy (Vol 1) Poems of Ikkyu

Take it Easy (Vol 2) Poems of Ikkyu

This Very Body the Buddha Hakuin's Song of Meditation

Walking in Zen, Sitting in Zen

The White Lotus

Yakusan: Straight to the Point of Enlightenment

Zen: Manifesto: Freedom From Oneself

Zen: The Mystery and the Poetry of the Beyond

Zen: The Path of Paradox (Vol 1, 2 & 3)

Zen: The Special Transmission

ZEN BOXED SETS

The World of Zen (5 Volumes)
Live Zen

This. This. A Thousand Times This

Zen: The Diamond Thunderbolt

Zen: The Quantum Leap from Mind to No-Mind

Zen: The Solitary Bird, Cuckoo of the Forest

Zen: All the Colors Of The Rainbow (5 Vol.)

The Buddha: The Emptiness of the Heart

The Language of Existence

The Miracle

The Original Man

Turning In

Osho: On the Ancient Masters of Zen (7 Vol)

Dogen: The Zen Master

Hyakujo: The Everest of Zen - With Basho's haikus

Isan: No Footprints in the Blue Sky

Joshu: The Lion's Roar

Ma Tzu: The Empty Mirror

Nansen: The Point Of Departure

Rinzai: Master of the Irrational

*Each volume is also available individually.

RESPONSES TO QUESTIONS

Be Still and Know

Come, Come, Yet Again Come

The Goose is Out

The Great Pilgrimage: From Here to Here

The Invitation

My Way; The Way of the White Clouds:

Nowhere to Go But In

The Razo's Edge

Walk Without Feet, Fly Without Wings and Think Without Mind

The Wild Geese and the Water

Zen: Zest, Zip, Zap and Zing

TALKS IN AMERICA

From Bondage To Freedom

From Darkness to Light

From Death To Deathlessness

From the False to the Truth

From Unconsciousness to Consciousness

The Rajneesh Bible (Vol 2-4)

The Rajneesh Upanishad

THE WORLD TOUR

Beyond Enlightenment (Talks in Bombay)

Beyond Psychology (Talks in Uruguay)

Light on the Path (Talks in the Himalayas)

The Path of the Mystic (Talks in Uruguay)

Sermons in Stones (Talks in Bombay)

Socrates Poisoned Again After 25 Centuries (Talks in Greece)

The Sword and the Lotus (Talks in the Himalayas)

The Transmission of the lamp (Talks in Uruguay)

OSHO'S VISION FOR THE WORLD

The Golden Future

The Hidden Splendor

The New Dawn

The Rebel

The Rebellious Spirit

THE MANTRA SERIES

Hari Om Tat Sat

Om Mani Padme Hum

Om Shantih Shantih Shantih

Sat-Chit-Anand

Satyam-Shivam-Sundram

PERSONAL GLIMPSES

Books I Have Loved

Glimpses of a Golden Childhood

Notes of a Madman

INTERVIEWS WITH THE WORLD PRESS

The Last Testament (Vol 1)

INTIMATE TALKS BETWEEN MASTER AND DISCIPLE-DARSHAN DIARIES

A Rose is a Rose is a Rose

Be Realistic: Plan for a Miracle

Believing the Impossible Before Breakfast

Beloved of My Heart

Blessed are the Ignorant

Dance Your Way to God

Don't Just Do Something, Sit There

Far Beyond the Stars

For Madmen Only

The Further Shore

Get Out of Your Own Way

God's Got A Thing about You God is Not for Sale

The Great Nothing

Hallelujah!

Let Go!

The 99 Names of Nothingness

No Book, No Buddha, No Teaching, No Disciple

Nothing to Lose but Your Head

Only Losers Can Win in This Game

Open Door

Open Secret

The Shadow of the Whip

The Sound of One Hand Clapping

The Sun Behind the Sun Behind the Sun

The Tongue-Tip Taste of Tao

This Is it

Turn On, Tune In and Drop the Lot

What Is, Is, What Ain't, Ain't

Won't You Join The Dance?

COMPILATIONS

Bhagwan Shree Rajneesh: On Basic Human Rights

Jesus Crucified Again, This Time in Ronald Reagan's America

Priests and Politicians: The Mafia of the Soul

GIFT BOOKS OF OSHO QUOTATIONS

A Must for Contemplation Before Sleep

A Must for Morning Contemplation

Gold Nuggets

More Gold Nuggets

Words From a Man of No words

At the Feet of the Master

PHOTOBOOKS

Shree Rajneesh: A Man of Many Climates, Seasons and Rainbows through the eye of the camera

Impressions... Osho Commune International Photobook

BOOKS ABOUT OSHO

Bhagwan: The Buddha for the Future
by Juliet Forman, S.R.N. S.C.M.,R.M.N.

Bhagwan Shree Rajneesh: The Most Dangerous Man Since Jesus Chrish
by Sue Appleton, LLB., M.A.B.A.

Bhagwan: The Most Godless Yet the Most Godly Man
by Dr. George Meredith, M.D. M.B.B.S.M.R.C.P.

Bhagwan: One Man Against the Whole Ugly Past of Humanity
by Juliet Forman S.R.N. S.C.M.,R.M.N.

Bhagwan: Twelve Days That Shook the World
by Juliet Forman S.R.N. S.C.M.,R.M.N.

Was Bhagwan Shree Rajnessh Poisoned by Ronald Reagan's America? by Sue Appleton. LLB., M.A.B.A.

Diamond Days With Osho
by Ma Prem Shunyo

GIFTS

Zobra the Buddha Cookbook

For any information about Osho Books & Audio / Video Tape please contact:

OSHO Media International

17 KOREGAON PARK, PUNE-411 001, MS INDIA
Phone: +91-20-66019999 Fax: +91-20-66019990
E-mail: distribution@osho.net Website: http://www.osho.com

OSHO BOOKS
[UPDATED BOOK LIST]

THE SCIENCE OF THE INNER
From Sex to Superconsciousness (a new edition!)
Hidden Mysteries
The Inner Journey
In Search of the Miraculous (Vol. 2)

GUIDES TO MEDITATION
Meditation: The Art of Ecstasy
Meditation: The First and Last Freedom
The Path Of Meditation
The Perfect Way

PUBLISHED LETTERS
A Cup of Tea
Seeds of Wisdom

AUTOBIOGRAPHIC
Books I Have Loved
Glimpses of a Golden Childhood
My Way: The Way of the White Clouds
Notes of a Madman
Autobiography of a Spiritually Incorrect Mystic

ONE-TO-ONE TALKS WITH OSHO
Blessed Are the Ignorant
Hammer on the Rock
Nothing to Lose but Your Head
The Shadow of the Whip

RESPONSES TO SEEKER'S QUESTIONS
Come, Come, Yet Again Come
The Goose is Out
The Great Pilgrimage: From Here to Here
The Invitation
The Razor's Edge

TRANSFORMATION SERIES
From Bondage to Freedom
From Darkness to Light
From Death to Deathlessness
From the False to the Truth
From Unconsciousness to Consciousness

OSHO WORLDWIDE MYSTERY SCHOOL
Light on the Path Talks in the Himalayas
The Osho Upanishad
Socrates Poisoned Again After 25 Centuries
Talks in Greece
The Sword and the Lotus Talks in the Himalayas

OSHO VISION FOR THE WORLD
The Golden Future
The Hidden Splendor
The New Dawn
The Rebellious Spirit

Mantra Series
Hari Om Tat Sat
Om Mani Padme Hum
Om Shantih Shantih Shantih
Sat-Chit-Anand
Satyam, Shivam, Sundaram

BUDDHA AND BUDDHIST MASTERS
The Book of Wisdom
The Dhammapada (Set of Vols 1-12)
The Way of the Buddha
The Diamond Sutra
The Heart Sutra

TANTRA MASTERS
Tantra: The Supreme Understanding
The Book of Secrets Vigyan Bhairav Tantra

TAO MASTERS
Absolute Tao
Living Tao
The Empty Boat
When the Shoe Fits
The Secret of Secrets (Vols. 1 & 2 in one volume)

ZEN STORIES
A Bird on the Wing (originally Roots and Wings)
Ancient Music in the Pines
And the Flowers Showered
No Water, No Moon
Returning to the Source
The Search Talks on the 10 Bulls of Zen

ZEN MASTERS
The Book of Nothing: Hsin Hsin Ming (Sosan)
Dogen: The Zen Master
Hyakujo: The Everest of Zen - with Basho's haikus
Isan: No Footprints in the Blue Sky
Joshu: The Lion's Roar
Kyozan: A True Man of Zen
Ma Tzu: The Empty Mirror
Nansen: The Point of Departure
Rinzai: Master of the Irrational
Yakusan: Straight to the Point of Enlightenment

ZEN EXPERIENCE
Christianity & Zen
Communism and Zen Fire, Zen Wind
God is Dead: Now Zen is the Only Living Truth
I Celebrate Myself: God is No Where Life is Now Here
One Seed Makes the Whole Earth Green
The Buddha: The Emptiness of the Heart
The Language of Existence
The Miracle
The Original Man
Turning In
Yaa-Hoo! The Mystic Rose

Zen: The Diamond Thunderbolt
Zen: The Mystery and the Poetry of the Beyond
Zen: The Solitary Bird, Cuckoo of the Forest
The Zen Manifesto: Freedom From Oneself

THE UPANISHADS

Behind a Thousand Names Nirvana Upanishad
Finger Pointing to the Moon Adhyatma Upanishad
Flight of the Alone to the Alone Kaivalya Upanishad
Heartbeat of the Absolute Ishavasya Upanishad
The Message Beyond Words Kathopanishad
A Dialogue with the Lord of Death
The Supreme Doctrine Kenopanishad
That Art Thou Sarvasar Upanishad, Kaivalya Upanishad, Adhyatma Upanishad
The Ultimate Alchemy Atmapooja Upanishad (Vol. I)
Vedanta: Seven Steps to Samadhi Akshya Upanishad
The Way Beyond Any Way Sarvasar Upanishad

INDIAN MYSTICS

Enlightenment: The Only Revolution
    Discourses on the great mystic Ashtavakra

Showering Without Clouds
    Reflections on the poetry of an enlightened woman mystic, Sahajo

The Last Morning Star
    Talks on the Enlightened Woman Mystic, Daya

PATANJALI

The Path of Yoga
    (Originally Yoga: The Alpha and the Omega, Vol. 1)

Yoga: the Science of the Soul
    (Originally Yoga: The Alpha and the Omega, Vol. 2)

KABIR
The Great Secret
The Path of Love
The Revolution

BAUL MYSTICS
The Beloved (Vol. 1)
The Beloved (Vol. 2)

SUFI MYSTICS

Just Like That
Sufis: The People of the Path (Vol. 1)
Unio Mystica Vol. 1
Unio Mystica Vol. 2

JEWISH MYSTICS

The Art of Dying
The True Sage

JESUS AND CHRISTIAN MYSTICS

Come Follow to You (Vol. 1)

Come Follow to You (Vol. 2)

Western Mystics

Guida Spirituale On the Desiderata

The Hidden Harmony The Fragments of Heraclitus.

The Messiah (Vol. 2) pb.

Commentaries on Khalil Gibran's The Prophet

The Voice of Silence

Zarathustra: A God That Can Dance

Zarathustra: The Laughing Prophet

Commentaries on Nietzsche's Thus Spake Zarathustra

GIFT BOOKS OF OSHO QUOTATIONS

India My Love

COMPILATIONS

At the Feet of the Master

Jesus Crucified Again, This Time in Ronald Reagan's America

PHOTO BOOK

Shree Rajneesh: A Man of Many Climates, Seasons and Rainbows through the eye of the camera

BOOKS ABOUT OSHO

Bhagwan: The Buddha for the Future *by* Juliet Forman

Bhagwan Shree Rajneesh: The Most Dangerous Man Since Jesus Christ

by Sue Appleton

Bhagwan: The Most Godless Yet the Most Godly Man
by Dr. George Meredith

Bhagwan: One Man Against the Whole Ugly Past of Humanity
by Juliet Forman

Bhagwan: Twelve Days That Shook the World
by Juliet Forman

Diamond Days with Osho
by Ma Prem Shunyo

Was Bhagwan Shree Rajneesh Poisoned by Ronald Reagan's America?
by Sue Appleton

Tarot Cards

Osho Transformation Tarot

CODE ஓஷோ (ரஜனீஷ்) நூல்கள்

1581 அஷ்டவக்ர மகா கீதை (பாகம்-1)
1583 அஷ்டவக்ர மகா கீதை (பாகம்-2)
2049 அஷ்டாவக்ர மகா கீதை (பாகம்-3)
2050 இதய சூட்திரம்
1400 ஜென் தத்துவச் சிந்தனை மேதை போதி தருமர்
1474 பாதை சரியாக இருந்தால்
1472 மாயங்களின் சங்கமம் (தொகுதி-1)
1473 மாயங்களின் சங்கமம் (தொகுதி-2)
1528 அன்பெனும் தோட்டத்திலே
1529 பூ மழை தூவி...
1531 தேடுவோம் தேடிப் பெறுவோம்
1530 இன்று புதிதாய் பிறந்தோம்
1532 கல்லும் கனியாகும்
1393 என் இளமைக்கால நினைவுகள்
1410 ஓம் சாந்தி சாந்தி சாந்தி
1911 எப்படி வாழ்வது என அறிந்துகொள்
1905 அந்நியோன்யம்
1841 தைரியம்
1842 புத்திசாலித்தனம்
1808 விடுதலை
1807 விழிப்புணர்வு
1434 வெற்றியின் அபாயம்
1392 புத்தர்களும் மூடர்களும்
1381 அறிவைத் தேடி
1394 இவ்வளவுதான் உலகம்
1435 உயர்நிலை காட்டும் தந்த்ரா
1403 மனதின் இயல்பும் அதைக் கடந்த நிலைகளும்
1436 யாகூசான்: ஞானத்திற்கு நேர்வழி

1414	பதஞ்சலி யோகம்-ஒரு விஞ்ஞான விளக்கம் (பாகம்-1)
1415	பதஞ்சலி யோகம்-ஒரு விஞ்ஞான விளக்கம் (பாகம்-2)
1416	பதஞ்சலி யோகம்-ஒரு விஞ்ஞான விளக்கம் (பாகம்-3)
1417	பதஞ்சலி யோகம்-ஒரு விஞ்ஞான விளக்கம் (பாகம்-4)
1418	பதஞ்சலி யோகம்-ஒரு விஞ்ஞான விளக்கம் (பாகம்-5)
1662	பதஞ்சலி யோகம்-ஒரு விஞ்ஞான விளக்கம் (பாகம்-6)
1663	பதஞ்சலி யோகம்-ஒரு விஞ்ஞான விளக்கம் (பாகம்-7)
1763	பதஞ்சலி யோகம்-ஒரு விஞ்ஞான விளக்கம் (பாகம்-8)
1780	பதஞ்சலி யோகம்-ஒரு விஞ்ஞான விளக்கம் (பாகம்-9)
1793	பதஞ்சலி யோகம்-ஒரு விஞ்ஞான விளக்கம் (பாகம்-10)
1437	ஸென் பரவெளியின் பரவசங்களும் பாடல்களும்
1422	தந்த்ரா - ஓர் உன்னத ஞானம்
1424	தந்த்ரா அனுபவம்
1431	வார்த்தைகளற்ற மனிதனின் வார்த்தைகள்
1411	ஓர் அற்புதப் புதையல்
1432	வாழ்வு, அன்பு, மகிழ்ச்சி
1402	கடவுள் உங்கள் உள்ளேதான் இருக்கிறார்
1425	தேடுதலை நிறுத்துங்கள் தேடுவது கிடைக்கும்
1426	தியானம் (MEDITATION) (60 தியான முறைகளும் விளக்கங்களும்)
1404	மதவாதிகளும் அரசியல்வாதிகளும்
1407	நான் ஒரு வெண்மேகம்
1421	புதிய குழந்தை
1409	நம்பிக்கை நட்சத்திரமாய்...
1860	ஒரு ஆன்மிக ரகசியம்
1420	பிரபஞ்ச ரகசியம் (ஸென் ஹைகூ)
1419	பெண் விடுதலை ஒரு புதிய தரிசனம்
1861	நான் போதிப்பது மதத்தன்மையைத்தான் மதத்தை அல்ல

1380 அறிந்தவைகளுக்கு அப்பால்
1438 ஸென்னுடன் நடந்து ஸென்னுடன் அமர்ந்து
1427 தியானம் என்பது என்ன?
1399 கால்கள் இன்றி நட, சிறகுகள் இன்றி பற,
மனம் இன்றி நினை
1433 வாழும் கலை
1401 கடவுள் இறந்துவிட்டார் ஸென்னே வாழ்கிறது
1379 அன்பின் யாத்திரை
1397 இன்னொரு வாசல், இன்னொரு வாழ்க்கை (பாகம் 1)
1396 இன்னொரு வாசல், இன்னொரு வாழ்க்கை (பாகம்-2)
1801 இன்னொரு வாசல், இன்னொரு வாழ்க்கை (பாகம்-3)
1802 இன்னொரு வாசல், இன்னொரு வாழ்க்கை (பாகம்-4)
1690 தாவோ ஒரு தங்கக் கதவு
1779 மனிதனின் புத்தகம்
1791 ரகசியமாய் ஒரு ரகசியம் (பாகம்-1)
1987 ரகசியமாய் ஒரு ரகசியம் (பாகம்-2)
V100 பகவத் கீதை ஒரு தரிசனம் (பாகம்-3)
V101 பகவத் கீதை ஒரு தரிசனம் (பாகம்-4)
V102 பகவத் கீதை ஒரு தரிசனம் (பாகம்-5)
V103 பகவத் கீதை ஒரு தரிசனம் (பாகம்-6)
V104 பகவத் கீதை ஒரு தரிசனம் (பாகம்-7)
V105 பகவத் கீதை ஒரு தரிசனம் (பாகம்-8)
V106 பகவத் கீதை ஒரு தரிசனம் (பாகம்-9)
V107 பகவத் கீதை ஒரு தரிசனம் (பாகம்-10)
V108 பகவத் கீதை ஒரு தரிசனம் (பாகம்-11)
V109 பகவத் கீதை ஒரு தரிசனம் (பாகம்-12)
V110 பகவத் கீதை ஒரு தரிசனம் (பாகம்-13)
V111 பகவத் கீதை ஒரு தரிசனம் (பாகம்-14)
V112 பகவத் கீதை ஒரு தரிசனம் (பாகம்-15)

V113 பகவத் கீதை ஒரு தரிசனம் (பாகம்-16)
V404 பகவத் கீதை ஒரு தரிசனம் (பாகம்-17)
V405 பகவத் கீதை ஒரு தரிசனம் (பாகம்-18)
V114 பஜகோவிந்தம்
V115 காமத்திலிருந்து கடவுளுக்கு...
V116 உணர்வின்மையிலிருந்து மெய்யுணர்வுக்கு
V117 தியானமும் அன்பும்
V118 ஞானத்தின் பிறப்பிடம்
V119 தியானம் பரவசத்தின் கலை
V120 மிகவும் தவறாக கருதப்படும் மனிதர்
V121 நான் ஒரு வாசல்
V123 காலைப்பொழுதின் கடைசி நட்சத்திரம்